അമിതചിന്താ പരിഹാരം

അമിതചിന്താ പരിഹാരം

എങ്ങനെ മനസ്സാന്നിധ്യം നിലനിർത്താം, വിലോപ
ചിന്തകളെ തിരസ്ക്കരിക്കാം, അങ്ങനെ നിങ്ങളുടെ
സമ്മർദ്ദവും ഉൽക്കണ്ഠകളും പരിത്യജിക്കാം.

നിക്ക് ട്രെന്റൺ

പരിഭാഷ : രഘുരാജ് പനങ്ങാട്ട്

MANJUL

മഞ്ജുൾ പബ്ലിഷിങ് ഹൗസ്

First published in India by

MANJUL

Manjul Publishing House

Corporate and Editorial Office

• 2nd Floor, Usha Preet Complex, 42 Malviya Nagar, Bhopal 462 003 – India

Sales and Marketing Office

• C-16, Sector 3, Noida, Uttar Pradesh 201301 – India

Website: www.manjulindia.com

Distribution Centres

Ahmedabad, Bengaluru, Bhopal, Kolkata, Chennai,
Hyderabad, Mumbai, New Delhi, Pune

Malayalam translation of *The Overthinking Cure* by *Nick Trenton*

This edition first published in 2024

ISBN 978-93-5543-854-6

Translation by Raghuraj Panangatt

Printed and bound in India by Thomson Press (India) Ltd.

ഉള്ളടക്കം

അധ്യായം 1

കാഴ്ചപ്പാടാണ് എല്ലാം

പരപ്രേരണയില്ലാതെ പ്രവർത്തിക്കുന്നതും പ്രതികരണമെന്നോണം പ്രവർത്തിക്കുന്നതും

ജീവിതത്തിന്റെ 10 ശതമാനം നിങ്ങൾക്ക് എന്ത് സംഭവിക്കുന്നു എന്നുള്ളതും, ബാക്കി 90 ശതമാനവും നിങ്ങൾ അതിനോട് എങ്ങനെ പ്രതികരിക്കുന്നു എന്നതുമാണ്.

—ജോൺ മാക്സ്‌വെൽ

ശാന്തതയും മനസ്സാന്നിധ്യവും കൈവിടാതെ ജീവിക്കുന്നവരിൽ എന്തോ ഒരു പ്രത്യേകതയുണ്ട്—ആത്മനിയന്ത്രണവും മനസ്സമാധാനവും കൈമുതലായുള്ള അവരിലെ ആ വിശേഷഗുണം എന്താണ്? അമിതമായ ഉൽക്കണ്ഠ കൊണ്ടുനടക്കുന്നവർ സമനില കൈവിടുമ്പോഴും യുക്തിരഹിതമായി പെരുമാറുമ്പോഴും, ശാന്തമായ വ്യക്തികളിൽ നമുക്ക് കാണാൻ കഴിയുന്നത് തീർത്തും വ്യത്യസ്തമായൊരു മാനസികാവസ്ഥയാണ്. ആ മാനസികാവസ്ഥയെ

കൂടുതൽ അടുത്തറിഞ്ഞുകൊണ്ടും, അതെങ്ങനെ നമ്മളിൽ സ്വയം ഉണ്ടാക്കിയെടുക്കാം എന്നു മനസ്സിലാക്കിക്കൊണ്ടും നമുക്കീ പുസ്തകവായന ആരംഭിക്കാം.

രസകരമായൊരു ചോദ്യം തന്നെയാവാം ആദ്യം : ആരാണ് നിങ്ങളുടെ ജീവിതം നിയന്ത്രിക്കുന്നത്?

പ്രധാനമായി, രണ്ട് ഉത്തരങ്ങളാണുള്ളത് : ഒന്നുകിൽ, നിങ്ങളല്ലാത്ത ആരോ/എന്തോ ഒന്ന് നിങ്ങളുടെ ജീവിതത്തിൽ നടക്കുന്ന സംഭവങ്ങളുടെ ഉത്തരവാദിയായിരിക്കും; അല്ലെങ്കിൽ, നിങ്ങളുടെ ജീവിതഗതിയുടെ സാരഥി നിങ്ങൾ തന്നെയായിരിക്കും. പരപ്രേരണയില്ലാതെ പ്രവർത്തിക്കുന്നവർ, തങ്ങളുടെ ജീവിതം രൂപപ്പെടുത്തിയെടുക്കുന്നതിന് തങ്ങളുടെ ചുറ്റുപാടുകളെ ആശ്രയിക്കുകയില്ല. പകരം, സ്വയം ഉത്തരവാദിത്വം ഏറ്റെടുക്കുകയും സ്വന്തമായി കാര്യങ്ങൾ ചെയ്യുകയും ചെയ്യും. അവരുടെ ശ്രദ്ധ മുഴുവനും അവരുടെ പ്രവർത്തികളിലും അവരുടെ ലക്ഷ്യങ്ങളിലും ലക്ഷ്യങ്ങളിലേക്കെത്താനുള്ള പാതകളിലുമായിരിക്കും. സ്വാഭാവികമായും, അവരുടെ നിലപാട് അവരുടെ ചിന്തകളെ പ്രശ്നങ്ങൾ പരിഹരിക്കുന്നതിലും അവസരങ്ങൾ കണ്ടെത്തുന്നതിലും കേന്ദ്രീകരിക്കാൻ പ്രാപ്തമാക്കും. മറ്റൊരു തരത്തിൽ പറഞ്ഞാൽ, അവരുടെ ജീവിതഗതി നിശ്ചയിക്കുന്നത് അവർ തന്നെയായിരിക്കും.

ഇനി രണ്ടാമത്തെ തരം : പ്രതികരണമെന്നോണം പ്രവർത്തിക്കുന്നവർ. പേര് പോലെതന്നെ, മറ്റുള്ളവരുടെ പ്രവർത്തികളോടോ ചുറ്റുപാടുകളോടോ ഉള്ള പ്രതികരണമായിരിക്കും ഇവരുടെ പ്രവൃത്തികൾ, സ്വന്തം ഇഷ്ടങ്ങൾക്കും അഭിപ്രായങ്ങൾക്കും രണ്ടാം സ്ഥാനം മാത്രം. കൂടുതൽ നിഷ്ക്രിയവും വ്യവസ്ഥാപിതവും ആശ്രിതവുമായ അവസ്ഥയാണിത്. നിങ്ങൾ ശരിക്കും എന്താണ് ചെയ്യാൻ ആഗ്രഹിക്കുന്നത് എന്നതിനേക്കാളുപരി, എന്താണ് നിങ്ങൾ ചെയ്യേണ്ടത് അല്ലെങ്കിൽ എന്തു ചെയ്യാനാണ് നിങ്ങൾ നിർബന്ധിതനാകുന്നത് എന്നതിനായിരിക്കും ഈ അവസ്ഥ പ്രാധാന്യം നൽകുന്നത്. പഴിചാരൽ, തീരുമാനമില്ലായ്മ, തോൽവിഭയം, മറ്റുള്ളവരെ പ്രീതിപ്പെടുത്തുന്ന കഴിവില്ലായ്മ, ഉത്തരവാദിത്വ ബോധമില്ലായ്മ, എന്നിവയെല്ലാം ഈ മാനസികാവസ്ഥയുമായി ബന്ധപ്പെട്ട് കിടക്കുന്നു. മാത്രമല്ല, മറ്റുള്ളവർ നിങ്ങളെ വൈകാരികമായി സ്വാധീനിക്കുകയും നിങ്ങളെ കാര്യങ്ങൾ ചെയ്യിക്കാൻ നിർബന്ധിതനാക്കുകയും ചെയ്യുമെന്ന ധാരണയും അതിലുണ്ട്.

എനിക്കറിയാം, നിങ്ങളിപ്പോൾ എന്താണ് ചിന്തിക്കുന്നതെന്ന്— പരപ്രേരണ തീർത്തുമില്ലാതെ പ്രവർത്തിക്കുന്നത് അസാദ്ധ്യമാണ് എന്നല്ലേ? എന്തൊക്കെയായാലും, നമ്മൾക്കാർക്കും സ്വന്തം ജീവിതത്തിന്റെ മുഴുവൻ നിയന്ത്രണവും പൂർണ്ണമായും കൈപ്പിടിയിലാക്കാൻ കഴിയുകയില്ല. അത് സത്യം തന്നെയാണ്. പരപ്രേരണയില്ലാതെ പ്രവർത്തിക്കുക എന്ന് പറയുമ്പോഴും, എല്ലാ കാലത്തും നിങ്ങൾക്ക് സ്വന്തം വഴി നിർണ്ണയിക്കാനാകും എന്നത് അർത്ഥമാക്കുന്നില്ല; പകരം, ചില പ്രഖ്യാപനങ്ങളിലൂടെ മനസ്സിനേയും നിലപാടുകളേയും പരിഷ്കരിക്കുകയാണ്, *"തെറ്റുകളിൽ നിന്നും എനിക്ക് പാഠങ്ങളുൾക്കൊള്ളാൻ സാധിക്കും. എനിക്കെന്റെ കഴിവുകൾ ഉപയോഗപ്രദമാക്കാൻ കഴിയും. എനിക്ക് പുതിയ കാൽവെപ്പുകൾ നടത്താൻ സാധിക്കും."* വാസ്തവത്തിൽ, അങ്ങനെയൊരു വ്യക്തിക്ക്, തന്റെ പ്രവർത്തനങ്ങളുടെ ഫലങ്ങൾ തന്നെ സ്വാധീനിക്കുന്നില്ലെങ്കിൽ അത് മനസ്സിലാക്കാനുള്ള കഴിവുണ്ട്, അതിനാൽ തന്നെ ആ ഫലങ്ങളുടെ നിയന്ത്രണത്തിൽ നിന്നും സ്വയം പുറത്തുവരാനും അയാൾക്കു സാധിക്കും.

അതുകൊണ്ടുതന്നെ, പരപ്രേരണയില്ലാതെ പ്രവർത്തിക്കുന്നവനായതുകൊണ്ട് നിങ്ങളിഷ്ടപ്പെടുന്ന ലോകം നിങ്ങൾ അർഹിക്കുന്നുവെന്നോ, അതുപോലൊന്ന് ഉണ്ടാക്കിയെടുക്കാൻ നിങ്ങൾ പ്രാപ്തനാണെന്നോ അർത്ഥമാകുന്നില്ല; മറിച്ച്, നിങ്ങളുടെ പ്രവർത്തനങ്ങളുടെ വ്യാപ്തിയെക്കുറിച്ച് ബോധപൂർവ്വമായ ധാരണയുണ്ടെന്നും, നിങ്ങളുടെ പ്രവർത്തനങ്ങളുടെമേൽ നിയന്ത്രണം ചെലുത്താനുള്ള ആന്തരികമായൊരു കഴിവ് നിങ്ങളിലുണ്ടെന്നും, സ്വന്തം പ്രവർത്തികൾക്കുമേൽ നിങ്ങൾക്ക് നിയന്ത്രണമോ ഉത്തരവാദിത്തമോ ഇല്ലെന്നുള്ള മുൻധാരണയ്ക്കുപകരം തടസ്സങ്ങളെയും തെറ്റുകളെയും നേരിടാമെന്നുള്ള ഉറപ്പാണ് അർത്ഥമാക്കുന്നത്. ഇവിടെ ഫലങ്ങളല്ല പ്രധാനം, നിങ്ങളുടെ കാഴ്ചപ്പാടാണ്.

പരപ്രേരണയില്ലാതെ പ്രവർത്തിക്കുന്നവർക്ക് ആത്മബോധത്തെക്കുറിച്ചും വൈകാരികബോധത്തെക്കുറിച്ചും കൂടാതെ അവരുടെ പ്രവർത്തികളുടെ മേലുള്ള തങ്ങളുടെ നിയന്ത്രണത്തെക്കുറിച്ചും അറിവുള്ളതിനാൽതന്നെ, സ്വന്തം മൂല്യങ്ങളുമായി ഒത്തുപോകുന്ന തരത്തിലുള്ള സാഹചര്യങ്ങൾ വാർത്തെടുക്കാനുള്ള ശ്രമം അവരിൽ നിന്നുമുണ്ടാകും. പ്രതികരണമെന്നോണം പ്രവർത്തിക്കുന്നവരാകട്ടെ, എല്ലാം തങ്ങളുടെ വഴിക്ക് വരുമെന്നോ ആരെങ്കിലും തങ്ങളെ

സഹായിക്കുമെന്നോ ഉള്ള പ്രതീക്ഷയിലിരിക്കും, അതൊന്നും നടന്നില്ലെങ്കിൽ പഴിചാരലും വെറുപ്പുമായി നടക്കും.

പരപ്രേരണയില്ലാതെ പ്രവർത്തിക്കുന്നവർ തങ്ങൾക്കനുസൃതമായ സാഹചര്യങ്ങൾ ബോധപൂർവ്വം *സൃഷ്ടിച്ചെടുക്കും*, അങ്ങനെ ചെയ്യാനുള്ള പ്രാപ്തി അവർക്കുണ്ടെന്ന ബോധ്യവും അവർക്കുണ്ട്. കുറച്ചധികം അവബോധവും ആത്മാർത്ഥതയും ധൈര്യവും അതിനാവശ്യമാണ്. പ്രതികൂല സാഹചര്യങ്ങൾ നേരിടാനുള്ള പക്വതയും അനിവാര്യതയാണ്—തോൽവിയാണ് ഫലമെങ്കിൽ, തങ്ങൾ തന്നെയാണ് അതിനുത്തരവാദിയെന്നും മറ്റാരെയും കുറ്റപ്പെടുത്താനാവില്ലെന്നും മനസ്സിലാക്കണം.

നമുക്ക് ചോദ്യം ഒന്നുകൂടെ ആവർത്തിക്കാം : ആരാണ് നിങ്ങളുടെ ജീവിതം നിയന്ത്രിക്കുന്നത്? അതെ, നിങ്ങളെയാണത് ആശ്രയിച്ചിരിക്കുന്നത്! ഒന്നുകിൽ നിങ്ങൾക്ക് സ്വന്തം ജീവിതത്തിന്റെ നിയന്ത്രണം ഏറ്റെടുക്കാം, അല്ലെങ്കിലത് മറ്റാരുടെയെങ്കിലും മുന്നിൽ അടിയറവ് വെക്കാം. സത്യത്തിൽ, സ്വന്തം ജീവിതത്തിന്റെ സാരഥ്യം ഏറ്റെടുക്കാൻ ആരും ആരെയും നിർബന്ധിക്കുകയില്ല—ഒന്നുകിൽ അത് സ്വയം സ്വീകരിക്കാൻ തയ്യാറാകുന്നു, അല്ലെങ്കിൽ അതിന് ധൈര്യം കാണിക്കുന്നില്ല.

ഇനി, ആത്മശാന്തി വളർത്തിയെടുക്കുന്നതുമായി ഇതെല്ലാം എങ്ങനെയാണ് ബന്ധപ്പെട്ടു കിടക്കുന്നത്? നിങ്ങളുടെ ഊഹം ശരിയാണ്, ശാന്തതയും ആത്മസംയമനവും കൈവരിച്ചവർ പ്രവർത്തിക്കുന്നത് സ്വന്തം മനസ്സിന്റെ തീരുമാനത്തിലാണ്. അവർ ശാന്തരായി തുടരാൻ കാരണം തന്നെ, സ്വന്തം തീരുമാനങ്ങളിലും പ്രവൃത്തികളും അവരർപ്പിച്ചിരിക്കുന്ന സുദൃഢമായ വിശ്വാസമാണ്. സാഹചര്യങ്ങൾ അവരിൽ ഉൽക്കണ്ഠ ജനിപ്പിക്കുന്നില്ല, കാരണം അവരുടെ പ്രവർത്തികളെ നിയന്ത്രിക്കുന്നത് മറ്റാരുമല്ല, അവർ ഏറ്റവും വിശ്വസിക്കുന്ന അവർ തന്നെയാണ്! കാരണം, അവരുടെ മേലുള്ള മുഴുവൻ അധികാരവും അവർ സ്വയം സൂക്ഷിച്ചിരിക്കുകയാണ്, അവർക്കുമുമ്പിൽ എല്ലായ്പ്പോഴും ഒരുപാട് സാധ്യതകളുണ്ടെന്ന് അവർക്കറിയാം, അവർക്കെപ്പോഴും വ്യക്തമായ ആത്മബോധമുണ്ട്, അതുകൊണ്ടുതന്നെ അവരുടെ തീരുമാനങ്ങളിലും സ്പഷ്ടതയുണ്ടാകും, മാത്രമല്ല, ഏറ്റവും മോശമായ ഫലങ്ങളിൽ നിന്നുപോലും അവർക്ക് ഗുണകരമായ അംശങ്ങൾ കൈക്കൊള്ളാൻ കഴിയും.

അതേസമയം, ഇത്തരം ആത്മധൈര്യം ഇല്ലാത്തവരാണ് മറ്റ സ്വാധീനങ്ങളാൽ പ്രവർത്തിക്കുന്നവർ. തങ്ങളുടെ വിധി മറ്റുള്ളവർ നിർണ്ണയിക്കാനായി കാത്തിരിക്കുന്നവർ, അല്ലെങ്കിൽ നിഷ്ക്രിയരായി ഇരിക്കുന്നവർ, തങ്ങൾക്കായി മറ്റുള്ളവർ എടുത്ത തീരുമാനങ്ങളെ പഴിക്കുന്നവർ. സ്വാഭാവികമായും, ഉത്കണ്ഠാജനകമായ അവസ്ഥ യാണ് ഇത്. മറ്റുള്ളവരുടെ പ്രവർത്തികളെ ആശ്രയിച്ചിരിക്കുന്നവർ – അതിനേക്കാൾ സമ്മർദ്ദമുണ്ടാക്കുന്ന എന്ത് അവസ്ഥയാണുള്ളത്? കാരണം, നിങ്ങൾ സ്വന്തം ഉത്തരവാദിത്വബോധത്തെയും തീരുമാനങ്ങളെടുക്കാനുള്ള കഴിവിനെയും സംശയിക്കുകയാണ്, അവഗണിക്കുകയാണ്. മറ്റൊരാളോ അല്ലെങ്കിൽ മറ്റെന്തെങ്കിലുമോ മുന്നോട്ടുവന്ന് സഹായിക്കുന്നതുവരെ, പരിഹാരങ്ങളൊന്നും തന്നെയില്ലെന്ന് സ്വയം വിശ്വസിപ്പിക്കുന്നവർ. കഴിവുകളിൽ വിശ്വസിക്കാതെ, ശുഭപ്രതീക്ഷകളോ ആത്മവിശ്വാസമോ ഇല്ലാതെ, എന്നും പ്രതികൂലവാദങ്ങളുമായി, ഏത് പ്രശ്നങ്ങൾ വന്നാലും മറ്റുള്ളവരുടെ പിന്നിലൊളിക്കുന്ന അശുഭദർശികൾ.

അതുകൊണ്ട്, ശരിക്കും ശാന്തതയും മനസ്സാന്നിധ്യവുമുള്ള വ്യക്തിയാകണമെങ്കിൽ, എങ്ങനെയാണ് മറ്റുള്ളവരെ ആശ്രയിച്ച് ജീവിക്കുന്നവരുടെ മാനസികാവസ്ഥയിൽ നിന്നും പരപ്രേരണ യില്ലാതെ പ്രവർത്തിക്കുന്നവരുടെ മാനസികാവസ്ഥയിലേക്ക് നീങ്ങിത്തുടങ്ങേണ്ടത്?

കുറ്റപ്പെടുത്തലും പഴിചാരലും ഒഴിവാക്കുക

മറ്റുള്ളവരെ ആശ്രയിക്കുന്നവർ : ഈ ആളുകളും സാഹചര്യങ്ങളും മറ്റും ഒന്നുംതന്നെ ഞാൻ ആഗ്രഹിച്ചതു പോലെയല്ല...

സ്വയം പ്രവർത്തിക്കുന്നവർ : ഞാൻ ആഗ്രഹിച്ചത് പോലെയുള്ള വഴിയേതാണ്, അതിലേക്ക് ***ഞാൻ*** എങ്ങനെയാണ് എത്തിപ്പെടുക?

നിങ്ങൾ പരാതിപ്പെടുമ്പോൾ, നിങ്ങൾ പ്രതികരിക്കുകയാണ് ചെയ്യുന്നത്. നിങ്ങൾ ഉത്തരവാദികളല്ലെന്ന് നിങ്ങളോടും മറ്റുള്ളവരോടും വിളിച്ചുപറയുന്ന, മറ്റുള്ളവർക്കായി നിങ്ങൾക്ക് നിങ്ങളുടെ മേലുള്ള നിയന്ത്രണം വിട്ടുകൊടുക്കുകയാണ്. പരപ്രേരണയില്ലാതെ പ്രവർത്തിക്കുന്നവനായി മാറുന്നതിനായുള്ള ഒരു മാർഗ്ഗം, പരാതിപ്പെടൽ എന്ന മോശം ശീലത്തെ നിഷ്കരുണം

ഒഴിവാക്കുക എന്നതാണ്. പരാതിപ്പെടുന്നതിലൂടെ ഒരു ഗുണവും ഉണ്ടാകാൻ പോകുന്നില്ല! അതൃപ്തിയുള്ള ഒരു കാര്യത്തെക്കുറിച്ച് പരാതിപ്പെടുന്നതിലൂടെ നിങ്ങൾക്ക് അല്പം മനഃസുഖം ലഭിക്കുന്നു എന്ന് തോന്നിയേക്കാം, പക്ഷേ സ്വയം തളർത്തുകയാണ് ചെയ്യുന്നത് (മറ്റുള്ളവരെ മുഷിപ്പിക്കുകയും).

ഇതിന് കുറച്ച് അവബോധം ആവശ്യമാണ്. സത്യസന്ധമായി പറയുക, നിങ്ങൾ ഓരോ കാര്യങ്ങളെക്കുറിച്ചോർത്ത് പരാതിപ്പെടുകയും വിലപിക്കുയും ചെയ്യുന്നുണ്ടോ? എങ്കിൽ, ഉടൻ തന്നെ അതിന് തടയിടുക. എന്നിട്ട് ഒരു പ്രധാന ചോദ്യം സ്വയം ചോദിക്കുക :

എനിക്ക് ഇവിടെ എന്ത് ചെയ്യാൻ കഴിയും?

അത് നിങ്ങളെ ഉണർത്തും, പ്രശ്നപരിഹാരം കാണാൻ സജ്ജനാക്കും. ആരെങ്കിലും വന്ന് നിങ്ങളെ രക്ഷിക്കുമെന്നുള്ള കാത്തിരിപ്പ് അവസാനിപ്പിക്കുക; സ്വയം വഴികൾ കണ്ടെത്തുന്നതിനെക്കുറിച്ച് ചിന്തിക്കുക. സ്വയം പ്രവർത്തിക്കാൻ കഴിയുമെങ്കിൽ, പ്രവർത്തിക്കുക. നിങ്ങൾക്ക് എന്തെങ്കിലുമൊന്ന് ഇഷ്ടപ്പെട്ടില്ലെങ്കിൽ, അത് മാറ്റാനോ അല്ലെങ്കിൽ ആ സാഹചര്യത്തിൽ നിന്ന് നിങ്ങളെ സ്വയം മാറ്റാനോ തയ്യാറാവുക. ഇങ്ങനെ ചിന്തിക്കൂ : *പ്രവർത്തിക്കാതിരിക്കുക* എന്നത് നിങ്ങളുടെ ഇഷ്ടമാണ്, പക്ഷേ നിങ്ങൾക്ക് ഇഷ്ടപ്പെടാത്ത ഒരു സാഹചര്യത്തിലാണ് നിങ്ങൾ തുടരുന്നതെങ്കിൽ, അതിലെന്ത് അർത്ഥമാണുള്ളത്?

നിങ്ങൾക്ക് പ്രവർത്തിക്കാൻ കഴിയുന്നില്ലെങ്കിൽ, സാരമില്ല, നിങ്ങൾക്ക് ഇപ്പോഴും നിങ്ങളുടെ മാനസികാവസ്ഥ തിരഞ്ഞെടുക്കാൻ അവസരമുണ്ട്. നിങ്ങൾക്ക് പ്രതികരിക്കാതിരിക്കാം. നിങ്ങൾക്ക് ഒരു സാഹചര്യം അസുഖകരമായി തോന്നുന്നതിനാൽ, നിങ്ങൾ പരാതിപ്പെടണമെന്നോ അല്ലെങ്കിൽ അതിലും മോശമായി പെരുമാറണമെന്നോ മറ്റുള്ളവരെ കുറ്റപ്പെടുത്തണമെന്നോ അല്ല. സാഹചര്യങ്ങളേക്കാൾ വളരെ പ്രധാനമാണ് സാഹചര്യങ്ങളോട് നിങ്ങൾ എങ്ങനെ പ്രതികരിക്കുന്നു എന്നത്. ചിലപ്പോൾ നിങ്ങൾക്ക് സാഹചര്യങ്ങളെ നിയന്ത്രിക്കാനോ അതിനനുസൃതമായി പ്രവർത്തിക്കാനോ കഴിഞ്ഞില്ലെന്നു വരാം, പക്ഷേ നിങ്ങൾ ശ്രദ്ധ ചെലുത്തേണ്ട കാര്യങ്ങൾ, സാഹചര്യത്തെ നിങ്ങളെങ്ങനെ നോക്കിക്കാണുന്നു

എന്നത്, നിങ്ങൾ സ്വീകരിക്കുന്ന മനോഭാവം, നിങ്ങളിൽ നിന്നും വരുന്ന വാക്കുകൾ, പ്രതികരണം എന്നിങ്ങനെയുള്ള ഘടകങ്ങളുടെമേൽ നിങ്ങൾക്കപ്പോഴും ആവശ്യത്തിലധികം അധികാരമുണ്ട്. നിങ്ങൾക്ക് എല്ലായ്പ്പോഴും അവസരങ്ങളുണ്ട്. പക്ഷേ, നിങ്ങൾ പരാതിപ്പെടുമ്പോൾ, ആ അവസരങ്ങളുടെ നേരെ കണ്ണടയ്ക്കുകയും, നിങ്ങൾക്കനുഭവപ്പെട്ട അസ്വാസ്ഥ്യത്തിന്റെയും മോശം മാനസികാവസ്ഥയുടെയും വസ്തുതയിൽ കുടുങ്ങിപ്പോകുകയും ചെയ്യുന്നു.

കുറ്റപ്പെടുത്തുമ്പോഴും ഇതുതന്നെയാണ് സംഭവിക്കുന്നത് – നിങ്ങളുടെ നിയന്ത്രണം മറ്റൊരാൾക്ക് കൈമാറുന്നത് എന്തിനാണ്? ഇരയുടെ വേഷം ധരിക്കുന്നത് ഹ്രസ്വകാലത്തേക്ക് നല്ലതായി തോന്നിയേക്കാം, എന്നാൽ മറ്റുള്ളവർ എങ്ങനെ പ്രവർത്തിക്കുന്നു എന്നതിനെക്കുറിച്ച് പരാതിപ്പെടുമ്പോൾ, ഒരു പ്രധാന വസ്തുത നിങ്ങൾ മറക്കുകയാണ് : നിങ്ങൾക്കും പ്രവർത്തിക്കാനുള്ള അവസരം ഉണ്ടെന്ന്. കുറ്റപ്പെടുത്തൽ ചിലപ്പോൾ ബോധപൂർവ്വമല്ലാത്ത പ്രതീക്ഷകളിൽ നിന്നോ അധികാരബോധത്തിൽ നിന്നോ ഉണ്ടായേക്കാം. നിങ്ങൾ ആരെയെങ്കിലും കുറ്റപ്പെടുത്തുന്നതായി ശ്രദ്ധയിൽപെട്ടാൽ, ആ അവസരം നിങ്ങൾക്കുള്ളിലെ സത്യസന്ധനെ പുറത്തുകൊണ്ടുവരാൻ വിനിയോഗിക്കുക – യഥാർത്ഥത്തിൽ അവരുടേതല്ലാത്ത ഒരു പ്രശ്നത്തിന്റെ ചുമതല അവർ ഏറ്റെടുക്കണമെന്നാണോ നിങ്ങൾ പ്രതീക്ഷിക്കുന്നത്? ഇനി അവർ തന്നെയാണ് ശരിക്കും കുറ്റക്കാർ എന്നു കരുതുക (സ്വാഭാവികം!), നിങ്ങൾ സ്വയം ചോദിക്കുക : നിങ്ങൾ ദേഷ്യപ്പെടുന്നതുകൊണ്ടോ പഴിചാരുന്നതുകൊണ്ടോ, നിങ്ങൾ ആഗ്രഹിച്ചതുപോലെ കാര്യങ്ങൾ മാറിമറിയാൻ സാധ്യതയുണ്ടോ? നിങ്ങൾ ആഗ്രഹിക്കുന്ന രീതിയിൽ മറ്റുള്ളവർ പെരുമാറാൻ അവരുടെമേൽ അധികാരം ചെലുത്തേണ്ടതില്ലെന്ന് മനസ്സിലാക്കുന്നത് നിങ്ങളിലെ സമ്മർദ്ദം കുറയ്ക്കും – നിങ്ങൾക്ക് വേണ്ടി പ്രവർത്തിക്കേണ്ടത് നിങ്ങൾ തന്നെയാണ്. ഇത് തൽക്ഷണം തന്നെ ഉള്ളിലെ ഉൽക്കണ്ഠയും സംശയങ്ങളും ഒഴിവാക്കുകയും ശാന്തത കൈവരിക്കാൻ സഹായിക്കുകയും ചെയ്യുന്നു.

ശാന്തത, ശ്രദ്ധ, അനുരൂപപ്പെടാനുള്ള കഴിവ് എന്നിവ നേടാനുള്ള താക്കോൽ—യോജിച്ച് പെരുമാറുക, പ്രതികരിക്കാതിരിക്കുക

മറ്റുള്ളവരെ ആശ്രയിക്കുന്നവർ : മാറ്റം ഭയാനകവും ഭീഷണിപ്പെടുത്തുന്നതുമാണ്, അതിനാൽ പതുങ്ങിയിരുന്ന് അതിനെ ഒഴിവാക്കുന്നതാണ് നല്ലത്.

സ്വയം പ്രവർത്തിക്കുന്നവർ : മാറ്റങ്ങളുമായി എനിക്ക് പ്രവർത്തനക്ഷമമായി പൊരുത്തപ്പെടാൻ കഴിയുമെന്ന് വിശ്വസിക്കുന്നു, ഒപ്പം എന്നെ വളർത്താൻ സഹായിക്കുന്ന അവസരങ്ങളെ സ്വാഗതം ചെയ്യുന്നു.

നമ്മൾ പറഞ്ഞതുപോലെ, നിങ്ങൾക്ക് എല്ലായ്പ്പോഴും അവസരങ്ങൾ ഉണ്ട്. ശരിയാണ്, ചിലപ്പോൾ നിങ്ങൾക്ക് ഒരുപാട് അവസരങ്ങൾ ഉണ്ടാകണമെന്നില്ല, അല്ലെങ്കിൽ നിങ്ങൾ നേരിടുന്ന സാഹചര്യങ്ങൾ നിങ്ങൾ ഇഷ്ടപ്പെടുന്നവയാകണമെന്നില്ല, പക്ഷേ നിങ്ങൾ ഒരിക്കലും സാഹചര്യത്തിന് ഇരയാകുന്നില്ല, മാത്രമല്ല, നിങ്ങൾക്ക് എപ്പോൾ വേണമെങ്കിലും മുന്നോട്ടുവന്ന് നിങ്ങളുടെ അനുഭവങ്ങളുടെ ഉത്തരവാദിത്വം ഏറ്റെടുക്കുകയും ചെയ്യാം. സ്വയം പ്രവർത്തിക്കുന്നവരായാലും മറ്റുള്ളവരെ ആശ്രയിക്കുന്നവരായാലും, മാറ്റം എന്നത് ഒഴിവാക്കാൻ പറ്റാത്തതാണ്. ജീവിതം മാറ്റങ്ങളാൽ നിറഞ്ഞതാണ്, പക്ഷേ അതിനനുസൃതമായി അനുരൂപപ്പെടാനുള്ള അവസരങ്ങളും ധാരാളമുണ്ട്. നിങ്ങൾ സാഹചര്യത്തിനനുസരിച്ച് പെരുമാറുമ്പോൾ (പ്രതികരിക്കുകയല്ല), നിങ്ങൾക്ക് ചുറ്റുമുള്ള ആളുകളുമായും വസ്തുക്കളുമായും നിങ്ങൾ ക്രമേണ ബോധപൂർവ്വം ഇടപഴകുന്നു. നമ്മുടെ സ്വന്തം മൂല്യങ്ങൾക്കും തത്വങ്ങൾക്കും അനുസരിച്ചാണ് നമ്മൾ ജീവിതം മുന്നോട്ടു നയിക്കുന്നത്. നിങ്ങളുടെ ചുറ്റുപാടുകളുടെ അടിമയായി അവയിൽ നിന്നും ആജ്ഞകൾ സ്വീകരിക്കുകയോ, അല്ലെങ്കിൽ അവയെ പാടെ ഒഴിവാക്കുകയോ ചെയ്യരുത്, പകരം, അവയുമായി സംവദിക്കുക!

പഴഞ്ചൊല്ലിൽ പറയുന്നതുപോലെ : വഴങ്ങാത്ത വസ്തുക്കൾ വളയുന്നതിന് മുന്നേ ഒടിയുന്നു. നിങ്ങൾ ആരാണെന്ന് നിങ്ങൾക്ക് അറിയാമെന്നതിനാലും നിങ്ങളുടെ സ്വന്തം ജീവിതം കെട്ടിപ്പടുക്കുന്നതിനുള്ള ബോധപൂർവ്വമായ നടപടികൾ സ്വീകരിക്കുന്നതിനാലും

നിങ്ങൾ കർക്കശക്കാരനോ വിട്ടുവീഴ്ചയില്ലാത്തവനോ ആണെന്ന് അർത്ഥമാകുന്നില്ല. വാസ്തവത്തിൽ, നിങ്ങൾ സാഹചര്യത്തോട് പൊരുത്തപ്പെടുത്തുന്നതിലും അതിനനുസൃതമായി പെരുമാറുന്നതിലും പ്രാവീണ്യം നേടിയയാളാണ്. നിങ്ങൾ പരിണമിക്കുന്നു, നിങ്ങൾ പരീക്ഷണങ്ങൾ നടത്തുന്നു, നിങ്ങൾ പരാജയപ്പെടുന്നു, നിങ്ങൾ നിങ്ങളുടെ രീതി മാറ്റുന്നു, നിങ്ങൾ വീണ്ടും ശ്രമിക്കുന്നു. പുതുമയോട് നിങ്ങൾക്ക് ഭയമല്ല, ആകാംക്ഷയാണുള്ളത്. ഇതാണ് നിങ്ങളെ വളരാനും മെച്ചപ്പെടാനും പ്രാപ്തമാക്കുന്നത്. നിങ്ങൾ ആത്മനിയന്ത്രണത്തിന് അടിമയാണെന്നല്ല; പകരം, നിങ്ങൾക്ക് മുന്നിൽ എപ്പോഴും അവസരങ്ങൾ തുറന്നു കിടപ്പുണ്ട് എന്ന വസ്തുത നിങ്ങളുടെ മനസ്സിലുണ്ടെന്നാണ്. അറിയാവുന്ന കാര്യങ്ങളിൽ മാത്രം പിടിച്ചുതൂങ്ങി ഭയന്നു ജീവിക്കുന്നതിനു പകരം, പുതുമയെ പരിചയപ്പെടുക, ആഴത്തിലറിയുക, സാധ്യതകൾ സൃഷ്ടിക്കുക, പ്രതികൂല സാഹചര്യങ്ങളെ നേരിടുക. വൈരുദ്ധ്യമെന്തെന്നാൽ, ഈ ജീവിതരീതിയാണ് യഥാർത്ഥത്തിൽ എളുപ്പവും ഉത്കണ്ഠ കുറവുള്ളതും.

"ഇങ്ങനെയായിരുന്നെങ്കിൽ" എന്ന ചിന്തയെ മുളയിലേ നുള്ളിക്കളയുക

മറ്റുള്ളവരെ ആശ്രയിക്കുന്നവർ : ഇങ്ങനെയിങ്ങനെയൊക്കെ നടന്നാൽ, ഒരു നാൾ ഞാൻ ഈ സ്ഥലത്ത് പോകും... എന്നിട്ട് ചിലപ്പോൾ... അതിനുശേഷം ഞാൻ വിശ്വസിക്കുന്നു...

സ്വയം പ്രവർത്തിക്കുന്നവർ : എനിക്കായി ഞാൻ രൂപപ്പെടുത്തിയെടുക്കാൻ ആഗ്രഹിക്കുന്ന സാഹചര്യങ്ങളിലേക്കുള്ള ചുവടുവെപ്പുകൾ ഞാൻ ആരംഭിക്കുകയാണ് – *ഇപ്പോൾ തന്നെ.*

അമിതമായ ചിന്തകൾ, ഊഹാപോഹങ്ങൾ, അനന്തവും അർത്ഥശൂന്യവുമായ "ഇങ്ങനെയായിരുന്നെങ്കിൽ" ചിന്തകൾ എന്നിവയാണ് ഉത്കണ്ഠയുടെ സ്വഭാവ ഗുണങ്ങൾ. പ്രതികരണ മനോഭാവം നമ്മളെ ഈ അവസ്ഥയിൽ തളച്ചിടുകയാണ് ചെയ്യുന്നത്. ഞങ്ങൾ ഇതുപോലുള്ള കാര്യങ്ങൾ പറയുന്നു :

"എന്റെ കൈയിൽ കുറച്ചധികം പണമുണ്ടായിരുന്നെങ്കിൽ..."

"കുറച്ചുകൂടെ മെച്ചപ്പെട്ട ഒരു കുടുംബത്തിൽ എനിക്ക് വളരാൻ സാധിച്ചിരുന്നെങ്കിൽ..."

"ഒരിക്കൽ, ഒരു നാൾ ഞാനെന്റെ ഏറ്റവും വലിയ സ്വപ്നത്തിലേക്കുള്ള കാലെടുത്തുവെക്കും..."

"തണുപ്പുകാലം കഴിഞ്ഞയുടൻ തന്നെ, ഞാൻ..."

വാസ്തവത്തിൽ, ഇവ എങ്ങുമെത്താതെ പോകുന്ന ദുർബ്ബലമായ ഒഴികഴിവുകളും ദിവാസ്വപ്നങ്ങളുമല്ലാതെ മറ്റൊന്നുമല്ല. യഥാർത്ഥ ലോകത്ത് മൂല്യവത്തായ ഒന്നിലേക്കും ഒരിക്കലും രൂപപ്പെടാത്ത മനോരാജ്യങ്ങളാണിവ – മാത്രമല്ല, അവ ആധികളിൽനിന്നും ഉൽക്കണ്ഠകളിൽ നിന്നും വിദൂരമല്ല. ഇത്തരം രീതിയിൽ, "ഇങ്ങനെയായിരുന്നെങ്കിൽ", "ഒരു നാൾ" എന്നിങ്ങനെയുള്ള വാക്കുകൾ ഉപയോഗിക്കാതിരിക്കുക. മനസ്സുതുറന്നു നോക്കുകയാണെങ്കിൽ, നിങ്ങൾക്ക് കാണാൻ കഴിയും : ഇത്തരം വാക്കുകൾക്കു പിന്നിൽ മാറ്റിവെക്കലും ഭയവും ഒഴിവാക്കലും എന്നെങ്കിലുമൊരിക്കൽ ആരെങ്കിലും വന്ന് നിങ്ങളുടെ ജീവിതം കരകയറ്റുമെന്നുള്ള പ്രതീക്ഷയുമെല്ലാമാണ്.

വലിയ സ്വപ്നങ്ങൾ കാണുന്നത് ഉപേക്ഷിക്കണമെന്ന് ആരും ഒരിക്കലും നിങ്ങളോട് നിർദ്ദേശിക്കുന്നില്ല. പക്ഷേ, നിങ്ങൾ സ്വപ്നം കാണുന്ന ജീവിതം കെട്ടിപ്പടുക്കുന്നതിനായുള്ള ചുവടുകൾ വെക്കുന്നതിനു *പകരം* ദിവാസ്വപ്നം കണ്ടിരിക്കുന്നത്, നിങ്ങൾ നിങ്ങളോട് തന്നെ ചെയ്യുന്ന അന്യായമാണ്. സ്വപ്നങ്ങളും പ്രതീക്ഷകളും നിങ്ങളുടെ പ്രവർത്തികൾക്ക് ഉണർവ്വും പ്രചോദനവും നൽകാനുള്ളവയാണ് – പക്ഷേ പ്രായോഗികമാക്കാതിരുന്നാൽ, അവ നിങ്ങൾ സ്വയം പറഞ്ഞുകേൾപ്പിക്കുന്ന സുന്ദരമായ വെറും കഥകൾ മാത്രമാണ്; നിങ്ങളെ തുടങ്ങിയയിടത്തു തന്നെ നിർത്തുന്ന നേരമ്പോക്കുകൾ.

അതേ ഊർജ്ജത്തോടെ, ഇവയെ നമുക്ക് ഇപ്പോൾ സ്വീകരിക്കാവുന്ന കുറച്ച് പ്രായോഗിക നടപടികളായി ചുരുക്കാം.

ഇനി കുറ്റപ്പെടുത്തലോ പരാതി പറച്ചിലോ വേണ്ട

കാലാവസ്ഥയെ കുറിച്ച് വേവലാതിപ്പെടുക. ജോലിസ്ഥലത്ത് നിങ്ങളെ ശല്യപ്പെടുത്തുന്ന വ്യക്തിയെക്കുറിച്ച് പരദൂഷണം പറയുക. ഒരു കുടുംബാംഗത്തിന്റെ തെറ്റുകൾ മറ്റൊരു കുടുംബാംഗത്തിനു

മുന്നിൽ നിരത്തുക. സുഹൃത്തിന്റെ കാരണം നിങ്ങൾക്ക് ലഭിച്ച അമിത വേഗത്തിനുള്ള പിഴ നടപടിയെച്ചൊല്ലി അവനോട് നിമിഷങ്ങളോളം കയർക്കുക. അങ്ങനെ പലതും. ഇതെല്ലാം സ്വാഭാവികമാണ്.

ബോധവാന്മാരാകുക എന്നതാണ് ആദ്യ ചുവട്. നിങ്ങൾ ആരോടെങ്കിലും പരാതിപ്പെടുകയോ, ആരെയെങ്കിലും കുറ്റപ്പെടുത്തുകയോ ചെയ്യുന്നത് ശ്രദ്ധയിൽപ്പെടുമ്പോഴെല്ലാം, മനസ്സിനകത്ത് വലിയൊരു അപകടചിഹ്നം ചിത്രീകരിക്കുക, എന്നിട്ട് സ്വയം നിർത്താൻ പറയുക. ഒരു നിമിഷം ചിന്തിക്കുക. ആ സമയം, നിങ്ങൾക്ക് മുന്നിൽ മറ്റു മാർഗ്ഗങ്ങളുമുണ്ടെന്ന വസ്തുത സ്വയം ബോധ്യപ്പെടുത്തുക. തുടർന്ന്, ഈ ചോദ്യത്തിന് ഉത്തരം നൽകാൻ ശ്രമിക്കുക : എനിക്ക് എന്താണ് ചെയ്യാൻ കഴിയുക? ദീർഘമായി ശ്വാസമെടുക്കുക, എന്നിട്ട് തുടരുക. നിങ്ങൾ എത്രത്തോളം ശാന്തതയും ആത്മനിയന്ത്രണവും സ്വായത്തമാക്കിയെന്ന് ശ്രദ്ധിക്കുക.

നിങ്ങളുടെ എല്ലാ സംശയങ്ങളും പരാതികളും രേഖപ്പെടുത്തുന്ന ഒരു ഡയറി നിങ്ങൾക്ക് സൂക്ഷിക്കാം, എന്നാൽ ദിനാവസാനത്തിൽ മാത്രമേ അതിൽ എഴുതുകയുള്ളൂ എന്നൊരു വ്യവസ്ഥ ഉണ്ടായിരിക്കണം. പ്രശ്നം പരിഹരിക്കുന്നതിന് നിങ്ങൾ ഒരു ദൃഢമായ നടപടി സ്വീകരിക്കണം. ഈ പ്രക്രിയയിലൂടെ, പരാതിപ്പെടുന്നത് എത്ര അർത്ഥശൂന്യമാണെന്ന് മനസ്സിലാക്കാനും സ്വയം ശാക്തീകരിക്കാനും നിങ്ങൾ ഉടൻ സ്വയം പരിശീലിപ്പിക്കും.

ഇനി പ്രതികരണങ്ങൾ വേണ്ട, മറുപടികൾ മാത്രം

നിങ്ങളുടെ സമനില തെറ്റിക്കുന്നതോ ഉൽക്കണ്ഠ ജനിപ്പിക്കുകയോ ചെയ്യുന്ന കാരണത്തെ സൂക്ഷ്മമായി ശ്രദ്ധിക്കുക. ഉടൻ തന്നെ അത് എവിടെയെങ്കിലും കുറിച്ചിടുക. ഉദാഹരണത്തിന്, “വർഷാവസാനത്തോടെ എനിക്ക് ജോലി നഷ്ടപ്പെട്ടേക്കാം.” നിങ്ങളുടെ ഭയം കടലാസിൽ കുറിച്ചിട്ട ശേഷം, അത് വീണ്ടും വായിക്കുകയും അതിനെ അംഗീകരിക്കുകയും ചെയ്യുക.

അതിനെക്കുറിച്ചുള്ള നിങ്ങളുടെ അഭിപ്രായത്തെ അംഗീകരിക്കുക. തുടർന്ന്, നടപടിയെടുക്കുക. അതിന് ചുവടെ, നിങ്ങൾക്ക് കണ്ടെത്താൻ കഴിയുന്നത്ര മാർഗ്ഗങ്ങളും അവസരങ്ങളും

എഴുതിയിടുക. നിങ്ങളെ ആശങ്കപ്പെടുത്തുന്നതോ ഭയപ്പെടുത്തുന്നതോ ആയ മറ്റെന്തെങ്കിലും കാര്യങ്ങളിലേക്ക് ശ്രദ്ധ വ്യതിചലിക്കുന്നതായി തോന്നിയാൽ, അത് മറ്റൊരു പേജിൽ എഴുതുകയും പ്രക്രിയ ആവർത്തിക്കുകയും ചെയ്യുക, ആ ആശങ്കയ്ക്ക് കാരണമാകാനുള്ള സാധ്യതകളെയും കണ്ടെത്തുക.

അവസരങ്ങളിലേക്കും പരിഹാരമാർഗ്ഗങ്ങളിലേക്കും നിങ്ങളുടെ മനസ്സിനെ ബോധപൂർവ്വം പരിശീലിപ്പിക്കുന്നതിലൂടെ, യഥാർത്ഥത്തിൽ നിങ്ങൾ സ്വയം ശാന്തമാക്കുകയും ശാക്തീകരിക്കുകയും ചെയ്യുന്നു, കൂടാതെ പുതിയ സംരംഭങ്ങളോടുള്ള നിങ്ങളുടെ മനോഭാവത്തെ അനുകൂലമായി മാറ്റാനും സാധ്യതയുണ്ട്.

ഇനി ദിവാസ്വപ്നങ്ങളും ഒഴികഴിവുകളും വേണ്ട

ആഗ്രഹിക്കുന്ന ജീവിതം യഥാർത്ഥമായി കെട്ടിപ്പടുക്കുന്നതിനോളം ആവേശഭരിതമോ രസകരമോ അല്ല ദിവാസ്വപ്നം കാണുന്നതെന്ന് സ്വയം പറഞ്ഞുപഠിപ്പിക്കുക. ഓർക്കുക, ബോധവാനാകുക എന്നതാണ് ആദ്യ പടി, നിങ്ങളുപയോഗിക്കുന്ന ഭാഷയിലും, സ്വന്തം ജീവിതത്തെപ്പറ്റിയുള്ള നിങ്ങളുടെ വാക്കുകളിലും ശ്രദ്ധിക്കുക. താഴെ കൊടുത്തിരിക്കുന്ന കാര്യങ്ങൾ നിങ്ങൾ ഇടയ്ക്കിടെ സ്വയം പറയുന്നുണ്ടോ എന്ന് ശ്രദ്ധിക്കുക :

"ഹാ, എനിക്ക് ഉഴിച്ചിലുകാരിയാകാൻ വളരെ താത്പര്യമുണ്ട്, പക്ഷേ എനിക്കതിൽ പരിശീലനമോ പരിചയമോ ഇല്ല..."

"ആഹാ, ഒരിക്കൽ എനിക്കും ഇതുപോലൊരു വീട്ടിൽ താമസിക്കണം! കഴിയുമെങ്കിൽ."

"ചെറുപ്പത്തിൽ കുതിരസവാരി പരിശീലനം നിർത്തരുതായിരുന്നു."

ഈ പ്രസ്താവനകളെല്ലാം അർത്ഥശൂന്യവും സാഹചര്യങ്ങൾ പറയിപ്പിക്കുന്നതാണെന്നും നിങ്ങൾക്ക് മനസ്സിലാകും. ഇത്തരം വാക്യങ്ങൾ നിങ്ങൾ പറയുന്നുണ്ട് എങ്കിൽ, ഉടൻ തന്നെ നിർത്തുക, എന്നിട്ട് ഒന്ന് കൂടെ ചിന്തിച്ചു നോക്കുക. എങ്ങനെ നിങ്ങൾക്ക് *ഇപ്പോൾത്തന്നെ* ഈ ഒഴികഴിവുകളേയും ദിവാസ്വപ്നങ്ങളേയും നഷ്ടബോധങ്ങളേയും അനുകൂലപ്രവർത്തികളായി പരിവർത്തനം ചെയ്യാൻ കഴിയും? ചിലപ്പോൾ നിങ്ങൾ ഒരു ഉഴിച്ചിലുകാരിയാകാൻ

പരിശീലനം നേടാൻ എന്തു ചെയ്യണമെന്നോ, നിങ്ങളുടെ സ്വപ്നഗൃഹം യാഥാർത്ഥ്യമാക്കാനുള്ള മാർഗ്ഗങ്ങൾ എന്തൊക്കെയാണെന്നോ അന്വേഷിക്കുമായിരിക്കാം. ചിലപ്പോൾ ആ വാരാന്ത്യത്തിൽ തന്നെ ഒരു യാത്ര പോകാൻ തീരുമാനിച്ചേക്കാം. പലപ്പോഴും നമ്മളിങ്ങനെ യൊക്കെ പറയുന്നത്, യഥാർത്ഥത്തിൽ നമുക്ക് മുന്നിൽ വഴികൾ ഇല്ലാത്തതുകൊണ്ടല്ല, മറിച്ച് മറ്റു മാർഗ്ഗങ്ങളില്ലെന്ന് നമ്മൾ സ്വയം പറഞ്ഞു വിശ്വസിപ്പിക്കുന്നതുകൊണ്ടാണ്. ഉള്ളിൽ തന്നെ വെക്കാതെ, മനസ്സിൽ നിന്നും പുറത്തെടുത്ത് അകം വൃത്തിയാക്കു ന്നതിലൂടെ എത്രയെത്ര ഉൽക്കണ്ഠകളെ, നഷ്ടബോധങ്ങളെ, ഭയങ്ങളെ, നീരസങ്ങളെ നമുക്ക് ഒറ്റരാത്രികൊണ്ട് ഇല്ലാതാക്കാൻ കഴിയും; സ്വപ്നസാക്ഷാത്കാരങ്ങളിലേക്കുള്ള പാതകൾ നിർമ്മി ക്കാൻ സാധിക്കും.

മാനസിക അകലം സൃഷ്ടിക്കുന്നതിലൂടെ കാഴ്ചപ്പാട് രൂപപ്പെടുത്തു

ശാന്തവും സ്വാശ്രയവുമായ ചിന്താഗതി വളർത്തുന്നതിനായി, കുറ്റപ്പെടുത്തൽ, പ്രതികരണം, ദിവാസ്വപ്നം എന്നിവ നമ്മുടെ പ്രധാന ഉദ്ദേശ്യത്തിന്, അതായത് ലക്ഷ്യങ്ങളിലേക്കു നയിക്കുന്ന പ്രവർത്തികൾ ചെയ്യുന്നതിന് തടസ്സമാകാതിരിക്കാൻ ശ്രദ്ധിക്കുക. ശാന്തതയും സംയമനവുമുള്ള മാനസികാവസ്ഥയുമായി ശരിയായ മനഃശാസ്ത്രപരമായി പൊരുത്തപ്പെട്ടുപോകുന്ന മറ്റൊരു പ്രധാന ഘടകം കൂടെയുണ്ട് – മാനസിക 'അകലം'.

സ്വയം പ്രവർത്തിക്കുന്നതിനെക്കുറിച്ച് കഴിഞ്ഞ ഭാഗങ്ങളിൽ വിശദീകരിക്കുമ്പോൾ നമ്മൾ മനസ്സിലാക്കി, സ്വന്തം പ്രവൃത്തി കളെക്കുറിച്ച് ബോധവാന്മാരാകുന്നതിലൂടെ മാത്രമേ അവയെ നിയന്ത്രിക്കാനും ശരിയായ തീരുമാനങ്ങളെടുക്കാനും കഴിയുകയുള്ളൂ എന്ന്. വികാരങ്ങൾ നമ്മളെ പരാജയപ്പെടുത്തുകയോ, പ്രേരിപ്പി ക്കുകയോ, സമനില തെറ്റിയ പ്രതികരണങ്ങളിലേക്കു നയിക്കുകയോ ചെയ്യുകയാണെങ്കിൽ, നമ്മൾ പ്രതികരണമെന്നോണം പ്രവർത്തി ക്കുന്നവരാകും. പരപ്രേരണയില്ലാതെ പ്രവർത്തിക്കുന്നവരാ കണമെങ്കിൽ, നമ്മളെ വിഴുങ്ങുന്ന വികാരങ്ങളിൽ നിന്നും സ്വതന്ത്രനാകണം. ഒരു നിമിഷം അതിൽ നിന്നും പുറത്തുവന്ന്

ചിന്തിച്ച്, നമ്മളെന്താണ് ചെയ്യുന്നതെന്നതിനെക്കുറിച്ച് വ്യക്തമായ ധാരണയുണ്ടാക്കി, നമുക്ക് മുന്നിലുള്ള അവസരങ്ങൾ കണ്ടെത്തി, അടുത്തതെന്താണ് ചെയ്യേണ്ടതെന്ന് തീരുമാനിക്കണം.

ഉൽക്കണ്ഠ നിറഞ്ഞവർ = തീവ്രമായ വൈകാരികതയുടെ കെണിയിൽ പെട്ടവർ, ചതുപ്പിൽ താഴ്ന്നുപോയവർ

ശാന്തത കൈവരിച്ചവർ = ആ വൈകാരികതയുടെ പുറത്തുവന്ന് അതിനെ മറികടക്കാൻ പ്രാപ്തരായവർ

വാസ്തവത്തിൽ, ഒരു കാര്യത്തിന്റെ പേരിൽ നിങ്ങളനുഭവിക്കുന്ന ഉൽക്കണ്ഠയുടെ തോതും, ആ കാര്യത്തോട് നിങ്ങൾക്ക് എത്ര "അടുപ്പം" ഉണ്ട് എന്നതും നേരിട്ട് ബന്ധപ്പെട്ടുകിടക്കുന്നു എന്ന കാര്യം നിങ്ങൾക്ക് മനസ്സിലാക്കാനാകും. നിങ്ങളിൽ നിന്നും നിങ്ങളുടെ വൈകാരികതയിൽ നിന്നും ഒരു നിമിഷം പുറത്തുവന്ന്, കാര്യങ്ങളെ ദൂരെ നിന്നും നോക്കിക്കാണുന്നതിലൂടെ, പ്രശ്നത്തിന് പരിഹാരം കാണാൻ മാത്രമല്ല അതിനെ അത്ര ഭയക്കേണ്ടിയിരുന്നില്ല എന്ന് മനസ്സിലാക്കാനും നമ്മെ സഹായിക്കും! അപ്പോൾ എടുത്തു ചാടി പ്രതികരിക്കാതെ, ആത്മസംയമനം വീണ്ടെടുത്ത ശേഷം, ശാന്തമായി ചിന്തിച്ച്, ബോധപൂർവ്വം മുന്നോട്ട് പോകാൻ സാധിക്കും.

കൊള്ളാം! ഇനി, എങ്ങനെയാണ് നമ്മൾ ഈ മാനസിക അകലം ഉണ്ടാക്കിയെടുക്കുക? എന്നുവെച്ച് നമ്മുടെ വികാരങ്ങളെ കണ്ടില്ലെന്ന് നടിക്കണമെന്നോ, അതോ സ്വന്തം ജീവിതത്തെ മറ്റൊരാളുടേതെന്ന പോലെ നിർവ്വികാരനായി നോക്കിക്കാണണമെന്നോ ആണോ? ഒരിക്കലുമല്ല!

ആത്മപരിശോധന എന്നാൽ ആത്മസംഭാഷണമല്ല

മുന്നോട്ടു പോകുന്നതിനു മുൻപായി, *എന്തൊക്കെയല്ല* മാനസിക അകലം എന്നറിയുന്നതും പ്രധാനമാണ്. ആത്മപരിശോധന പ്രസക്തി അർഹിക്കുന്ന ഒന്നാണ്. സ്വയം അവലോകനം ചെയ്യാനും, അഭിപ്രായങ്ങൾ മെനയാനും, സാധ്യതകളെ തുലനം ചെയ്യാനും, വ്യാഖ്യാനിക്കാനും, മനസ്സിലാക്കാനും, നടപടികൾ രൂപപ്പെടുത്താനും അത് സഹായിക്കുന്നു. പക്ഷേ നിങ്ങൾക്ക് തന്നെ അറിയാം,

എല്ലായ്പ്പോഴും ആത്മസംഭാഷണങ്ങൾ ഉപകാരപ്രദമായിരിക്കണമെന്നില്ല എന്ന്. സ്വയം സംസാരിക്കുന്നത് അർത്ഥശൂന്യമാണ്, മാത്രമല്ല അത് കൂടുതൽ ഉൽക്കണ്ഠയും ഉളവാക്കും. ഈ പറയുന്ന സന്ദർഭങ്ങളിലേത് വെറും ജൽപനങ്ങളാണെന്ന് നിങ്ങൾക്ക് മനസ്സിലാക്കാം :

- ആ സംഭാഷണങ്ങൾ വീണ്ടും വീണ്ടും കറങ്ങിത്തിരിഞ്ഞ് ഒരേ സ്ഥലത്തുതന്നെ എത്തിനില്ക്കും.
- അവ മിക്കപ്പോഴും പ്രതികൂലവാദങ്ങളും ശുഭാപ്തിവിശ്വാസമില്ലാത്തതും ആയിരിക്കും.
- അവ നിങ്ങളെ സഹായിക്കുകയല്ല, പ്രശ്നങ്ങളെ പരിഹരിക്കുന്നതിൽ നിന്നും നിങ്ങളെ വിലക്കുകയാണ് ചെയ്യുക.
- അവ മനസ്സിനെ വ്യതിചലിപ്പിക്കുകയും, വിഷയത്തിൽ നിന്നും അകറ്റുകയും ചെയ്യുന്നു.
- അവ കഴിഞ്ഞുപോയതിനെക്കുറിച്ചോ വരാനുള്ളതിനെക്കുറിച്ചോ മാത്രം ആയിരിക്കും, ഇപ്പോൾ എന്തു സംഭവിക്കുന്നു എന്നതിനെക്കുറിച്ചാവില്ല.
- ഏറ്റവും പ്രധാനമായി, അവ ഗുണകരമായ കാര്യങ്ങളെ മാറ്റിവെച്ച് ഉൽക്കണ്ഠകളെ വർദ്ധിപ്പിക്കും.

ഈ കാര്യങ്ങളിലൂടെ നിങ്ങൾക്ക് മനസ്സിലായിക്കാണും, ഉൽക്കണ്ഠ അനുഭവിക്കുന്നതും പ്രതികൂല വാദങ്ങളടങ്ങിയ ആത്മസംഭാഷണങ്ങളും ഒന്നുതന്നെയാണെന്ന്. നമ്മളിൽ പലരും മാനസിക അകലം കൈവരിക്കാൻ ശ്രമിക്കുമെങ്കിലും, കൂടുതൽ ആത്മസംഭാഷണങ്ങളിൽ അകപ്പെട്ട് ഉള്ളിലെ ഉൽക്കണ്ഠകൾ വർദ്ധിപ്പിക്കുകയാണ് ചെയ്യുക. എന്നാൽ മറ്റൊരു ചോദ്യമാകാം— എന്തിൽ *നിന്നും* അകലം പാലിക്കാനാണ് നാം ശ്രമിക്കുന്നത്.

സ്വയം സംസാരിക്കൽ, ഉൽക്കണ്ഠ, അവബോധമില്ലായ്മ എന്നിവ നമ്മുടെ ആത്മനിയന്ത്രണബോധത്തെ ഇല്ലാതാക്കും. നമുക്കെന്താണ് സംഭവിക്കുന്നതെന്ന് എത്രത്തോളം മനസ്സിലാക്കാതിരിക്കുന്നുവോ, അത്രത്തോളം ദുഷ്കരമായിത്തീരും സാഹചര്യങ്ങളെ വരുതിയിലാക്കാനുള്ള സാധ്യത (അതായത്, നമുക്ക് സ്വയം പ്രവർത്തിക്കാൻ

സാധിക്കില്ല, പ്രതികരണമെന്നോണം പ്രവർത്തിക്കാനേ കഴിയുകയുള്ളൂ). തീവ്രമായ വൈകാരികതയിൽ നിന്നും ആത്മസംഭാഷണങ്ങളിൽ നിന്നും നമ്മളെ സ്വയം വേർപെടുത്താനുള്ള ഒരു വഴിയാണ് മാനസിക അകലം. അത് കൈവരിക്കുന്നതിലൂടെ നമുക്ക് സ്വയം ചോദിക്കാം, "ഒരു നിമിഷം– എന്താണിതെല്ലാം? ഞാനെന്താണ് ഇവിടെ ചെയ്യുന്നത്?"

മാനസിക അകലം ഇല്ലെങ്കിൽ, സ്വന്തം ആഖ്യാനങ്ങളെ വേദവചനങ്ങളായി എടുക്കുകയും, പ്രശ്നങ്ങളിൽ നിന്നും പുറത്തുകടക്കുന്നതിൽ പരാജയപ്പെടുകയും ചെയ്യും. ഒരു വശത്ത് നമുക്കുള്ളത് :

ഉൽക്കണ്ഠ, അവബോധമില്ലായ്മ, നിയന്ത്രണബോധത്തിന്റെ അഭാവം.

മറുവശത്ത് നമുക്കുള്ളത്:

ശാന്തത, ആത്മാവബോധം, ആത്മനിയന്ത്രണം, ഉത്തരവാദിത്വം.

പരിഭ്രമവും ഭീതിയും നമ്മുടെ കാഴ്ചപ്പാടിനെ കുറുകിയതാക്കുകയും, നല്ലതെന്തെന്ന് തീരുമാനിക്കാനുള്ള കഴിവിനെ നഷ്ടപ്പെടുത്തുകയും ചെയ്യുന്നു. എന്നാൽ അവബോധത്തോടെയുള്ള മനോഭാവം നമ്മുടെ വീക്ഷണങ്ങളിലെ പരിമിതികളെ ഇല്ലാതാക്കുകയും, ആരോഗ്യപരമായ തീരുമാനങ്ങളെടുക്കാൻ പ്രാപ്തരാക്കുകയും ചെയ്യുന്നു. കേൾക്കുമ്പോൾ നന്നായിരിക്കുന്നു, പക്ഷേ പ്രശ്നമെന്തെന്നാൽ, അതിശക്തമായ വൈകാരികതയിൽ അടിമപ്പെട്ട് കിടക്കുമ്പോൾ ആ അവബോധവും വിപുലമായ കാഴ്ചപ്പാടും എങ്ങനെ നേടിയെടുക്കും എന്നുള്ളതാണ്–അത്ര എളുപ്പമല്ല! വാസ്തവത്തിൽ, നമ്മുടെ ഉള്ളിലെ ഒളിഞ്ഞുകിടക്കുന്ന കുറവുകളെ കണ്ടെത്തുന്നതിനേക്കാൾ എളുപ്പം, മറ്റുള്ളവരുടേത് കണ്ടെത്തുന്നതാണ്. കാരണം, നമ്മുടെ ഉള്ള് അകലെയല്ല, പക്ഷേ അവരുടേത് നമ്മിൽ നിന്നും ദൂരെയാണ്, അതിനാൽതന്നെ വീക്ഷണപരിമിതിയും കുറവാണ്.

ഭാഗ്യമെന്ന് പറയട്ടെ, സമനില നഷ്ടപ്പെട്ടേക്കാവുന്ന സന്ദർഭങ്ങളിൽ പോലും സ്വയം മാനസിക അകലം സൃഷ്ടിക്കാൻ പഠിക്കുക എന്നത് സാദ്ധ്യമാണ്.

പലതരം അകലങ്ങൾ—അവ സൃഷ്ടിക്കാനുള്ള വഴികളും

ശക്തവും തീവ്രവുമായ പല സന്ദർഭങ്ങളിലും മനുഷ്യർ അകപ്പെടാറുണ്ട്. നിങ്ങളുടെ പങ്കാളിയുമായി നിങ്ങൾ തർക്കത്തിലേർപ്പെട്ടുവെന്ന് കരുതുക. പിരിമുറുക്കത്താൽ നിങ്ങളുടെ ശരീരം വിറയ്ക്കുകയാണ്, ഹൃദയമിടിപ്പ് ഉയരുകയാണ്, പല ചിന്തകളും മനസ്സിലൂടെ അലഞ്ഞുതിരിഞ്ഞ് കലാപം സൃഷ്ടിക്കുകയാണ്, നിങ്ങളുടെ സമനില തെറ്റിച്ച് വികാരങ്ങൾ അധികാരം സ്ഥാപിക്കുകയാണ്, നിങ്ങൾക്ക് അനുഭവിക്കാൻ കഴിയുന്നത് നിങ്ങളെത്രത്തോളം വേദനിച്ചു എന്നും നിങ്ങളിൽ എത്രത്തോളം ഉൽക്കണ്ഠ നിറഞ്ഞു എന്നും മാത്രമാണ്. ശരി, ഇനിയെന്ത്?

നിങ്ങൾക്ക് സ്വയം സൃഷ്ടിക്കാൻ കഴിയുന്ന ആദ്യത്തെ തരം അകലം **ഭൗതിക അകലമാണ്**, അതായത് മാറിനിൽക്കുക. വീട്ടിലെ ആരെങ്കിലുമായി ഉണ്ടായ പ്രശ്നത്താൽ സമ്മർദ്ദത്തിലാവുകയോ മറ്റോ ചെയ്താൽ, അല്പസമയത്തേക്ക് ആ വീട്ടിൽ നിന്നുമിറങ്ങി കുറച്ചുദൂരം നടക്കാം. മനസ്സിനെ ആ സാഹചര്യത്തിൽ നിന്നും മാറ്റാൻ ആ നടത്തം സഹായിച്ചേക്കാം. അതേ ഫലം തന്നെ നിങ്ങൾക്ക് മറ്റൊരു മുറിയിലേക്കു മാറുന്നതിലൂടെയോ, ആ വ്യക്തിയിൽ നിന്നും കുറച്ചു നേരത്തേക്ക് അകന്നുനിൽക്കുകയോ, ഇരിക്കുകയോ കിടക്കുകയോ ആണെങ്കിൽ എഴുന്നേറ്റുനിൽക്കുകയോ സ്ഥലം മാറി ഇരിക്കുകയോ ചെയ്യുന്നതിലൂടെ ലഭിക്കും. നിങ്ങൾ മറ്റൊരു സ്ഥലത്ത് സ്വയം *ചിത്രീകരിക്കുക*, കാര്യങ്ങളെ നിങ്ങൾ നോക്കിക്കാണുന്ന രീതിയിലെ മാറ്റങ്ങൾ നിങ്ങൾക്ക് മനസ്സിലാകും.

അടുത്തത് **സാമൂഹിക** അകലമാണ്. നിങ്ങളും മറ്റു വ്യക്തിയോ വ്യക്തികളോ ആയുള്ള ചേർച്ചക്കുറവാണ് ഈ അകലം. ഉദാഹരണത്തിന്, നിങ്ങൾ പങ്കാളിയുമായി ഒരേ വീട്ടിൽ തന്നെയാണ് താമസിക്കുന്നതെങ്കിലും, തമ്മിലൊരു സ്വരചേർച്ചയില്ലെങ്കിൽ, മനസ്സുകൊണ്ട് അകന്നിരിക്കും.

നൈമിഷികമായ അകലമാണ് അടുത്തത്. അതിതീവ്ര വൈകാരികതയിൽ മുഴുകി ഉൽക്കണ്ഠ നിറയുകയോ, പ്രതികരിക്കാൻ നിർബന്ധിതനാവുകയോ ചെയ്യുമ്പോൾ, സമയം നിലച്ചതുപോലെ തോന്നാം, മുന്നോട്ട് ചിന്തിക്കാനുള്ള കഴിവും നഷ്ടപ്പെട്ടേക്കാം. പക്ഷേ ശാന്തമായി ഭാവിയിലുണ്ടായേക്കാവുന്ന പരിണിത

ഫലങ്ങളെക്കുറിച്ച് ചിന്തിച്ചാൽ, ഈ നിമിഷം എന്നെന്നേക്കും നീണ്ടുനില്ക്കുകയില്ല എന്നോർത്താൽ, നിങ്ങൾക്ക് ആ നിമിഷത്തിൽ നിന്നും മാറിനിന്നു ചിന്തിക്കാൻ അവസരം ലഭിക്കും. കഴിഞ്ഞ ഉദാഹരണത്തിൽ, നിങ്ങൾക്ക് സ്വയം പറയാം, "ഞാനിപ്പോൾ സമ്മർദ്ദത്തിലാണ്, പക്ഷേ ഇന്ന് ഞാൻ പ്രതികരിക്കുന്നില്ല, എനിക്കറിയാം നാളെ രാവിലെ എഴുന്നേറ്റ ശേഷം ശാന്തമായി ചിന്തിക്കാൻ കഴിയും." ഇത് നമ്മുടെ വീക്ഷണപരിമിതികളെ ഇല്ലാതാക്കാനും ശാന്തത വീണ്ടെടുക്കാനും സഹായിക്കും.

അവസാനമായി, **സാങ്കല്പിക** അകലം. നമ്മുടെ മുന്നിലുള്ള സാഹചര്യം മറ്റൊന്നായിരുന്നെങ്കിൽ എന്ന് ചിന്തിക്കുമ്പോഴുണ്ടാകുന്ന ആ മാനസികാവസ്ഥയാണ് ഈ അകലം. വലിയൊരു കാര്യമാണത്. നമ്മൾ ഇപ്പോൾ അനുഭവിക്കുന്നതിൽ നിന്നും മാറി മറ്റൊരു സാഹചര്യം അനുഭവിക്കാൻ കഴിയുമെന്ന ബോധ്യമുണ്ടാക്കാൻ കഴിഞ്ഞാൽ, പിന്നെ നമ്മൾ ഈ നിമിഷത്തിൽ ബന്ധിക്കപ്പെടുന്നില്ല; മുന്നോട്ടുള്ള മറ്റു സാധ്യതകളെയും പരിഹാരങ്ങളെയും മാർഗ്ഗങ്ങളെയും കുറിച്ച് ചിന്തിച്ചു തുടങ്ങാം. നേരത്തെ പറഞ്ഞ ഉദാഹരണം ഓർക്കുക, നിങ്ങളും പങ്കാളിയും പരസ്പരം ഉറക്കെ തർക്കിച്ചുകൊണ്ടിരിക്കുകയാണ്, പെട്ടെന്ന് നിങ്ങൾ മനസ്സിലാക്കുന്നു, "ഒരു നിമിഷം. എന്തിനാ ഞാനിങ്ങനെ പെരുമാറുന്നത്? സാധാരണ പെരുമാറുന്നപോലെ അല്ലാതെയും എനിക്ക് ഈ തർക്കം പരിഹരിക്കാൻ കഴിയും. ഈ ബഹളത്തിൽ നിന്നും മാറി അല്പനേരം ശാന്തമായി ഇരിക്കാം." ഇത് നിങ്ങളുടെ ചിന്തകളെ സ്പഷ്ടമാക്കുകയും, അതിലൂടെ ഉൽക്കണ്ഠ തീർത്തും ഇല്ലാതാവുകയും ചെയ്യുന്നു.

ഒരു തരത്തിൽ പറഞ്ഞാൽ, എല്ലാതരം അകലങ്ങളും സൃഷ്ടിക്കപ്പെടുന്നത് ഈ യാഥാർത്ഥ്യം മനസ്സിലാക്കുമ്പോഴാണ്: ഈ സാഹചര്യം ഇപ്പോഴത്തേതിനേക്കാൾ മികച്ചതാകാൻ സാധ്യതയുണ്ട്. അങ്ങനെ ആക്കാൻ നിങ്ങൾക്ക് കഴിയുകയും ചെയ്യും!

ഒരു പ്രശ്നത്തെക്കുറിച്ച് ഒരു കാഴ്ചപ്പാടുണ്ടാക്കുന്നതും, മാറിനിന്ന് അതിനെ നോക്കിക്കാണുന്നതും മൂലം ആ പ്രശ്നം ഇല്ലാതാവുകയോ പ്രതികൂല സാഹചര്യങ്ങൾ അപ്രത്യക്ഷമാവുകയോ ചെയ്യുന്നില്ല. പക്ഷേ പ്രശ്നങ്ങളുടെ ചുഴിയിൽ അകപ്പെടുന്നതിനു പകരം, അവയുടെ മേൽ നിയന്ത്രണം സ്ഥാപിക്കാൻ നിങ്ങളെ സഹായിക്കുന്നു. പ്രശ്നത്തിന്റെ സ്വഭാവം മാറുന്നില്ല, പക്ഷേ പല വീക്ഷണകോണുകളിൽ

നിന്നും അതിനെ നോക്കിക്കാണുന്നതിലൂടെയും അവബോധം വീണ്ടെടുക്കുന്നതിലൂടെയും നിങ്ങൾ ഉടൻ തന്നെ ശാന്തത കൈവരിക്കുന്നു, തൽഫലമായി കൂടുതൽ സാധ്യതകളും കണ്ടെത്തുന്നു.

അകലം സൃഷ്ടിക്കുന്നതിനായി നിങ്ങളുടെ ഭാവനാശക്തിയെ ഉപയോഗപ്പെടുത്തുക

എന്താണോ നമുക്ക് മുന്നിൽ വെളിപ്പെടുന്നത്, അതുതന്നെയാണ് സ്വാഭാവികമായും നമ്മളിലൂടെ വ്യാഖ്യാനിക്കപ്പെടുന്നത്—നമ്മൾ അതിനെക്കുറിച്ച് ഒരു കഥ പറയും. പക്ഷേ നമുക്ക് ആ കഥ മാറ്റിപ്പറയാനുമാകും.

നിങ്ങൾ പെട്ടെന്ന് ഒരു സാഹചര്യത്തിൽ അകപ്പെട്ടുവെന്ന് കരുതുക (പങ്കാളിയുമായുള്ള തർക്കം പോലെ), നിങ്ങൾ ഉടൻതന്നെ അല്പം അകലമുണ്ടാക്കി മാറിനില്ക്കേണ്ടതുണ്ട്. പക്ഷേ ആത്മസംയമനം വീണ്ടെടുത്ത ശേഷം, ആ പ്രശ്നത്തെ അഭിമുഖീകരിക്കേണ്ടതുണ്ട്. പെട്ടെന്നുണ്ടാകുന്ന ശക്തമായ വികാരങ്ങളെ മയപ്പെടുത്താൻ നിങ്ങൾക്ക് കഴിയും, പക്ഷേ ഒന്ന് ശാന്തമായ ശേഷം, നേരിട്ട പ്രശ്നത്തെ ക്ഷമയോടെയും ശ്രദ്ധയോടെയും മറികടക്കേണ്ടതുണ്ട്. ഈ അവസരത്തിൽ, അല്പനേരം മാറിനില്ക്കാൻ കഴിയുന്ന സ്ഥലത്ത് ഒറ്റയ്ക്കിരുന്ന് പ്രശ്നത്തെ സസൂക്ഷ്മം നിരീക്ഷിച്ച്, തീരുമാനങ്ങളെടുക്കണം.

കുറിപ്പുകൾ എഴുതി സൂക്ഷിക്കുന്നതാണ് ഏറ്റവും മികച്ച വഴി. വളർത്തുമൃഗമായി പലരും കാണുന്ന "പെറ്റ് റോക്ക്" എന്ന കല്ലിനോട് സംവദിക്കുന്നവരും, കാര്യങ്ങൾ സ്വന്തം ശബ്ദത്തിൽ രേഖപ്പെടുത്തി വെക്കുന്നവരും ഉണ്ട്. കുറച്ചുനേരത്തേക്ക് മറ്റു ശല്യങ്ങളൊന്നും തന്നെ ഇല്ലാത്ത ഒരിടത്തിരുന്ന്, താഴെ പറയുന്ന തന്ത്രങ്ങളിൽ ചിലത് ശ്രമിച്ചു നോക്കുക.

ഒരു സുഹൃത്തിനെ ഉപദേശിക്കുക

വേഗം പരിഹാരം കണ്ടെത്താനുള്ള ഏറ്റവും എളുപ്പവഴിയാണ്—പ്രശ്നം മറ്റൊരാളുടേതാണെങ്കിൽ! നിങ്ങളുടെ പ്രശ്നം ശരിക്കും നിങ്ങളുടേതല്ല, നിങ്ങളുടെ ഉറ്റ സുഹൃത്തിനാണെന്ന് അല്പനേരത്തേക്ക് സങ്കല്പിക്കുക. നിങ്ങളുടെ അഹംഭാവവും അനുമാനങ്ങളും എതിർപ്പുകളും ഒഴികഴിവുകളുമെല്ലാം മാറ്റിവെച്ച്, പ്രശ്നത്തിന്റെ

വസ്തുതകളിലേക്കു മാത്രം ശ്രദ്ധ നൽകുക. വേണമെങ്കിൽ പ്രശ്നത്തെ നിങ്ങൾ എങ്ങനെ നോക്കിക്കാണുന്നു എന്ന് സംക്ഷിപ്തമായി എഴുതിവെക്കാം. എന്നിട്ട്, അതിനെ അടയാളപ്പെടുത്തി, അതേ വാക്കുകളാണ് നിങ്ങളിഷ്ടപ്പെടുന്ന ഒരാളിൽ നിന്നും വരുന്നതെന്ന് സങ്കല്പിക്കുക. എന്തായിരിക്കും നിങ്ങളുടെ പ്രതികരണം? എന്ത് ഉപദേശമായിരിക്കും നിങ്ങളവർക്കു നൽകുക?

എത്ര ലളിതമായാണിത് തോന്നുന്നത്, പക്ഷേ ഇത് ഉപകാര പ്രദമാണ്. കാരണം, തീരുമാനങ്ങളെടുക്കുന്നതിനും വിവേകപൂർണ്ണമായി പെരുമാറുന്നതിനും പലപ്പോഴും വിലങ്ങുതടിയാകുന്നത് നമ്മുടെ നിഷേധങ്ങളും ഭയവും ഒഴികഴിവുകളുമാണ്. നമ്മളെപ്പോഴും കരുതുന്നത് നമ്മുടേതാണ് ഏറ്റവും സങ്കീർണ്ണമായ പ്രശ്നമെന്നാണ്. അതിനാൽതന്നെ, വസ്തുതകൾ അവഗണിക്കപ്പെടുന്നതോ മറ്റുള്ളവർ വേദനിക്കുന്നതോ നമ്മുടെ ശ്രദ്ധയിൽ പെടില്ല. മറ്റൊരാളുടെ വീക്ഷണകോണിൽ നിന്നും നോക്കുന്നതുവരെയും അതേ അവസ്ഥ തുടരുകയും ചെയ്യും. അങ്ങനെ മാറിനിന്ന് നോക്കിക്കാണുന്നത് തന്നെ ചിലപ്പോൾ പരിഹാരമായി ഭവിക്കാറുണ്ട്. കാരണം നിങ്ങൾ കരുതിയത്ര ഭീകരമായ പ്രശ്നമൊന്നുമല്ല നിങ്ങൾ അഭിമുഖീകരിക്കുന്നതെന്ന് നിങ്ങൾ ഉടൻ തന്നെ മനസ്സിലാക്കും.

നിങ്ങളുടെതന്നെ മറ്റൊരു പതിപ്പിനെ ചിത്രീകരിക്കുക

ശരിയാണ്, മേൽ പറഞ്ഞ തന്ത്രം എപ്പോഴും ഫലിക്കണമെന്നില്ല, ചിലപ്പോൾ ശരിക്കും ഭീകരമായൊരു പ്രശ്നം തന്നെയാവും നിങ്ങൾക്കു മുന്നിലുള്ളത്. അങ്ങനെയാണെങ്കിൽ, പ്രശ്നത്തെ നിങ്ങൾ നോക്കിക്കാണുന്നതിന് മറ്റൊരു തന്ത്രമുപയോഗിക്കുക—ഭാവിയിൽ നിന്നും. ഭാവിയിലെ നിങ്ങളെക്കുറിച്ച് സങ്കൽപ്പിക്കുക വഴി ഇപ്പോൾ സംഭവിച്ചു കൊണ്ടിരിക്കുന്നതല്ല എല്ലായ്പ്പോഴും സംഭവിക്കാൻ പോകുന്നതെന്ന് ഓർമ്മിപ്പിക്കുന്ന വിധം ഒരു കാഴ്ചപ്പാട് ഉണ്ടാക്കിയെടുക്കാം. പരിണിതഫലങ്ങളിലേക്കും സാധ്യതയുള്ള ഫലങ്ങളിലേക്കും നിങ്ങളുടെ ശ്രദ്ധ തിരിക്കുക. വികാരങ്ങളുടെ ചുഴിയിൽ നിന്നും രക്ഷപെട്ട ശേഷം, ഭാവിയിലെ നിങ്ങൾ എന്താണ് ആഗ്രഹിക്കുന്നുണ്ടാവുക എന്ന് ചിന്തിച്ചു നോക്കുക.

പറ്റുമെങ്കിൽ, കഴിഞ്ഞ കാലങ്ങളിൽ നിങ്ങൾ നേരിട്ടിട്ടുള്ള സമാന

പ്രശ്നങ്ങളെയും എടുത്ത തീരുമാനങ്ങളെയും കുറിച്ച് ഓർത്തുനോക്കുക, പക്ഷേ അന്നും ഇന്നും ഒരേ കാലമല്ല എന്നതും മനസ്സിൽ വെക്കുക. മൊത്തത്തിൽ നോക്കിയാൽ നിങ്ങൾക്ക് മനസ്സിലാകും, നിങ്ങൾ പലപ്പോഴും ഒരേ രീതിയിൽ തന്നെയാവും പ്രതികരിക്കുക എന്ന്– എന്നിട്ട് പിന്നീട് പശ്ചാത്തപിക്കുകയും ചെയ്യും. ഭാവിയിലെ നിങ്ങളെ സങ്കല്പിക്കുന്നതിലൂടെ, ഇപ്പോഴത്തെ നിങ്ങളെ കൃത്യമായി പരിഗണിക്കാൻ നിങ്ങൾക്ക് സാധിക്കും. ഒന്നുമില്ലെങ്കിലും, ഇന്നത്തെ ഈ പ്രശ്നം ഒരിക്കലും എല്ലാ കാലത്തേക്കും മാറ്റമില്ലാതെ തുടരാൻ പോകുന്നില്ല എന്ന സത്യം നിങ്ങൾക്ക് ആശ്വാസം നൽകും.

കാഴ്ചപ്പാടുകൾ പുനർവിഭാവനം ചെയ്യുക

ധ്യാനത്തിലൂടെയും മറ്റും, ചിന്തകളെ ചിന്തകളായും വികാരങ്ങളെ വികാരങ്ങളായും തിരിച്ചറിയാനായി നിങ്ങൾക്ക് സ്വയം പരിശീലിപ്പിക്കാൻ കഴിയും. അവ വരുകയും പോകുകയും ചെയ്യട്ടെ, എന്നാൽ അവയിൽ നിങ്ങൾ ആകൃഷ്ടരാവാതിരിക്കാൻ പരിശീലിക്കുക, പക്ഷേ അവയുടെ നിലയ്ക്കാത്ത വന്നുപോക്കുകളെക്കുറിച്ച് ബോധവാന്മാരായിരിക്കണം. ഇതു പരിശീലിക്കുന്നതിനായി ധ്യാനം തുടങ്ങണമെന്ന് നിർബന്ധമൊന്നുമില്ല. വികാരങ്ങളെയും കാഴ്ചപ്പാടുകളെയും ശ്രദ്ധിക്കുന്ന സ്വഭാവം ശീലിക്കുക.

"എന്റെ ഹൃദയം ഇപ്പോൾ അതിവേഗം മിടിക്കുന്നുണ്ട്."

"അവളങ്ങനെ പറഞ്ഞതിൽ ഞാൻ തീർത്തും നിരാശനാണ്."

"എനിക്ക് പേടിയാകുന്നു, ഈ സംഭവിക്കുന്നതിനോട് എനിക്ക് വെറുപ്പ് തോന്നുന്നു."

പ്രധാനമായും, തർക്കിക്കാതെ, വ്യാഖ്യാനിക്കാതെ, വിശകലനം ചെയ്യാതെ, പുകഴ്ത്താതെ, മുൻവിധി കല്പിക്കാതെ എല്ലാം സശ്രദ്ധം നോക്കിക്കാണുക. നിങ്ങൾ അവയെ സ്വീകരിക്കണമെന്നുമില്ല; അവയെല്ലാം ഉണ്ടെന്നും, അങ്ങനെയാണെന്നും അറിയുക. ഒരിക്കൽ നിങ്ങൾക്കതിന് കഴിഞ്ഞാൽ, നിങ്ങളുടെ വികാരങ്ങളുടെയും തീരുമാനങ്ങളുടെയും നിയന്ത്രണം നിങ്ങളുടെ കൈയിലാണെന്ന് നിങ്ങൾ മനസ്സിലാക്കിത്തുടങ്ങും. ഉദാഹരണത്തിന് :

എന്റെ ഹൃദയം അതിവേഗം മിടിക്കുന്നു > ഞാൻ സമ്മർദ്ദത്തിലാണ് > ഞാൻ സമ്മർദ്ദത്തിലാകാൻ പാടില്ല; ഒരു ആയിരം

തവണയെങ്കിലും ഞാൻ മുമ്പ് ഇത് ചെയ്തിട്ടുണ്ട് > ഞാൻ സമ്മർദ്ദത്തിലാണെങ്കിൽ, എനിക്കെന്തോ പ്രശ്നമുണ്ട് > അങ്ങനെ പലതും.

ഇങ്ങനെ സംഭവിക്കുന്നതായി ശ്രദ്ധയിൽപെട്ടാൽ, നിങ്ങൾ സ്വയം നിയന്ത്രിച്ച് പ്രതികരണങ്ങളെ പുതിയ പല രീതികളിൽ പരീക്ഷിച്ചുനോക്കു, അതിലൂടെ കുറച്ച് അകലം സൃഷ്ടിക്കാനും കാര്യങ്ങളെ ശാന്തമായി നോക്കിക്കാണാനും സാധിക്കും.

ചിലപ്പോൾ, പുതുമയും ആവേശവും നിറഞ്ഞതായ എന്തെങ്കിലും ചെയ്യുന്നതുകൊണ്ടാകുമോ നിങ്ങളുടെ ഹൃദയം വേഗത്തിൽ മിടിക്കുന്നത്? ഉദ്വേഗജനകമായ എന്തെങ്കിലും ചെയ്യുന്നതുകൊണ്ടാകുമോ നിങ്ങളുടെ ഹൃദയമിടിപ്പിന്റെ വേഗത കൂടുന്നത്; ഒരു മനുഷ്യനായതുകൊണ്ടുതന്നെ, അങ്ങനെ സംഭവിക്കുന്നതും സ്വാഭാവികമല്ലേ? എന്തായാലും, ആ അകലം സൃഷ്ടിക്കുന്നതിനായി, നമ്മളാദ്യം ശാന്തമാകണം, എന്നിട്ട് എന്താണ് നമ്മൾ ചെയ്യുന്നതെന്ന് മനസ്സിലാക്കണം, ശേഷം നമുക്ക് എവിടെയൊക്കെ വ്യത്യസ്ത തീരുമാനങ്ങളെടുക്കാൻ കഴിയുമെന്ന് അറിയണം.

പ്രധാന ഭാഗങ്ങൾ :

- *പരപ്രേരണയില്ലാതെ പ്രവർത്തിക്കുന്നവരും പ്രതികരണമെന്നോണം പ്രവർത്തിക്കുന്നവരും* തമ്മിലുള്ള വ്യത്യാസമാണ്, ഉൽക്കണ്ഠ നിറഞ്ഞവരും അല്ലാത്തവരും തമ്മിലുള്ള പ്രധാന വ്യത്യാസം. സ്വയം പ്രവർത്തിക്കുന്നവർ എന്നാൽ, ജീവിതത്തിന്റെ നിയന്ത്രണവും ഉത്തരവാദിത്വവും സ്വന്തം കൈയിലാണെന്നുള്ള ബോധമുള്ളവരും തങ്ങൾ ആഗ്രഹിച്ചതുപോലെയുള്ള സാഹചര്യങ്ങൾ ഉണ്ടാക്കിയെടുക്കുന്നവരുമാണ്. മറ്റുള്ളവർ സൃഷ്ടിച്ചെടുത്ത സാഹചര്യങ്ങളോട് പ്രതികരിക്കുന്നവരല്ല അവർ.
- ഇതുപോലെ മാനസികാവസ്ഥയിൽ മാറ്റം വരുത്താൻ ഒരുപാട് വഴികളുണ്ട്. ആദ്യം, ഒന്നും പ്രവർത്തിക്കാതെ മറ്റുള്ളവരെ കുറ്റപ്പെടുത്തുന്നതും സാഹചര്യങ്ങളെ പഴിക്കുന്നതും ഒഴിവാക്കുക. നിങ്ങൾ നിഷ്ക്രിയനായിരുന്നുകൊണ്ട് മറ്റുള്ളവരെക്കുറിച്ച് പരാതിപ്പെടുകയും അവരോട് നീരസം പ്രകടിപ്പിക്കുകയും ചെയ്യുന്നത് ശ്രദ്ധയിൽപെട്ടാൽ, സ്വയം ചോദിക്കുക, *എന്റെ സാഹചര്യം മാറ്റുന്നതിനായി എനിക്കെന്താണ് സ്വന്തമായി ചെയ്യാൻ കഴിയുക?*
- മാറ്റവും വിഷമതകളും ഒഴിച്ചുകൂടാനാവാത്തതാണ്, പക്ഷേ നമുക്ക് അതനുസരിച്ച് പെരുമാറാനും, പുതിയ വഴികൾ കണ്ടെത്താനും, പരിഹാരമാർഗ്ഗങ്ങൾ കാണാനുമുള്ള പരിശീലനം നേടാനാകും. അത് നമ്മുടെ ആവലാതികൾ കുറയ്ക്കും. കാര്യങ്ങൾ നമ്മുടെ വഴിക്കല്ല പോകുന്നതെന്ന് പറഞ്ഞ് തളരേണ്ടതില്ല.
- "അങ്ങനെ സംഭവിച്ചിരുന്നെങ്കിൽ", "ഒരു നാൾ" എന്നിങ്ങനെ ഓർത്തിരിക്കുന്നതും ദിവാസ്വപ്നം കാണുന്നതും നിർത്തുകയാണെങ്കിൽ നമുക്ക് കൂടുതൽ സ്വയം പ്രവർത്തിക്കുന്നവരാകാം. നമുക്ക് ഇപ്പോൾ സ്വയം ശക്തിപ്പെടുത്താൻ പ്രചോദനം നൽകുന്ന പ്രവൃത്തികൾ ചെയ്യാൻ കഴിയും.
- ശാന്തത കൈവരിക്കാനും, സ്വയം പ്രവർത്തിക്കുന്നവരുടെ മാനസികാവസ്ഥ നേടിയെടുക്കാനും, നമുക്കും നമ്മുടെ ഉള്ളിലെ ശക്തമായ വികാരങ്ങൾക്കും ചിന്തകൾക്കും ഇടയിൽ അകലം സൃഷ്ടിക്കാം. മാനസിക അകലത്തിലൂടെ, വിശാലമായ കാഴ്ചപ്പാട്

ഉണ്ടാക്കിയെടുക്കാനും ചിന്തകളെ ചിന്തകളായി കാണാനുള്ള കഴിവിനെ ശക്തിപ്പെടുത്താനും സാധിക്കും. അതിലൂടെ, ബോധപൂർവ്വം തീരുമാനങ്ങളെടുക്കാനും വിവേകപൂർവ്വം പ്രവർത്തിക്കാനും കഴിയും. ഭൗതികമോ, നൈമിഷികമോ, സാങ്കല്പികമോ ആയ അകലം സൃഷ്ടിക്കുന്നതിലൂടെ, നമ്മൾ ബാഹ്യസംഭവങ്ങളാൽ സ്വാധീനിക്കപ്പെടുന്നില്ല, അതേസമയം ആത്മനിയന്ത്രണം ഉണ്ടാവുകയും ചെയ്യും.

- നമുക്കാവശ്യമായ അകലവും വ്യക്തതയും നേടിയെടുക്കാൻ, നമ്മുടെ സങ്കല്പങ്ങളും സഹായകമാകാറുണ്ട്. ഒരു പ്രശ്നത്തെ പുതിയൊരു കോണിൽ നിന്നും നോക്കിക്കാണുന്നതിനായി നിങ്ങളുടെ സുഹൃത്തിനെ ഉപദേശിക്കുന്നതായി സങ്കല്പിക്കാം. മറ്റു സാധ്യതകളോ മാർഗ്ഗങ്ങളോ ശ്രമിച്ചുനോക്കാൻ പ്രോത്സാഹിപ്പിക്കുന്നതിനായി, നിങ്ങളുടെതന്നെ മറ്റൊരു പതിപ്പിനെ മനസ്സിൽ ചിത്രീകരിക്കാം. അവസാനമായി, കാഴ്ചപ്പാടുകളെ പുനർവിഭാവനം ചെയ്യാൻ പരിശീലിക്കുകയും, അവയോട് കഥകളോ മുൻവിധികളോ അവബോധത്തോടുള്ള എതിർപ്പുകളോ കൂട്ടിച്ചേർക്കാതെ അവയെ നിങ്ങളെങ്ങനെ നോക്കിക്കാണുന്നു എന്ന് മനസ്സിലാക്കാം. ഇതുതന്നെ നിങ്ങളിൽ ശാന്തത കൊണ്ടുവരും, പക്ഷേ അതേസമയം പുതിയൊരു കാഴ്ചപ്പാട് ഉത്ഭവിക്കാനുള്ള സാധ്യതയും തുറന്നുകിട്ടും.

അധ്യായം 2

ചക്രക്കുതിരയിൽ നിന്നും താഴെയിറങ്ങാം

ഉൽക്കണ്ഠ ഇല്ലാതാക്കാനുള്ള വജ്രായുധം : സ്വയം പ്രവർത്തിക്കുക

കഴിഞ്ഞ അധ്യായത്തിൽ, എല്ലാ പ്രശ്നങ്ങളിലും ഒന്നും മനസ്സിലാകാതെ കുടുങ്ങിക്കിടക്കാതെ, അകലം സൃഷ്ടിക്കുന്നതിലൂടെ വ്യത്യസ്തവും സാധ്യവുമായ പല കാഴ്ചപ്പാടുകൾ എങ്ങനെ കൊണ്ടുവരാമെന്നും ശാരീരികവും മാനസികവും മനഃശാസ്ത്രപരമായുമുള്ള പ്രക്രിയകളെ പ്രാവർത്തികമാക്കാമെന്നും നമ്മൾ പഠിച്ചു. ഇത്തരം മാനസിക അകലം, എല്ലാ തരം മാനസിക പിരിമുറുക്കങ്ങളെയും മാറ്റാനുപയോഗിക്കുന്ന മറ്റൊരു പ്രശസ്തവിദ്യയെ ഓർമ്മപ്പെടുത്തിയേക്കാം : ധ്യാനവും ശ്രദ്ധാതത്ത്വവും.

ശ്രദ്ധാതത്വത്തിലൂടെ ജീവിതത്തിൽ ശാന്തതാബോധം ഉണ്ടാക്കിയെടുക്കാൻ കഴിയുമോ? എന്തൊക്കെയായാലും, "ശ്രദ്ധാതത്വം" എന്നത് പല അർത്ഥങ്ങൾ കൊണ്ടതാണ്. ഈ അധ്യായത്തിൽ, ശ്രദ്ധാതത്വത്തെ ആസ്പദമാക്കിയുള്ള ഒരു വിദ്യയെ പരിചയപ്പെടാം, പ്രത്യേകിച്ച്, ജീവിതത്തെ നിയന്ത്രിക്കാൻ സഹായിക്കുന്ന ശാന്തതാബോധം കൊണ്ടുവരാനും വികാരങ്ങളെ നിയന്ത്രിക്കുവാനും ഉപകരിക്കുന്ന തന്ത്രം. സ്വയം ഉൾക്കൊള്ളുകയും പ്രതിബദ്ധതയുണ്ടാക്കുകയും ചെയ്യുന്ന രീതിയിലുള്ള ഒരു മറുമരുന്ന്.

രണ്ട് ഭാഗങ്ങളാണ് ഇതിനുള്ളത് :

- നമ്മുടെ നിയന്ത്രണപരിധിയിലല്ലാത്തവയും ഉണ്ടെന്ന് **സ്വയം ഉൾക്കൊള്ളുക.**
- ജീവിതം മെച്ചപ്പെട്ടതാക്കുന്നതിനായി പ്രവർത്തിക്കുമെന്ന **പ്രതിബദ്ധത** ഉണ്ടാക്കുക.

സ്വയം ഉൾക്കൊള്ളുകയും പ്രതിബദ്ധത ഉണ്ടാക്കുകയും ചെയ്താൽ പരപ്രേരണകളില്ലാതെ നിങ്ങളുടെ ചിന്തകളെയും വികാരങ്ങളെയും നിയന്ത്രിക്കാനും അനുവദിച്ചാൽ—നിങ്ങൾക്ക് 'ജീവിതാനുഭവം' സാധ്യമാകും. ശ്രദ്ധാതത്വം മൂലധനമായുള്ള രണ്ട് കഴിവുകളാണ് സ്വയം ഉൾക്കൊള്ളലും പ്രതിബദ്ധതയും. നിങ്ങളാഗ്രഹിക്കുന്ന ജീവിതം കെട്ടിപ്പടുക്കുന്നതിനായി അവ ഒരുമിച്ച് പ്രവർത്തിക്കും. അതായത്, നിങ്ങൾക്കും നിങ്ങളുടെ മൂല്യങ്ങൾക്കും പ്രാധാന്യം നൽകുന്ന കാര്യങ്ങൾ നിറഞ്ഞ ജീവിതം.

ഈ മറുമരുന്നിൽ, ശ്രദ്ധ എന്നാൽ, വർത്തമാനകാലത്തോട് മനസ്സ് തുറക്കുക, അവബോധമുണ്ടാക്കുക, കേന്ദ്രീകരിക്കുക എന്നാണ്. ഒരു "നിരീക്ഷകൻ" എന്ന നിലയ്ക്കാണ് നമ്മൾ പ്രവൃത്തിയെ കാണേണ്ടത്; എന്നുവെച്ചാൽ, ഈ നിമിഷം വെളിപ്പെടാൻ പോകുന്ന എല്ലാത്തിനെക്കുറിച്ചും ബോധമുള്ള നമ്മുടെ അറിവിന്റെ ഭാഗം. ഇതാണ് നമ്മൾ മുൻപ് ചർച്ച ചെയ്ത, അകലവും കാഴ്ചപ്പാടും സാദ്ധ്യമാക്കുന്ന സ്വയം പ്രവർത്തിക്കുക എന്ന വജ്രായുധം. എന്നിരുന്നാലും, ധ്യാനത്തിൽ നിന്നും വ്യത്യസ്തമായി, ഒരുകൂട്ടം കഴിവുകൾ ചേർന്നതാണ് മറുമരുന്നിലെ ശ്രദ്ധാതത്വം, നാം കാണുന്ന ലോകത്തെയും നമ്മുടെ പ്രവർത്തികളെയും ബന്ധിപ്പിക്കുന്ന ഒന്ന്.

ഈ മറുമരുന്ന് തന്ത്രം നമുക്ക് സാഹചര്യങ്ങൾക്കനുസരിച്ച് ദിവസം മുഴുവനും പ്രയോഗിക്കാം, അല്ലെങ്കിൽ ഒരു വിദഗ്ധന്റെ സഹായത്തോടെ നീണ്ട കാലത്തേക്ക് പ്രയോഗിക്കാം—അതുമല്ലെങ്കിൽ രണ്ടു രീതിയും ഒരുമിച്ച്. അവ ലളിതമാണ്, നിങ്ങൾക്ക് സ്വയം പ്രാവീണ്യം നേടാൻ കഴിയും. നിങ്ങൾ ചെയ്യേണ്ടത് ഇത്രമാത്രം, നിങ്ങളുടെ ഉള്ളിലെ "നിരീക്ഷകനെ" ഉണർത്തുക. പക്ഷേ, നിങ്ങളിൽ ശാന്തത കൊണ്ടുവരിക എന്നതല്ല

മറുമരുന്നിന്റെ ശരിയായ ലക്ഷ്യം; മറിച്ച്, കാലക്രമേണ സാഹചര്യം അനുസരിച്ച് പെരുമാറാനുള്ള നിങ്ങളുടെ മനസ്സിന്റെ കഴിവിനെ മെച്ചപ്പെടുത്താൻ പഠിപ്പിക്കുകയാണ്. അതിനർത്ഥം, നിങ്ങളിലെ നിരീക്ഷകൻ ശക്തിപ്പെടുകയും, നിങ്ങൾ വർത്തമാനകാലത്തിൽ നിലനില്ക്കാൻ പ്രാപ്തനാവുകയും, നിങ്ങളുടെ മൂല്യങ്ങൾക്കനുസരിച്ച് തീരുമാനങ്ങൾ കൈക്കൊണ്ട് ജീവിത നിലവാരം ഉയർത്തുകയും ചെയ്യുന്നു എന്ന്. പ്രശ്നങ്ങൾ ഒരിക്കലും സ്വയം ഇല്ലാതാവുകയില്ല. പക്ഷേ അവയെ അഭിമുഖീകരിക്കുന്നതിൽ നിങ്ങളിൽ കൂടുതൽ ആത്മസംയമനവും, കൂടുതൽ ഫലപ്രദമായ രീതിയും, കൂടുതൽ വൈദഗ്ദ്ധ്യവും കൊണ്ടുവരുന്നു.

അമാനുഷികനായ നിരീക്ഷകൻ ആവുന്നതുകൊണ്ട്, ജീവിതത്തോടും സ്വന്തം വികാരങ്ങളോടും നിസ്സംഗത പുലർത്തണം എന്നാണോ പറയുന്നത്? സത്യത്തിൽ, നേർ വിപരീതമാണ്! മറുമരുന്നിന്റെ ഭാഗത്തുനിന്ന് നോക്കുമ്പോൾ, ഉൽക്കണ്ഠയും അസന്തോഷവും "അനുഭവങ്ങളെ അവഗണിക്കുന്നതിൽ" നിന്നും ഉണ്ടാകുന്നവയാണ്; ഉള്ളിലെ അനാവശ്യ ചിന്തകൾക്കും വികാരങ്ങൾക്കും എതിരെ സ്വയം പ്രതിരോധിക്കാനാണവ. ഇപ്പോഴത്തെ അനുഭവത്തെ അവഗണിക്കുന്നത് താൽക്കാലിക ഫലം നൽകിയേക്കാം, പക്ഷേ നീണ്ട കാലയളവിൽ അത് പരാജയപ്പെടുക മാത്രമല്ല മാനസിക സമ്മർദ്ദം ഉണ്ടാക്കുകയും ചെയ്യും. എന്നാൽ അതിന് വിപരീതമായി, ശക്തമായ ചിന്തകൾ, വികാരങ്ങൾ, സമ്മർദ്ദങ്ങൾ എന്നിവയിൽ നിന്നും അല്പം മാറിനിന്നു നോക്കിക്കാണുകയാണെങ്കിൽ, പരിഹാരം കണ്ടെത്തി പ്രവർത്തിക്കാനും, അതിലൂടെ അവയെ മനസ്സിലാക്കാനും ഉൾക്കൊള്ളാനും അനുസരിച്ച് മുന്നോട്ടു പോകാനും നമുക്ക് സാധിക്കും. അങ്ങനെ, ജീവിതവുമായി നമുക്ക് കൂടുതൽ പൊരുത്തപ്പെടാൻ കഴിയും. ഇതിലൂടെ അർത്ഥമാക്കുന്നത്, ശ്രദ്ധ എന്നാൽ അനുഭവ ങ്ങളിൽ നിന്നും ഒഴിഞ്ഞുമാറി അതിനെ മറികടക്കുകയല്ല, മറിച്ച്, ഈ നിമിഷവുമായും അതിൽ നിങ്ങൾ അഭിമുഖീകരിക്കുന്ന അനുഭവങ്ങളുമായും നിങ്ങളിൽ ആരോഗ്യപൂർണ്ണവും സുസ്ഥിരവുമായ ഒരു ബന്ധം ഉണ്ടാക്കിയെടുക്കുക എന്നതാണ്.

ഈ മറുമരുന്നിൽ, ആറ് "കാതലായ പ്രക്രിയകൾ" ഉണ്ട്. സ്വന്തം ജീവിതം നിയന്ത്രിക്കാനും ആത്മസംയമനം വളർത്തിയെടുക്കാനും സഹായിക്കുന്ന ഉപകരണങ്ങളായി നിങ്ങൾക്കവയെ കാണാം. ഒന്ന് അവസാനിക്കുംമുൻപേ അടുത്തത് ആരംഭിക്കും. നമുക്ക്

ഓരോന്നിനെയും യഥാർത്ഥ ജീവിതവുമായി ബന്ധപ്പെടുത്തി ചർച്ച ചെയ്യാം (എപ്പോഴും യഥാർത്ഥ ജീവിതവുമായി ബന്ധപ്പെട്ടു കിടക്കുന്നവയാണിവ!).

വർത്തമാനവുമായി സംവദിക്കുക

കേൾക്കുമ്പോൾ സങ്കീർണ്ണമായി തോന്നാം, പക്ഷേ സാഹചര്യങ്ങളിൽ അകപ്പെട്ടു കിടക്കുകയോ വികാരങ്ങളാൽ സമനിലതെറ്റി പെരുമാറുകയോ ചെയ്യാതെ, ഉള്ളിലെ നിരീക്ഷകനെ ബോധപൂർവ്വം മനസ്സിലാക്കുക എന്നേ ഇത് അർത്ഥമാക്കുന്നുള്ളൂ. ഇവിടെ, ഇന്ന് ഇപ്പോൾ എന്താണ് സംഭവിക്കുന്നതെന്നതിനെക്കുറിച്ച് വ്യക്തവും പൂർണ്ണവുമായ അറിവുണ്ടാകും. നമ്മൾ ജാഗ്രതയോടെയും ഉണർവ്വോടെയും അവയെ സ്വീകരിക്കുന്നവരാകും. നമ്മുടെ മറുമരുന്ന് പ്രകാരം—നിങ്ങളുടെ പക്കലുള്ളത് വർത്തമാനകാലം മാത്രമാണ്. ഭാവി എത്തിച്ചേരുന്നതേയുള്ളൂ, ഭൂതമാണെങ്കിൽ കഴിഞ്ഞുപോവുകയും ചെയ്തു. ജീവിതമായി പൊരുത്തപ്പെടാനും തീരുമാനങ്ങളെടുക്കാനുമുള്ള അധികാരം ഈ നിമിഷമാണുള്ളത്, അതുകൊണ്ട് നമ്മൾ ശ്രദ്ധ ചെലുത്തേണ്ടതും ഈ നിമിഷത്തിലാണ്!

ധ്യാനത്തിൽ നിങ്ങൾക്കധികം താത്പര്യമില്ലെങ്കിലും, ഇന്ദ്രിയങ്ങളിലൂടെ നിങ്ങളെ ഈ നിമിഷത്തിലേക്ക് കൊണ്ടുവരുന്ന ഗ്രൗണ്ടിംഗ് തന്ത്രങ്ങൾ (പഞ്ചേന്ദ്രിയങ്ങളെ ഉണർത്താനും നിയന്ത്രിക്കാനും സഹായിക്കുന്നത്) നിരന്തരം പരിശീലിക്കാം. നിങ്ങളുടെ മനസ്സ് ഭൂതകാലത്തിലും ഭാവിയിലും അലഞ്ഞുതിരിഞ്ഞേക്കാം, അല്ലെങ്കിൽ കഥകളും സാധ്യതകളും സങ്കല്പിച്ച് നിങ്ങളെ ഭയപ്പെടുത്തിയേക്കാം. എന്തുതന്നെയായാലും, നിങ്ങളുടെ ശരീരത്തിന് മറ്റെവിടെയും പോകാനാകില്ല, അത് വർത്തമാനകാലത്തിൽ നിലനില്ക്കും. അതുകൊണ്ടുതന്നെ, നിങ്ങൾ ദേഹവുമായി സംയോജിക്കുമ്പോൾ, വർത്തമാനകാലവുമായി യോജിക്കുന്നു. ശരീരമാണ് നിങ്ങളുടെ നങ്കൂരം—അല്ലെങ്കിൽ അഞ്ച് നങ്കൂരങ്ങളാണ് നിങ്ങൾക്കുള്ളത് : കാഴ്ചശക്തി, ശ്രവണശക്തി, ഘ്രാണശക്തി, രുചിബോധം, സ്പർശനബോധം.

നിങ്ങൾക്ക് എപ്പോൾ വേണമെങ്കിലും ഗ്രൗണ്ടിംഗ് തന്ത്രങ്ങൾ പ്രയോഗിക്കാവുന്നതാണ്, ഉൽക്കണ്ഠകളിൽ നിന്നും പുറത്തുകടക്കാനോ, മാനസികനില ആരോഗ്യകരമായി നിലനിർത്താനോ,

പച്ചക്കറികൾ കഴിക്കാനോ എല്ലാം. 5-4-3-2-1 എന്ന തന്ത്രം പ്രയോഗിച്ചു നോക്കൂ. അതായത് നിങ്ങൾക്കു ചുറ്റും കാണാൻ കഴിയുന്ന അഞ്ച് വസ്തുക്കളിൽ കാഴ്ച പതിപ്പിക്കുക, നാല് ശബ്ദങ്ങൾക്കു ചെവിയോർക്കുക, മൂന്ന് വസ്തുക്കൾ സ്പർശിക്കുക, രണ്ട് ഗന്ധങ്ങൾ ആസ്വദിക്കുക, ഒരു രുചി അനുഭവിക്കുക. സൂക്ഷ്മമായ വിവരണങ്ങളല്ല പ്രധാനം. നിങ്ങളുടെ ഇന്ദ്രിയങ്ങളുടെ സഹായത്താൽ, നിങ്ങൾ ഈ നിമിഷത്തിൽ പൂർണ്ണമായും മുഴുകുക എന്നതാണ്. അതിലൂടെ സ്വാഭാവികമായും നിങ്ങൾക്ക് ഉൽക്കണ്ഠകളിൽ നിന്നും സ്വയം ദൂരീകരിക്കാനും, നിങ്ങളിൽ നിന്നും തന്നെ മാറിനിന്ന് ചിന്തകളെയും വികാരങ്ങളെയും നോക്കിക്കാണാനും സാധിക്കും.

ഉദാഹരണത്തിന്, നിങ്ങൾക്ക് സ്റ്റേജ് 3 ക്യാൻസർ ഉള്ളതായി ഡോക്ടർ കണ്ടെത്തിയതായി സങ്കല്പിക്കുക. ആകാശമിടിഞ്ഞുവീഴുന്ന ആഘാതമായിരിക്കാം നിങ്ങൾക്കുള്ളിലിപ്പോൾ. ആദ്യം നിങ്ങൾ ചെയ്യേണ്ടത്, *ശരീരത്തെയും മനസ്സിനെയും ബാധിക്കുന്ന പുതിയൊരു അനുഭവം നിങ്ങൾക്കുണ്ട് എന്ന് സ്വയം ബോധ്യപ്പെടുത്തുകയാണ്.* ഒരിടത്തിരുന്ന്, ഉള്ളിലെ നിരീക്ഷകന്റെ സഹായത്താൽ നിങ്ങളുടെ ശാരീരികമായ പ്രതികരണങ്ങളെയും, പെട്ടെന്നുണ്ടായ ചിന്തകളെയും, വികാരങ്ങളെയും നിരീക്ഷിക്കുക. ഒരു ദീർഘനിശ്വാസം എടുക്കുക. നിങ്ങളെ ചൂഴ്ന്നിരിക്കുന്ന സാഹചര്യത്തെ നോക്കി മനസ്സിലാക്കി, അതിനെ ഉൾക്കൊള്ളുക.

നിസ്സംഗത എന്ന അവബോധം

ഇവിടെയാണ് നമ്മൾ ഒരു ചുവട് പുറകോട്ടുവെച്ച്, അകന്നു നിൽക്കേണ്ടത്. ഉൾക്കൊള്ളലും പ്രതിബദ്ധതയും എന്ന മറുമരുന്നിൽ, നമ്മുടെ കാഴ്ചപ്പാടുകളെയും ചിന്തകളെയും സ്പഷ്ടമായി കാണാൻ നമ്മൾ പഠിച്ചു; ചിത്രങ്ങൾ, ചിഹ്നങ്ങൾ, വിവരങ്ങൾ, കഥകൾ, ഓർമ്മകൾ, അനുമാനങ്ങൾ എന്നിങ്ങനെ അവ എന്തൊക്കെയാണെന്നും, യാഥാർത്ഥ്യങ്ങൾ, നിയമങ്ങൾ, നമ്മുടെ മേൽ പൂർണ്ണ നിയന്ത്രണമുള്ള ചിലത് എന്നിങ്ങനെ അവ *എന്തല്ല* എന്നും.

ബോധപൂർവ്വമുള്ള സംയോജനം എന്താണെന്ന് നമുക്കൊന്ന് നോക്കാം. ചിന്തകളും യാഥാർത്ഥ്യങ്ങളും ഒന്നാണെന്ന രീതിയിലാണ് നമ്മൾ പെരുമാറുന്നതെങ്കിൽ, നമ്മൾ അവയെ രണ്ടിനെയും സംയോജിപ്പിക്കുകയാണ്. നമ്മൾ നൂറ് ശതമാനം വിശ്വസിക്കുന്നത്,

നമ്മൾ ചിന്തിക്കുന്നത് തന്നെയാണ് കൃത്യമായി നമുക്ക് മുന്നിൽ സംഭവിക്കുന്നത് എന്നാണ്; മാത്രമല്ല, അത് വളരെ പ്രസക്തമാണ് എന്ന ധാരണയും. ചിലപ്പോൾ, ഇത്തരം സംയോജന ചിന്തകളാൽ, ചിന്തകളെ ആജ്ഞകളായി സ്വീകരിക്കുകയും അവയെ അനുസരിക്കുകയും ചെയ്യും. നമ്മൾ എല്ലാം അറിയുന്നവരാണെന്നും, നമ്മുടെ വിവേകശൂന്യമായ അനുമാനങ്ങൾ ബുദ്ധിപരമാണെന്നും കരുതും.

എന്നിരുന്നാലും, സത്യമെന്തെന്നാൽ, ഒരു കാര്യത്തെ നാം കാണുന്നതും, അതിന്റെ വസ്തുതയും തമ്മിൽ വ്യത്യാസമുണ്ടാകും. ഒരു സാഹചര്യത്തിന്റെ യാഥാർത്ഥ്യവും, അതിനെക്കുറിച്ചുള്ള നമ്മുടെ ധാരണകളും ഒന്നല്ല എന്ന് മനസ്സിലാക്കുന്ന നിമിഷം, നമ്മൾ നിസ്സംഗത കൈവരിക്കും. അപ്പോഴാണ് നമ്മൾ മനസ്സിലാക്കുന്നത്, ഇത്രയും നേരം ഒരു കഥ മെനഞ്ഞ് നാം സ്വയം വ്യാഖ്യാനിക്കുകയും, ഒരു എതിർപ്പുമില്ലാതെ വിശ്വസിക്കുകയുമായിരുന്നു എന്ന്. നിസ്സംഗത എന്നാൽ, യാഥാർത്ഥ്യമല്ലാത്ത ഒരു ലോകത്തെ നിർബന്ധപൂർവ്വം സങ്കല്പിക്കുക എന്നല്ല; ചിന്തകളെയും യാഥാർത്ഥ്യങ്ങളെയും സംയോജിപ്പിക്കുന്നത് ഇല്ലാതാക്കുക എന്നാണ്. 'ആപ്പിൾ' എന്ന വാക്കും ആപ്പിൾ എന്ന വസ്തുവും തമ്മിലുള്ള വ്യത്യാസം എന്നതു പോലെയാണ്, ഒരു സാഹചര്യവും അതിനെക്കുറിച്ചുള്ള നമ്മുടെ ധാരണയും തമ്മിലുള്ള വ്യത്യാസം.

നേരത്തെ പറഞ്ഞ ഉദാഹരണത്തിൽ, നമ്മൾ അതീവ ഉൽക്കണ്ഠയിലും വിഷമത്തിലും പെട്ടുഴയാനും, പ്രതീക്ഷയറ്റ് വെറുപ്പും ദേഷ്യവും കൂടാനും സാധ്യതയുണ്ട്. പക്ഷേ നമ്മൾ വർത്തമാന കാലത്തോട് സംവദിക്കുകയും, നമ്മുടെ തന്നെ മനസ്സിലേക്ക് കടക്കുകയും ചെയ്താൽ, പുതിയൊരു കാഴ്ചപ്പാട് ഉണ്ടാക്കിയെടുക്കാനാകും. നമ്മുടെ അനുഭവങ്ങളുടെ കെട്ടുപിണയലുകളിൽ അകപ്പെടാതെ, പുറത്തുകടക്കാനാകും. "ഞാനെന്താണ് ഇനി ചെയ്യാൻ പോകുന്നത്?" എന്നതിന് പകരം, "ഞാനിപ്പോൾ ആകെ ആശയക്കുഴപ്പത്തിൽ പെട്ടിരിക്കുകയാണ്." എന്നുപറയുന്നതുപോലെ ലളിതമാകും.

ഉൾക്കൊള്ളൽ

ഈ നിമിഷത്തിൽ നാം കണ്ടെത്തുന്നത് ഒരു തെറ്റായ കാര്യമാണെങ്കിലും, അതിനെ സ്വീകരിക്കുകയോ അംഗീകരിക്കുകയോ ചെയ്യുകയല്ല ഇവിടെ അർത്ഥമാക്കുന്നത്. ശരിക്കും, എന്താണ്

ഇപ്പോൾ സംഭവിച്ചുകൊണ്ടിരിക്കുന്നതെന്ന് മനസ്സിനെ പറഞ്ഞു മനസ്സിലാക്കുക എന്നതാണ്. നമ്മൾ അതിനോട് എതിർക്കുകയോ, തർക്കിക്കുകയോ, അങ്ങനൊന്ന് സംഭവിച്ചിട്ടില്ലെന്ന് ഭാവിക്കുകയോ ചെയ്യുന്നില്ല. അതിനെ അതിന്റെ വഴിക്ക് വിടുക. ഒരു കാര്യത്തെ ഉൾക്കൊള്ളുക എന്നതുകൊണ്ട് അതിനെ സ്വീകരിക്കുന്നു എന്നോ ഇഷ്ടപ്പെടുന്നോ എന്നോ അർത്ഥമാകുന്നില്ല, അതാണ് യാഥാർത്ഥ്യം എന്നുമാത്രം വ്യക്തമായും സ്പഷ്ടമായും ഉൾക്കൊള്ളുക.

"വികാസം" എന്നു പറയുന്നതാവും കുറച്ചുകൂടെ ചേരുന്നത്. നേരത്തെ പറഞ്ഞതുപോലെ, അതിനെ അതിന്റെ വഴിക്കുവിടുക. നിങ്ങൾക്കു ചുറ്റുമുള്ള സാഹചര്യങ്ങൾ ഇതിനുമുമ്പ് നിങ്ങൾ അനുഭവിക്കാത്തതാണെന്നവണ്ണം, അതിനെക്കുറിച്ചുള്ള ഓർമ്മകളോ പ്രതീക്ഷകളോ അനുമാനങ്ങളോ ഭയങ്ങളോ ഇല്ലാത്ത ഒരാളായി അവയെ നോക്കിക്കാണുക, അവയെ നിരീക്ഷിക്കുക. ഉൾക്കൊള്ളലും പ്രതിബദ്ധതയും എന്ന മറുമരുന്ന് ശീലിക്കുന്ന ചിലർ നിർദ്ദേശിക്കുന്നത്, വികാരങ്ങൾക്ക് "പുതിയ മാനങ്ങൾ നൽകാൻ" ആണ്. നിങ്ങളുടെ നെഞ്ച് വലിഞ്ഞുമുറുകി അസ്വസ്ഥത തോന്നുന്നത് ശ്രദ്ധയിൽ പെടുന്നതായി കരുതുക. ആ അവസ്ഥയെ നിങ്ങളെങ്ങനെയാണ് അംഗീകരിച്ച്, ആ അവസ്ഥയെ മാറ്റിയെടുക്കുക?

നമ്മൾ പിരിമുറുക്കത്തിലാണ് എന്ന് വ്യാഖ്യാനിക്കുന്നതിനും, "ഹേയ്, അതൊന്നുമില്ല" എന്ന് ചെറുക്കുന്നതിനും, "എന്റെ ഹൃദയത്തിന് എന്തെങ്കിലും പ്രശ്നമുണ്ടോ?" എന്നൊക്കെ ഭയക്കുന്നതിനും പകരമായി, ഒന്ന് സമാധാനപ്പെടുക. ആ അവസ്ഥയും, അതിന്റെ തോതും, നിങ്ങളിലെ വികാരങ്ങളെയും ശ്രദ്ധിക്കുക, എന്താണ് സംഭവിക്കുന്നതെന്നും എങ്ങനെയാണ് സംഭവിക്കുന്നതെന്നും മനസ്സിലാക്കുക. ആ ബോധത്തെ ആഴത്തിൽ ഉൾക്കൊണ്ട്, നിങ്ങളുടെ വീക്ഷണം വികസിപ്പിക്കുക.

നമ്മൾ പറഞ്ഞ ഉദാഹരണത്തിൽ, നമ്മുടെ മനസ്സിൽ ഉണ്ടായേക്കാവുന്ന ചിന്തകൾ : "മതി, ഇതിന്റെ പേരിൽ ഇത്രയ്ക്ക് നാടകമൊന്നും വേണ്ട", അല്ലെങ്കിൽ "ശരിക്കും നോക്ക്", അതുമല്ലെങ്കിൽ "നിനക്കധികം അസ്വസ്ഥതയൊന്നും തോന്നുന്നില്ലേ? വിരക്തിയാണോ? നീയിങ്ങനെയല്ല പ്രതികരിക്കേണ്ടത്..." എന്നൊക്കെയായിരിക്കാം.

എന്നാൽ, എടുത്തുചാടി അനുമാനങ്ങൾ ഉണ്ടാക്കുകയോ, ധൃതിപ്പെട്ട്

തീരുമാനങ്ങളെടുക്കുകയോ, അസ്വസ്ഥതപ്പെടുത്തുന്ന വികാരങ്ങളിൽ നിന്നും ഒളിച്ചോടുകയോ ചെയ്യാതെ, നമ്മൾ നമ്മളായിത്തന്നെ തുടരുക. വാസ്തവത്തിൽ, നിങ്ങൾ വികാരങ്ങൾക്കെതിരെ ഇങ്ങനെ പോരാടുന്നത് നിർത്തിയാൽ, അവ നിങ്ങളിൽ വളരെ ചെറിയ സ്വാധീനം മാത്രമേ ചെലുത്തുകയുള്ളൂ, മാത്രമല്ല, പെട്ടെന്നുതന്നെ മാഞ്ഞുപോവുകയും ചെയ്യും.

നിങ്ങളുടെ ഉള്ളിലെ നിരീക്ഷകൻ

അനുഭവങ്ങളെ നേരിടുന്ന നിങ്ങളുടെ ഒരു അംശം ഈ ലോകത്തുണ്ട്. അതുപോലെതന്നെ, ഈ ലോകത്തിന് ബാഹ്യമായി, മാറ്റമില്ലാത്തതും മുൻവിധികളില്ലാത്തതും ബോധമുള്ളതും ഹനിക്കാൻ കഴിയാത്തതുമായ ഒരു അംശം കൂടെയുണ്ട്—അതിനെയാണ് നമ്മൾ ഉള്ളിലെ നിരീക്ഷകൻ എന്നു വിളിക്കുന്നത്. അനുഭവങ്ങളും മാറ്റങ്ങളും നമ്മളെ സ്വാധീനിക്കും, പക്ഷേ ഒന്നിനാലും സ്വാധീനിക്കപ്പെടാതെ കിടക്കുന്ന ഒരു അംശമുണ്ട് നമ്മളിൽ. ഉള്ളിലെ ആ നിരീക്ഷകനെ ഉണർത്തുന്നതിലൂടെ, ഒരു സാഹചര്യവും എന്നെന്നേക്കുമായി നിലനിൽക്കുകയോ നമ്മളെ നിയന്ത്രിക്കുകയോ അപായപ്പെടുത്തുകയോ ചെയ്യുകയില്ലെന്ന അറിവുണ്ടാകുന്ന തരത്തിലുള്ള നിസ്സംഗത നമ്മളിലുണ്ടാകും. ആ നിരീക്ഷകൻ നമ്മുടെ ജീവിതത്തെ താൽപര്യത്തോടെയും ആകാംക്ഷയോടെയും സ്വീകാര്യതയോടെയും കാണുന്നു, ഒരിക്കലും എതിർക്കുകയോ അവഗണിക്കുകയോ ചെയ്യുന്നില്ല. ഒന്നിലും അകപ്പെടാതെ തന്നെ എല്ലാം നോക്കിക്കാണാൻ കഴിവുള്ള അംശമാണിത്. എന്തൊക്കെ അനുഭവങ്ങൾ ഉണ്ടായാലും, അതിന് എത്രയൊക്കെ തീവ്രതയുണ്ടെങ്കിലും, ഒന്നിനാലും സ്വാധീനിക്കപ്പെടാതെയും ആരാലും ശ്രദ്ധിക്കപ്പെടാതെയും എല്ലാം നിരീക്ഷിക്കാൻ പ്രാപ്തമായ ഒരു അംശം നമ്മളെല്ലാവരിലുമുണ്ട്. അതാണ് നമുക്ക് തീരുമാനങ്ങളെടുക്കാനുള്ള അധികാരം തരുന്നത്. അതാണ് തുടരെത്തുടരെയുള്ള അനുഭവങ്ങൾക്കിടയിലും, നമ്മുടെ മൂല്യങ്ങളെ കണ്ടെത്താനും, ആ മൂല്യങ്ങൾക്കനുസൃതമായി പ്രവർത്തിക്കാനും നമ്മെ അനുവദിക്കുന്നത്.

ഇനി, നിങ്ങളുടെ ബോധത്തെയും സാധാരണ മാനസിക പ്രവർത്തനങ്ങളെയും വേർതിരിച്ച് കാണുക എന്നത് പ്രധാനമാണ്. ബോധവാനാകുക എന്നാൽ വെറുതെ ചിന്തിക്കുക എന്നല്ല.

ചിന്തിക്കുന്നതിലൂടെ, ആശയങ്ങളുണ്ടാകുന്ന, ഓർമ്മകളിലേക്ക് തിരികെ ചെല്ലുന്ന, വിശ്വാസങ്ങളിൽ മുഴുകുന്ന, അങ്ങനെ പലതും സംഭവിക്കുന്നു... പക്ഷേ ബോധവാനാകുന്നതിലൂടെ, ചിന്തകളിലൂടെ എന്താണ് ഉത്ഭവിക്കുന്നതെന്ന് നമ്മൾ *നിരീക്ഷിക്കുന്നു.* ചിന്തിക്കുമ്പോൾ നമ്മൾ വിശ്വസിക്കുന്നത്, "കാര്യങ്ങൾ ഇങ്ങനെയല്ല സംഭവിക്കേണ്ടിയിരുന്നത്, എനിക്ക് ദുഃഖമുണ്ട്," പക്ഷേ നമ്മിലെ നിരീക്ഷകൻ മനസ്സിലാക്കിത്തരുന്നത്, "ഇതാണ് യാഥാർത്ഥ്യം." ഉൽക്കണ്ഠയുടെ കെണിയിൽ പെട്ടുകിടക്കുന്ന ഒരാൾക്ക്, പലപ്പോഴും മനസ്സിന്റെശ്രദ്ധവർദ്ധിപ്പിക്കുന്നതുകൊണ്ട്പ്രയോജനമൊന്നുമില്ലെന്ന് തോന്നിയേക്കാം. കാരണം, ബോധവാനാകുന്നതും ധ്യാനിക്കുന്നതും ഒന്നാണെന്ന തെറ്റിദ്ധാരണയുള്ളവരാണവർ.

നമ്മുടെ ഉദാഹരണത്തിൽ, ഉള്ളിലെ നിരീക്ഷകന് നമ്മുടെ അനുഭവിക്കുന്ന അംശത്തിൽ നിന്നും ഒരടി പുറകോട്ടു മാറിനില്ക്കാൻ സാധിക്കും—തൽഫലമായി, രണ്ട് അംശങ്ങൾ ഉണ്ടാകുന്നു. ഒന്ന്, ഞെട്ടിപ്പിക്കുന്നതും വേദനാജനകവുമായ സാഹചര്യവുമായി പോരടിക്കുന്നു. അതേസമയം മറ്റൊന്ന്, ആ ഞെട്ടലും വേദനയും നിരീക്ഷിക്കുന്നു. "എന്റെ തല പൊട്ടിച്ചിതറുന്ന പോലെയുണ്ട്. ശരീരമാസകലം വരിഞ്ഞുമുറുകുന്നു. ഒന്ന് കരഞ്ഞാൽ കൊള്ളാമെന്നുണ്ട്. ഇത്രയും വേദനിപ്പിക്കുന്ന വാർത്തയറിഞ്ഞതിനാൽതന്നെ, സ്വാഭാവികമായും ശക്തമായ വികാരങ്ങളും എന്നിൽ നിന്നുമുണ്ടാകും..."

സ്വന്തം മൂല്യങ്ങൾ കണ്ടെത്തുക

ബോധവാനാകുക എന്നാൽ തന്നെ അത്രയും മൂല്യമേറിയതാണ്. പക്ഷേ നമ്മുടെ മറുമരുന്നിന്റെ ശക്തിയിലൂടെ നമുക്ക് ബോധവാനാകാൻ മാത്രമല്ല, ആ ബോധ്യങ്ങളെ വലിയൊരു തലത്തിലേക്ക് ഉയർത്താനും സാധിക്കും.

ശരിക്കും എന്താണ് നമുക്ക് പ്രധാനം?

എന്തിലാണ് നാം കൂടുതൽ താത്പര്യം കാണിക്കുന്നത്?

എന്തുതരം സ്വഭാവഗുണങ്ങളാണ് നമ്മിൽ നാം ആഗ്രഹിക്കുന്നത്?

എന്തിനാണ് നാം ഈ ഭൂമിയിലുള്ളത്?

എന്തിനുവേണ്ടി തയ്യാറായിട്ടാണ് നാം നിലനില്ക്കുന്നത്, നിർമ്മിക്കാനാണോ പ്രതിരോധിക്കാനാണോ?

എന്താണ് നിങ്ങളുടെ ജീവിതത്തിന് ഉദ്ദേശ്യവും സന്തോഷവും അർത്ഥവും നൽകുന്നത്?

നമ്മൾ പറഞ്ഞു നമ്മുടെ മറുമരുന്ന് മികച്ചൊരു ജീവിതം ഉണ്ടാക്കി യെടുക്കാൻ സഹായിക്കുമെന്ന്, പക്ഷേ നമ്മുടേതു മാത്രമായ വ്യക്തിപരമായ മൂല്യങ്ങളാണ് എന്താണ് "മികച്ചത്" എന്നതുകൊണ്ട് അർത്ഥമാക്കുന്നതെന്ന് തീരുമാനിക്കാൻ സഹായിക്കുന്നത്. നിങ്ങളുടെ മനസ്സിൽ, ചില തത്വങ്ങളും സൂക്ഷിച്ചുവെക്കപ്പെട്ട വിശ്വാസ ങ്ങളും ഉണ്ടാകും. അവയാണ് നിങ്ങൾക്ക് ധർമ്മബോധവും ജീവിതോ ദ്ദേശ്യവും ഉണ്ടെന്ന് ബോധ്യപ്പെടുത്തി, നിങ്ങളുടെ ജീവിതത്തെ ക്രമപ്പെടുത്തി മുന്നോട്ടു കൊണ്ടുപോകാൻ സഹായിക്കുന്നത്. ലക്ഷ്യങ്ങൾ ഹ്രസ്വകാലത്തേക്കുള്ളതാണ്, ഏക ഉദ്ദേശ്യമുള്ളവ. പക്ഷേ മൂല്യങ്ങൾ, അവ ജീവിതത്തെ നമുക്ക് മുന്നിൽ പ്രദർശിപ്പി ക്കുന്നത് വളരെ വലിയ ക്യാൻവാസിലാണ്.

ചില സാഹചര്യങ്ങളിൽ, മൂല്യങ്ങൾ തമ്മിൽ സ്വരച്ചേർച്ചയുണ്ടാകാം, അവ്യക്തമാകാം, മാറ്റങ്ങളുമുണ്ടാകാം. അത് സാരമില്ല. നിങ്ങൾക്ക് സ്വയം ചോദിക്കാം, "ഈ സാഹചര്യവുമായി ബന്ധപ്പെട്ട്, ഇവിടെ, ഇപ്പോൾ എന്താണ് എന്റെ മൂല്യങ്ങൾ?" ഈ ചോദ്യം ഇടയ്ക്കിടെ ചോദിക്കുകയാണെങ്കിൽ, നിങ്ങൾക്ക് വഴിതെറ്റി അലഞ്ഞുതിരിയേണ്ട അവസ്ഥ ഉണ്ടാവുകയില്ല!

നമ്മുടെ ഉദാഹരണത്തിലേക്ക് തിരിച്ചുവരാം, കാലക്രമേണ, നമുക്ക് ഉറപ്പോടെ സ്വയം പറയാൻ കഴിയും, "ഭയത്താൽ നയിക്കപ്പെടാനോ നിയന്ത്രിക്കപ്പെടാനോ ഞാൻ ഒരിക്കലും ആഗ്രഹിച്ചിട്ടില്ല. ഞാൻ ഒരു ധീരനാണ്, ധൈര്യത്തിന് വില കല്പിക്കുകയും ചെയ്യുന്നു. എന്റെ ആരോഗ്യത്തിന്റെ കാര്യത്തിൽ എന്തു തന്നെ സംഭവിച്ചാലും സാരമില്ല, എന്റെ മനഃശക്തിയും അന്തസ്സും കൈവിടാതെ നോക്കാൻ എനിക്കറിയാം, അതുതന്നെയാണ് എന്റെ ധൈര്യവും."

പ്രതിബദ്ധതയോടെ പ്രവർത്തിക്കുക

അവസാനമായി, സ്വന്തം മൂല്യങ്ങളെക്കുറിച്ച് വ്യക്തമായ അവബോ ധവും ധാരണയും ഉണ്ടാക്കിയ ശേഷം, അവസാന പ്രക്രിയയിലേക്ക് കടക്കാം : പ്രതിബദ്ധതയോടെയുള്ള പ്രവർത്തനം. ഇത് പതിവു പ്രവൃത്തിയല്ല, മൂല്യമുള്ള പ്രവൃത്തി. പ്രേരണയും ഉദ്ദേശ്യവും കൂടാതെയുള്ള പ്രവൃത്തികൾ നല്ല സന്ദർഭങ്ങളിൽ ഉപകരിക്കുകയുമില്ല,

മോശം സന്ദർഭങ്ങളിൽ പ്രതികൂലമായി ഭവിക്കുകയും ചെയ്യും. എന്തായാലും, സ്വന്തം മൂല്യങ്ങളാൽ നയിക്കപ്പെടണമെന്ന വ്യക്തമായ ബോധ്യം ഉണ്ടെങ്കിൽ, നിങ്ങൾക്ക് ഏതു നിമിഷം വേണമെങ്കിലും പ്രവർത്തിക്കാം. പക്ഷേ പ്രവൃത്തികൾക്ക് രൂപവും അർത്ഥവും ലഭിക്കുന്നത് നിങ്ങളുടെ കൈയിലാണ്.

നിങ്ങളെ ബാധിച്ച ക്യാൻസർ രോഗത്തെക്കുറിച്ച് പരമാവധി വിവരങ്ങൾ ശേഖരിക്കാൻ ആണ് നിങ്ങൾ ഒരുങ്ങുന്നതെങ്കിൽ, അവ വ്യക്തമായി മനസ്സിലാക്കുകയും സ്വയം വഴികൾ തെളിക്കുകയും ചെയ്യുക. മാത്രമല്ല, ഭയത്തിനും ആവലാതികൾക്കും അടിമപ്പെടാതെ, സ്വന്തം ആരോഗ്യത്തിന്റെ ഉത്തരവാദിത്തമേറ്റെടുക്കുക. ഡോക്ടറോട് ചോദിക്കാനുള്ള സംശയങ്ങളെല്ലാം കുറിച്ചുവെക്കുന്നതും, രോഗബാധയെക്കുറിച്ച് കുടുംബത്തോട് എങ്ങനെ പറയുമെന്ന് കൃത്യമായി തീരുമാനിക്കുന്നതും നല്ലതായിരിക്കും.

നിങ്ങൾ കണ്ടതുപോലെതന്നെ, അവബോധത്തെയും അംഗീകാരത്തെയും സംയോജിപ്പിച്ച്, മൂല്യവും അറിവുമുള്ള പ്രവർത്തികളിലൂടെ ജീവിതത്തെ മെച്ചപ്പെടുത്തുകയാണ്, ഉൾക്കൊള്ളലും പ്രതിബദ്ധതയും എന്ന മറുമരുന്ന് ചെയ്യുന്നത്. നിങ്ങൾക്ക് ജീവിതത്തോടും നിങ്ങളോട് തന്നെയുമുള്ള ബന്ധം തന്നെ മാറ്റം കാണുകയാണ്. ബാഹ്യശക്തികൾക്ക് നിങ്ങളുടെ മേലുള്ള സ്വാധീനം കുറയ്ക്കുകയും, ആത്മനിയന്ത്രണം വർദ്ധിപ്പിക്കുകയും ചെയ്യുന്നു. നിങ്ങൾക്ക് ചുറ്റുപാടുകളിൽ മാറ്റം വരുത്താൻ കഴിയുന്നില്ലെങ്കിൽ, നിങ്ങളിലെ ഉൾക്കൊള്ളുന്ന അംശം അവയുമായി ധാരണയിലെത്തുന്നു. ചുറ്റുപാടുകളിൽ മാറ്റം വരുത്താൻ നിങ്ങൾക്കു കഴിയുമെങ്കിൽ, അധികാരബോധവും ബോധപൂർവ്വവുമായ സ്ഥാനത്തു നിന്നുകൊണ്ടത് ചെയ്യുക. കൂടാതെ, നിങ്ങളുടെ പ്രവൃത്തികൾ നിങ്ങളുടെ ജീവിതോദ്ദേശ്യത്തെ അനുകൂലിക്കുന്നത് ഉറപ്പു വരുത്തുക. ദൈനംദിന ജീവിതത്തിൽ ആത്മജ്ഞാനത്തിന്റെ പ്രായോഗികതയും ആവശ്യകതയും വെളിപ്പെടുത്തുന്ന ഒരു മാർഗ്ഗമായി അതിനെ കാണുക—അതുപോലെ വ്യക്തിപരമായി കൂടുതൽ അർത്ഥവത്തായതും.

ഇനി, മുകളിൽ പറഞ്ഞ കാര്യങ്ങളെല്ലാം ഒരുപാടുള്ളതായും ഓർത്തുവെക്കാൻ ബുദ്ധിമുട്ടുള്ളതായും തോന്നിയേക്കാം! പക്ഷേ, ഉൾക്കൊള്ളലും പ്രതിബദ്ധതയും എന്ന മറുമരുന്ന് നിങ്ങളുടെ ജീവിതത്തിലേക്ക് കൊണ്ടുവരാൻ ഒരു എളുപ്പവഴിയുണ്ട്.

മൂന്ന് കാര്യങ്ങൾ ഓർക്കുക :

ഉൾക്കൊള്ളുക – ഈ നിമിഷമുണ്ടാകുന്ന ഉള്ളിലെ അനുഭവങ്ങളെ അംഗീകരിക്കുക.

തിരഞ്ഞെടുപ്പ് – മൂല്യവത്തായ മാർഗ്ഗം തിരഞ്ഞെടുക്കുക.

പ്രവർത്തനം – ആ മാർഗ്ഗത്തിൻ പ്രകാരം പ്രവർത്തിക്കുക.

ഉദാഹരണത്തിന് :

ഉൾക്കൊള്ളുക. സുഹൃത്തുക്കൾ തങ്ങളുടെ പരിപാടികൾക്ക് നിങ്ങളെ ക്ഷണിക്കാതെ അവഗണിച്ചുവെന്ന് മനസ്സിലാക്കിയ നിങ്ങൾ വിഷമത്തിലാണ്. അത് ഉൾക്കൊണ്ട്, മനസ്സിലാക്കി, നിങ്ങളിലെ നിരീക്ഷകന്റെ കണ്ണിലൂടെ, അതിനെ അവഗണിക്കാതെയും മുൻധാരണകളില്ലാതെയും നോക്കിക്കാണുക.

തിരഞ്ഞെടുപ്പ്. ബന്ധങ്ങളിൽ സഹാനുഭൂതിയും അനുകമ്പയുമാണ് നിങ്ങൾക്ക് പ്രധാനമെന്ന് കരുതുക. നിങ്ങളുടെ സുഹൃത്തുക്കൾ മനസ്സിലാക്കിയാലും ഇല്ലെങ്കിലും, നിങ്ങളുടെ ഉള്ളിൽ ജന്മനാ മൂല്യമുണ്ടെന്ന ബോധത്തോടെ, സ്വയം സ്നേഹിക്കുകയും, അവരോട് പൊറുക്കുകയും അവരുടെ തെറ്റ് മറക്കുകയും ചെയ്യുക.

പ്രവർത്തനം. അവഗണിക്കപ്പെട്ടുവെന്ന വിഷമത്തിലിരിക്കാതെ, മറ്റൊരു സുഹൃത്തുമായി സമയം ചിലവഴിക്കുകയോ, അല്ലെങ്കിൽ സന്തോഷം ലഭിക്കുന്ന മറ്റെന്തെങ്കിലും പ്രവൃത്തികളിലേർപ്പെടുകയോ ചെയ്യുക.

അമിതചിന്തകൾക്കുമേൽ മേൽക്കൈ നേടുക

അടുത്ത അധ്യായത്തിൽ, ഉൽക്കണ്ഠാജനകമായ ചിന്തകളുടെ ഉള്ളടക്കത്തെക്കുറിച്ചും, ആ ചിന്തകളെ എങ്ങനെ വേർപെടുത്താമെന്നും, അവ നമുക്ക് അനുകൂലമായി എങ്ങനെ മാറ്റി എഴുതാമെന്നും നമ്മൾ വിശദമായി കാണുവാൻ പോകുന്നു. എന്നിരുന്നാലും, തൽക്കാലം, കടന്നു ചിന്തിക്കുക എന്ന പ്രതിഭാസത്തെക്കുറിച്ച് നമുക്ക് ബോധവാന്മാരാകാം; അതായത്, അമിതചിന്ത. അമിത ചിന്തയും ഉൽക്കണ്ഠയും പരസ്പര പൂരകങ്ങളാണ്. വാസ്തവത്തിൽ, ഉൽക്കണ്ഠ സൃഷ്ടിക്കുന്ന ഒരു യന്ത്രമാണ് അമിതചിന്തയെന്ന് പറയാം!

സാധാരണഗതിയിൽ, നിങ്ങളുടെ തലച്ചോറ്, പ്രശ്നങ്ങൾ പരിഹരിക്കാനും പുതിയ കാര്യങ്ങൾ സൃഷ്ടിക്കാനും ലക്ഷ്യങ്ങൾ തിരിച്ചറിയാനും സഹായിക്കുന്ന ഒരു അത്ഭുതകരമായ ഉപകരണമാണ്. ചിന്തിക്കുക എന്നത് *മനോഹരമാണ്.* നിങ്ങളുടെ പൂർവ്വികരെ പഠിക്കാനും അപകടങ്ങൾ ഒഴിവാക്കാനും അവരുടെ പരിസ്ഥിതിയെ ശരിയായി വിലയിരുത്താനും അത് സഹായിച്ചിരുന്നു. എന്നാൽ, അതേ മാനസിക പ്രക്രിയ, നിയന്ത്രണാതീതമായാൽ ഒരു പേടിസ്വപ്നമായും മാറാം. പഴമക്കാർ പറയാറുള്ളതുപോലെ, മനസ്സ് ഒരു നല്ല ദാസനാണ്, പക്ഷേ ഭീകരനായ ഒരു യജമാനനും.

അമിതചിന്തയെ നിങ്ങൾ എങ്ങനെ തിരിച്ചറിയും?

ഒരേ കാര്യത്തിലൂടെ വീണ്ടും വീണ്ടും കടന്നുപോകുക, സ്വയം തർക്കിക്കുക, വരുംവരായ്കകളെക്കുറിച്ചു ചിന്തിക്കുക, സ്വയം ഇറങ്ങിച്ചെല്ലുക, ചിന്തിക്കുന്നത് നിർത്താൻ ശ്രമിച്ച് പരാജയപ്പെടുക, അല്ലെങ്കിൽ സാങ്കൽപ്പിക സാഹചര്യങ്ങളും ചർച്ചകളും മെനഞ്ഞെടുക്കുക... ഇവയെല്ലാം അമിതചിന്തയുടെ ഭാഗമാണ്. ഇവയെല്ലാം ഗുണകരമാണെന്നാണ് നമ്മുടെ മനസ്സ് കരുതുന്നത്, എന്നാൽ ഉൽക്കണ്ഠയുടെ സമ്മർദ്ദത്താൽ നമ്മുടെ സമനില തെറ്റുംവരെ ഒരേ കാര്യങ്ങളെ വീണ്ടും വീണ്ടും ചിന്തിപ്പിക്കുകയാണ് അവ ചെയ്യുന്നത്. സാധാരണ ചിന്തയും അമിതചിന്തയും തമ്മിലുള്ള വ്യത്യാസം എന്താണ്? ഉത്തരം ലളിതമാണ് : പ്രശ്നങ്ങൾ പരിഹരിക്കാനും, പാഠങ്ങൾ ഉൾക്കൊള്ളാനും സാധാരണ ചിന്ത നമ്മെ സഹായിക്കുന്നു. അമിതചിന്ത ഉപയോഗശൂന്യമാണ് – അത് ചെയ്യുന്ന ഒരേയൊരു കാര്യം നമ്മുടെ സമനില തെറ്റിക്കലാണ്.

നമ്മളെല്ലാവരും ചില സമയങ്ങളിൽ അമിതമായി ചിന്തിക്കാറുണ്ട് എന്നത് സത്യം തന്നെയാണ്. ചില ചിന്തകളിൽ നിന്നും പുറത്തുവരാൻ കഴിയാതെ നമ്മൾ കുടുങ്ങിപ്പോകാറുമുണ്ട്. എന്നാൽ ആ ചിന്തകളോട് എങ്ങനെ പ്രതികരിക്കണമെന്ന് നമുക്ക് തീരുമാനിക്കാം. നമുക്ക് ആകാംക്ഷയും ഉണർവ്വും നിറഞ്ഞ ഒരു തുറന്ന മനസ്സ് നിലനിർത്തി, എന്തുകൊണ്ടാണ് നമ്മൾ അമിതമായ ചിന്തകളിലേക്ക് കടക്കാറുള്ളതെന്ന് പരിശോധിക്കാം. സാധാരണയായി, ഈ രണ്ട് കാര്യങ്ങളിൽ ഒന്നാണ് നമ്മൾ ചെയ്യാൻ ശ്രമിക്കുന്നത് :

- ഭാവിക്കായി തയ്യാറെടുക്കുക
- ഭൂതകാലത്തിൽ നിന്ന് പാഠം ഉൾക്കൊള്ളുക

നാം എന്തിനെക്കുറിച്ചെങ്കിലും ആകുലപ്പെട്ടുമ്പോഴും ആലോചിക്കു മ്പോഴും നമുക്ക് *താൽക്കാലികമായി* സമ്മർദ്ദം കുറയുന്നതായി ഗവേഷണങ്ങൾ തെളിയിക്കുന്നു. ശേഷം, ആ ആകുലത നമ്മളെ നിയന്ത്രണബോധം വീണ്ടെടുത്തു എന്ന മിഥ്യാ ബോധത്തിലേക്ക് കൊണ്ടുപോകുന്നു. അതായത് നാം കൂടുതൽ വിഷമിക്കുമ്പോൾ, ഭാവിയിലെ ഒരു സാഹചര്യത്തിനായി നമ്മൾ നന്നായി തയ്യാറെടുക്കുന്നുവെന്നും അല്ലെങ്കിൽ കഴിഞ്ഞ കാര്യത്തെ നാം മറികടന്നുവെന്നും ഒക്കെയുള്ള തോന്നലുകൾ സൃഷ്ടിക്കുന്നു. എന്നാൽ ആ ആശ്വാസം ഒരു മിഥ്യയാണ്, ഹ്രസ്വകാലത്തേക്കു മാത്രമുള്ളവ. കാരണം, അത് യഥാർത്ഥത്തിൽ ഒരു ലക്ഷ്യവും നിറവേറ്റുന്നില്ല.

നിങ്ങൾ ചിന്തിക്കുകയല്ല, അമിതമായി ചിന്തിക്കുകയാണ് എന്നു മനസ്സിലാക്കാനുള്ള വലിയൊരു സൂചനയാണ്, ഒരേ കാര്യത്തിൽ തന്നെ വീണ്ടും വീണ്ടും കറങ്ങിത്തിരിയുക എന്നത്. സാധാരണ ചിന്തയ്ക്ക് ഒരു തുടക്കവും അവസാനവുമുണ്ട്, അതേസമയം അമിത ചിന്ത ഒരേ പാതയിലൂടെ വീണ്ടും വീണ്ടും അലഞ്ഞുതിരിഞ്ഞു കൊണ്ടേയിരിക്കുന്നു. ഇത് ആത്യന്തികമായി ഒരു ഗുണവും ചെയ്യില്ല, മാത്രമല്ല ഇത് പുതിയ ഉൾക്കാഴ്ചകളൊന്നും നൽകുന്നുമില്ല; അതായത്, നിങ്ങൾ പുതിയതായി ഒന്നും പഠിക്കുന്നില്ല.

അമിതചിന്തയുടെ ഒരു പ്രധാന സ്വഭാവമാണ് അതിന്റെ അമിതമായ വൈകാരികത. ഏറ്റവും മോശം സാധ്യതകളിലും, അതിന്റെ എല്ലാ ഭയാനകമായ വിശദാംശങ്ങളിലുമാണോ നിങ്ങൾ ശ്രദ്ധ കേന്ദ്രീകരിക്കുന്നത്? എങ്കിൽ നിങ്ങൾ അമിതചിന്ത യിലാണ്. ശരിയാണ്, ഏറ്റവും മോശമായ കാര്യം സംഭവി ച്ചേക്കാം, എന്നാൽ ഉണ്ടായേക്കാവുന്ന ഏറ്റവും മോശമായ ഫലങ്ങളിൽ മാത്രം ശ്രദ്ധ കേന്ദ്രീകരിക്കുകയും നല്ലതോ നിഷ്പ ക്ഷമോ ആയ മറ്റു ഫലസാധ്യതകളെ അവഗണിക്കുകയും ചെയ്യുകയാണെങ്കിൽ, നിങ്ങൾ അമിത ചിന്തയിലാകാനാണ് സാധ്യത.

എന്തുകൊണ്ട് നിങ്ങൾ സ്വന്തം ചിന്തകളെ വെല്ലുവിളിക്കാൻ പാടില്ല

ഒരു സാധാരണ രീതി [ഉദാഹരണത്തിന്, അവബോധ പെരുമാറ്റ ചികിത്സയിൽ (CBT)], ഉയർന്നുവരുന്ന ചിന്തകളെ വെല്ലുവിളിക്കുകയും അവയെ കൂടുതൽ കൃത്യമായവ ഉപയോഗിച്ച് മാറ്റിസ്ഥാപിക്കാൻ ശ്രമിക്കുകയുമാണ്. പ്രശ്നമെന്തെന്നാൽ, ഇത് ബുദ്ധിപരമായി ശരിയാണെന്ന് തോന്നുമെങ്കിലും, പ്രായോഗികമായി ഫലം ചെയ്യില്ല. "അനുഭവങ്ങളെ അവഗണിക്കുന്നത്" ഓർക്കുന്നുണ്ടോ? നിങ്ങൾ നിങ്ങളോടുതന്നെ തർക്കിക്കുമ്പോൾ, നിലവിലെ യാഥാർത്ഥ്യത്തോട് നിങ്ങൾ അടിസ്ഥാനപരമായി വിയോജിക്കുകയും ന്യായവിധിയും അസഹിഷ്ണുതയും പുലർത്തുന്ന മനോഭാവം സ്വീകരിക്കുകയും ചെയ്യുന്നു.

നിങ്ങളുടെ മനസ്സിൽ സ്വാഭാവികമായും പൊടുന്നനെയും ഉയർന്നുവരുന്ന ചിന്തകളെ തടയാൻ കഴിയില്ല. അതിനാൽതന്നെ, അതേ കാര്യത്തെക്കുറിച്ച് കാടുകയറി ചിന്തിച്ച് അതിനോടുതന്നെ തർക്കിക്കുകയും പോരടിക്കുകയും ചെയ്യുന്നതിലൂടെ എന്ത് പ്രയോജനമാണ് ഉണ്ടാവുക? വാസ്തവത്തിൽ, ഇങ്ങനെ ചെയ്യുന്നതിലൂടെ പരിഹാരം കണ്ടെത്താൻ കഴിയില്ലെന്നു മാത്രമല്ല, പുതിയ ഉൽക്കണ്ഠകൾക്കും അമിതചിന്തകൾക്കും അത് തുടക്കമാകുകയും ചെയ്യും.

അതെ, നമ്മുടെ ചിന്തകൾ വിവരങ്ങളും പ്രതീകങ്ങളും കഥകളും മാത്രമാണ്. അവ സത്യമായിരിക്കണമെന്നില്ല. എന്നാൽ ആകാംക്ഷയും അനുകമ്പയും നിറഞ്ഞ അന്വേഷണബുദ്ധി സ്വീകരിക്കാൻ നമുക്ക് കഴിയുമെങ്കിൽ, മുൻവിധികളില്ലാതെയും മറ്റു ചിന്തകളിലേക്ക് നയിക്കപ്പെടാതെയും എല്ലാം നമുക്ക് മനസ്സിലാക്കാനാകും. ഏറ്റവും കുറഞ്ഞത്, ചിലപ്പോൾ എന്താണ് "ശരി" എന്നതിനെക്കുറിച്ച് സ്വയം തർക്കിക്കാൻ കഴിഞ്ഞെന്നു വരില്ല. നിങ്ങൾക്ക് പലപ്പോഴും അറിയില്ല! നിങ്ങൾ അജ്ഞാതരുമായി ഇടപഴകുമ്പോൾ, നിങ്ങളിൽ ഉണ്ടായിരിക്കണമെന്ന് കരുതുന്ന ചിന്തയെക്കുറിച്ച് സ്വയം സംസാരിക്കാൻ ശ്രമിക്കുന്നത് ഗുണകരമായിരിക്കില്ല.

പകരം, വിവേകപൂർവ്വമായി ചിന്തിക്കാൻ പരിശീലിക്കുക. സ്വയം വെല്ലുവിളിക്കുകയോ തർക്കിക്കുകയോ ചെയ്യേണ്ട ആവശ്യമില്ല. ഇതൊരു യുദ്ധമല്ല. പകരം, മൃദുത്വവും സൗമ്യതയും ജിജ്ഞാസയും പുലർത്തുക, എന്നിട്ട് സ്വയം ചോദിക്കുക :

ഈ ചിന്ത ഏതെങ്കിലും വിധത്തിൽ എന്നെ സഹായിക്കുന്നുണ്ടോ?

സഹായകരമെന്നാൽ, നമ്മുടെ ലക്ഷ്യത്തിലേക്ക് അത് നമ്മെ നയിക്കുമോ എന്നുള്ള അറിവാണ് അർത്ഥമാക്കുന്നത്. ഒരു ചിന്ത ശരിയാണോ നല്ലതാണോ എന്ന് ചോദിക്കുകയല്ല എന്ന് മനസ്സിലാക്കുക. അതൊരു സദാചാരവിധിയല്ല. കാരണം, ഒരു ചിന്ത സത്യമായിരിക്കാം, പക്ഷേ എന്നാലും അത് തീരെ ഉപയോഗ ശൂന്യവുമായിരിക്കാം. നൂറുശതമാനം കൃത്യമാണെങ്കിലും അത് ഒരു മോശം ആശയമായിരിക്കാം. നമ്മളിൽ പലരും അമിതമായി ചിന്തിക്കുന്നതിൽ കുടുങ്ങിപ്പോകുന്നു, കാരണം നമ്മൾ നല്ലതിനെയും ചീത്തയെയും മുൻവിധിയോടെ കാണുന്നു, മാത്രമല്ല അങ്ങനെ ചെയ്യുന്നതിലൂടെ സ്വയം തളർത്തുകയും ചെയ്യാം. എന്നാൽ ഇത് ഫലപ്രദമായ മാർഗ്ഗമല്ല.

എന്നാൽ, ഒരു കാര്യം ഗുണം ചെയ്യുമോ ഇല്ലയോ എന്ന ചോദ്യത്തിന് ഉത്തരം കണ്ടെത്തുന്നത് എളുപ്പമാണ്. ഇത് കാര്യങ്ങളെ വ്യക്തമായി മനസ്സിലാക്കാനും, അവയെ നിങ്ങളുടെ ജീവിതത്തിലും ജീവിത ലക്ഷ്യത്തിലും ഉൾക്കൊള്ളിക്കാനും സഹായിക്കുന്നു. നമ്മൾ ഉൾക്കൊള്ളലും പ്രതിബദ്ധതയും എന്ന മറുമരുന്നിൽ പ്രാവർത്തിക മാക്കിയതുപോലെ, പ്രവർത്തനമാണ് ഇവിടെ അളവുകോൽ. ഒരു ചിന്ത, നമ്മുടെ മൂല്യങ്ങൾക്കനുസൃതമായി പ്രവർത്തിക്കാൻ കൂടുതൽ പ്രചോദനം നൽകുന്നുവെങ്കിൽ, ആ ചിന്ത സഹായകരമാണെന്ന് പറയാം. ഒരു ചിന്ത നമ്മെ പ്രോത്സാഹിപ്പിക്കുന്നുവെങ്കിൽ, നമ്മെ കൂടുതൽ പ്രതിരോധശേഷിയുള്ളവരാക്കുന്നുവെങ്കിൽ, ഭാവി പദ്ധതി കൾക്കായി ആശയങ്ങൾ നൽകുന്നുവെങ്കിൽ, എന്തിനെയും നേരിടാൻ നമ്മെ സഹായിക്കുന്നുവെങ്കിൽ, അല്ലെങ്കിൽ എന്തെങ്കിലും പഠിപ്പിക്കുന്നുവെങ്കിൽ, അത് സഹായകരമാണ്. നമ്മിലെ ചിന്തയെ വെളിച്ചത്തിലേക്ക് ഉയർത്തിപ്പിടിച്ച് ചോദിക്കുക, **ഇത് യഥാർത്ഥ ത്തിൽ എനിക്കായി എന്താണ് സൃഷ്ടിക്കുന്നത്?**

ചില ഉദാഹരണങ്ങൾ ഈ കാര്യം വ്യക്തമാക്കിത്തരും.

ഇവിടെയൊരു ചിന്തയുണ്ട് : "എന്റെ ഈ ബന്ധം എന്നെ അസന്തുഷ്ടൻ ആക്കുന്നു." ഇതാണ് നിങ്ങളുടെ ചിന്തയെങ്കിൽ, എന്തായിരിക്കും ഫലം? നിങ്ങൾ അസന്തുഷ്ടനായിരിക്കും, നിങ്ങളുടെ ശ്രദ്ധയും ആശങ്കയും ഈ അസന്തുഷ്ടിയിലേക്ക് ആകർഷിക്കപ്പെടും. അതാണ് ഫലം. നിങ്ങളുടെ ചിന്തയിൽ സത്യമുണ്ടായിരിക്കാം,

പക്ഷേ ആ ചിന്ത സത്യത്തിൽ നിങ്ങളെ എങ്ങുമെത്തിക്കുന്നില്ല. ഈ ചിന്ത നിങ്ങളെ നിയന്ത്രിക്കുന്നുവെങ്കിൽ, നിങ്ങൾക്ക് കൂട്ട് വിഷമം മാത്രമായിരിക്കും. നിങ്ങൾക്ക് നിരാശയും മടുപ്പും അനുഭവപ്പെടും.

നിങ്ങൾക്ക് ഇങ്ങനെയും ചിന്തിക്കാം : "പ്രശ്നമൊന്നുമില്ല; വിഷമിക്കേണ്ട കാര്യമില്ല," ഈ ചിന്ത അസത്യവും ഉപയോഗശൂന്യവുമാണ്! ഇങ്ങനെയാണ് നിങ്ങൾ ചിന്തിക്കുന്നതെങ്കിൽ, നിങ്ങൾ എല്ലാം സഹിച്ച്, ഒത്തുപോകാൻ പറ്റാത്ത ഒരു ബന്ധത്തിൽ തുടരുകയും ചെയ്യും.

അവസാനമായി, നിങ്ങൾക്ക് ഇങ്ങനെ ചിന്തിക്കാം, "ഞാൻ ഇനി ഈ ബന്ധത്തിൽ തുടരാൻ ആഗ്രഹിക്കുന്നില്ല, പക്ഷേ ഞാൻ ഇതുവരെ ഒരു തീരുമാനവും എടുത്തിട്ടില്ല. തീരുമാനം എടുക്കാൻ ഞാൻ ഭയപ്പെടുന്നു." ഈ ചിന്ത വ്യത്യസ്തമാണ്. ഇത് അസന്തുഷ്ടി അംഗീകരിക്കുന്നു, അതേ സമയം പ്രശ്നം പരിഹരിക്കാനും നടപടിയെടുക്കാനുമുള്ള ഇടം നൽകുന്നു. ഇത് മറ്റ് രണ്ടിനേക്കാളും വളരെ *ഉപയോഗപ്രദമാണ്*, കാരണം നിങ്ങളെ ഈ ചിന്തയാണ് നയിക്കുന്നതെങ്കിൽ, നിങ്ങൾ പ്രവർത്തിക്കാനും ഒരു തീരുമാനത്തിലെത്താനും നല്ല സാധ്യതയുണ്ട്.

അമിതചിന്തകൾ സഹായകരമാണെന്ന് തോന്നിയേക്കാം, എന്നാൽ ശ്രദ്ധിച്ചുനോക്കിയാൽ മനസ്സിലാകും, അത് സഹായകരമല്ല എന്ന്. അവ നിങ്ങൾക്ക് പ്രായോഗിക വിവരങ്ങൾ നൽകുന്നില്ല, മുന്നോട്ടുള്ള പാത നിർദ്ദേശിക്കുന്നില്ല, പരിഹാരത്തെക്കുറിച്ച് സൂചന നൽകുന്നില്ല. ചിന്തകളെ അവയുടെ പ്രവർത്തനക്ഷമമായ മൂല്യത്തിന്റെ അടിസ്ഥാനത്തിൽ നോക്കിക്കാണാൻ നിങ്ങൾക്ക് കഴിഞ്ഞാൽ, കാഴ്ചപ്പാട് ഉണ്ടാക്കാനും, കൂടുതൽ ഉണർവ്വ് നേടാനും, ചിന്തയെ ഉൽക്കണ്ഠ ജനിപ്പിക്കുന്ന പ്രക്രിയയായല്ലാതെ ഒരു പരിഹാരമാർഗ്ഗമായി ഉപയോഗിക്കാനും നിങ്ങൾക്ക് കഴിയും.

ശരി, നിങ്ങൾക്ക് പരിഹാരങ്ങൾ കാണാൻ കഴിയുന്നില്ലെങ്കിൽ എന്തുചെയ്യും? ചോദ്യം സങ്കീർണ്ണമാണെങ്കിലും, ഉത്തരം ലളിതമാണ് : ചിന്തിക്കുന്നത് നിങ്ങളെ സഹായിക്കുന്നില്ലെങ്കിൽ... ചിന്തിക്കാതിരിക്കുക! വൈകാരികതയും അസ്വസ്ഥതയും കാരണം ആ നിമിഷം നിങ്ങൾക്ക് ഒരു പരിഹാരം കാണാൻ കഴിഞ്ഞെന്ന് വരില്ല, അല്ലെങ്കിൽ കുറച്ചുനേരം മനസ്സിനെ ആശ്വസിപ്പിച്ച് ക്ഷമ

വീണ്ടെടുത്താലേ പരിഹാരം കണ്ടെത്താനാവുകയുള്ളൂ. രണ്ടായാലും, അമിതചിന്ത സഹായിക്കില്ല, വാസ്തവത്തിൽ, കൂടുതൽ കുഴപ്പം ഉണ്ടാക്കുകയേയുള്ളൂ. ഈ സാഹചര്യത്തിൽ, ശ്രദ്ധ മറ്റൊന്നിലേക്ക് വ്യതിചലിപ്പിക്കാൻ ശ്രമിക്കുക. പിന്നീട് പ്രശ്നത്തിലേക്ക് തിരികെ വന്ന്, തെളിഞ്ഞ മനസ്സുകൊണ്ട് കാര്യങ്ങൾ നോക്കിക്കാണുക. നിങ്ങൾ അവഗണിക്കുകയല്ല ചെയ്യുന്നത്; ഒരു പ്രശ്നത്തിന് പരിഹാരം ആവശ്യമാണെന്ന് നിങ്ങൾ ബോധപൂർവ്വം അംഗീകരിക്കുന്നു, എന്നാൽ തൽക്കാലം പരിഹാരം കണ്ടെത്താനുള്ള മാനസികാവസ്ഥയിലല്ല നിങ്ങൾ എന്ന് സ്വയം തിരിച്ചറിയുന്നു.

മുമ്പത്തെ ഭാഗത്തിൽ നിന്ന് മറുമരുന്നിലേക്ക് മടങ്ങുമ്പോൾ, അങ്ങേയറ്റം ഉൽക്കണ്ഠയും അസ്വസ്ഥതയും ഉള്ള സാഹചര്യം നമ്മൾ ചർച്ച ചെയ്തിരുന്നു. അപ്പോൾ നിങ്ങൾ പറഞ്ഞത്, “എനിക്ക് എങ്ങുമെത്താൻ കഴിയുന്നില്ല. ഞാൻ ഇതിൽ നിന്നും കുറച്ച് മാറി, ഒന്ന് ശ്വാസം എടുത്ത്, എന്റെ സമനില വീണ്ടുകിട്ടും വരെ പുറത്ത് കറങ്ങാൻ പോകുകയാണ്.” ഇത് നിങ്ങളെ ശാന്തമാക്കുകയും, അമിതചിന്ത നിങ്ങളെ കീഴ്പെടുത്താത്ത വിധം ആത്മനിയന്ത്രണം വീണ്ടെടുക്കുകയും ചെയ്യുന്നു.

നിങ്ങളുടെ ബുദ്ധി ഒരു ശക്തമായ പ്രശ്നപരിഹാര യന്ത്രം പോലെയാണ്. ചിന്തിക്കുന്നതാണ് അതിന്റെ ജോലി. എന്നാൽ ആത്യന്തികമായി, അതിന്റെ ചുമതല നിങ്ങളിലാണ് (നിങ്ങളുടെ ബോധപൂർവ്വമായ അറിവിലും ഉദ്ദേശ്യത്തിലും). പരിഹരിക്കാൻ കഴിയാത്ത ഒരു പ്രശ്നത്തെക്കുറിച്ച് വേവലാതിപ്പെടുന്നതിൽ നിങ്ങൾ അകപ്പെട്ടുവെങ്കിൽ, നിങ്ങളുടെ പ്രശ്നപരിഹാരയന്ത്രം നിർത്തുകയോ, അല്ലെങ്കിൽ മറ്റൊന്നിലേക്ക് വഴിതിരിച്ചു വിടുകയോ ചെയ്യേണ്ടത് നിങ്ങളാണ്. തടഞ്ഞില്ലെങ്കിൽ, പരിഹാരമില്ലാത്ത ഒരു പ്രശ്നം പരിഹരിക്കാൻ നിങ്ങളുടെ ബുദ്ധി തീവ്രമായി ശ്രമിച്ചുകൊണ്ടേയിരിക്കും. എന്നാൽ നിങ്ങൾക്ക് എപ്പോൾ വേണമെങ്കിലും, നിങ്ങളിലെ പ്രധാനിയായ, നിങ്ങളിലെ നിരീക്ഷകനെ ഉണർത്തി, ഉപയോഗശൂന്യമായ അമിതചിന്തയെ ഒഴിവാക്കാൻ കഴിയും. ഇവിടെയാണ്, സ്വീകാര്യത പ്രസക്തമാകുന്നത്. അത്ര നല്ലതല്ലെങ്കിലും മാറ്റാൻ കഴിയാത്ത ഒരു സാഹചര്യത്തെ അംഗീകരിക്കാനും സ്വീകരിക്കാനും ബോധപൂർവ്വം തീരുമാനിക്കുന്നതാണ് ഇത് അർത്ഥമാക്കുന്നത്. നമ്മുടെ മനസ്സിനെ നിയന്ത്രിച്ച്, പറയുക, “നന്ദിയുണ്ട് മസ്തിഷ്കമേ, പക്ഷേ നിന്റെ പ്രശ്നപരിഹാര കഴിവുകൾ ഇനി ആവശ്യമില്ല.”

നിങ്ങളുടെ ചിന്തകളെ വെല്ലുവിളിക്കുകയോ അവയുമായി യുദ്ധം ചെയ്യുകയോ ആവശ്യമില്ലെന്ന് ഓർക്കുക. നിങ്ങൾ ആ ചിന്തകളെ നിർത്താൻ ശ്രമിക്കേണ്ടതില്ല. പകരം, ഒരു മനുഷ്യനെന്ന നിലയിൽ, എല്ലാത്തരം ചിന്തകളും നിങ്ങളുടെ മനസ്സിൽ ഉയർന്നുവരുമെന്ന് അറിയുക – സഹായകരവും അല്ലാത്തതും, സത്യവും അസത്യവും. എന്നാൽ, അവയെല്ലാം ചിന്തകൾ മാത്രമാണ്. നിങ്ങൾക്ക് എല്ലായ്പ്പോഴും അവയെക്കുറിച്ച് ബോധവാനാകാനും, എന്താണ് സംഭവിക്കുന്നതെന്ന് ശ്രദ്ധിക്കാനും, അവ രൂപപ്പെടുമ്പോൾ തന്നെ എന്തുചെയ്യണമെന്ന് സ്വയം തീരുമാനിക്കാനും കഴിയും.

സഹായകമായ ഒരു ചിന്തയ്ക്ക് നിങ്ങളെ നയിക്കാനും, നിങ്ങളെ പ്രചോദിപ്പിക്കാനും, ഒരു പരിഹാരം കാണാൻ സഹായിക്കാനും, നിങ്ങൾക്ക് ഒരു ഉൾക്കാഴ്ച്ച നൽകാനും കഴിയും.

സഹായകമല്ലാത്ത ചിന്ത നിങ്ങളെ ഒരേയിടത്തിൽ കുരുക്കിയിടുന്നു. ഇത് നിങ്ങളുടെ അവബോധത്തെ പരിമിതപ്പെടുത്തുകയും, സ്വന്തം സൃഷ്ടിയുടെ വിചിത്രമായ ഒരു തുരങ്കത്തിൽ നിങ്ങളെ അകപ്പെടുത്തുകയും ചെയ്യുന്നു. ആ തുരങ്കത്തിനുള്ളിൽ, പ്രധാനപ്പെട്ട വിവരങ്ങൾ നഷ്ടപ്പെടുന്നു!

എന്നിരുന്നാലും, ശാന്തവും സ്വസ്ഥവുമായ ആത്മനിയന്ത്രണമുള്ള മനസ്സിൽ, ശുദ്ധവും നിഷ്കളങ്കവുമായ “നല്ല” ചിന്തകൾ മാത്രമേ ഉണ്ടാവുകയുള്ളൂ എന്നർത്ഥമാകുന്നില്ല. പകരം, നമുക്ക് സാധാരണ പോലെയുള്ള എല്ലാ ചിന്തകളും ആശയങ്ങളും ഉണ്ടാകും. എന്നാൽ നമുക്ക് ഇപ്പോൾ ആ ചിന്തകളെ ദൂരെ നിന്ന് വീക്ഷിക്കാനും, ആ ചിന്തകളിൽ ഏതെങ്കിലും നമുക്കും നമ്മുടെ മൂല്യങ്ങൾക്കും വേണ്ടി പ്രവർത്തിക്കുന്നവയാണോ എന്ന് ബോധപൂർവ്വം മനസ്സിലാക്കാനും കഴിയും. അത് ഒരു ചിന്ത മാത്രമാണ് എന്നും ആ ഒരു ചിന്ത കൊണ്ട് ഒരു ഗുണവുമില്ലെന്ന് അറിയുന്നതും ഒരു സ്വാതന്ത്ര്യമാണ്!.

ഉള്ളിലെ നിരീക്ഷകനെ ഉണർത്തി, എന്താണ് പ്രധാനമെന്ന് മനസ്സിലാക്കി തീരുമാനിക്കലാണ്, അനാവശ്യമായ അമിത ചിന്തകളിൽ നിന്നും രക്ഷപ്പെടാനുള്ള വഴി. നമുക്ക് ആ ചിന്തകളെ അരിച്ചുപെറുക്കി, ഉപയോഗപ്രദമായത് തിരഞ്ഞെടുക്കാനും ഉപയോഗപ്രദമല്ലാത്തത് ഉപേക്ഷിക്കാനും കഴിയും. എങ്ങനെ പ്രവർത്തിക്കണം എന്നോ അല്ലെങ്കിൽ പ്രവർത്തിക്കുക തന്നെ വേണ്ടതുണ്ടോ എന്നോ നമുക്ക് തീരുമാനിക്കാൻ കഴിയും. നമ്മുടെ

സുസ്ഥിര അവബോധത്തിലും പ്രവർത്തനത്തിലുമാണ് നമ്മുടെ ശക്തി സ്ഥിതി ചെയ്യുന്നത്—നമ്മുടെ ചിന്തകൾക്ക് നമ്മെ നിയന്ത്രിക്കാനോ കുടുക്കാനോ കഴിയില്ല.

ശാക്തീകരണ തന്ത്രങ്ങൾ

ചിന്തയല്ല പ്രശ്നം. ചിന്തകളെ നിങ്ങൾ എങ്ങനെ കാണുന്നു എന്നതാണ് പ്രധാനം.

ഒരിക്കൽ തിരിച്ചറിഞ്ഞാൽ, ഉപയോഗശൂന്യമായ അമിതചിന്തകളെ നിങ്ങളുടെ ജീവിതത്തിന് മൂല്യവും സഹായവും നൽകുന്ന പ്രവർത്തനങ്ങളായി പുനഃക്രമീകരിക്കാൻ കഴിയും. ഓർക്കുക, നാം വൈജ്ഞാനികമായി "സംയോജിപ്പിക്കപ്പെടുമ്പോൾ", നമ്മുടെ ചിന്തകൾ സർവ്വശക്തമാണെന്നും, നമ്മെ ഭരിക്കുന്ന പരമമായ അനിഷേധ്യ സത്യമാണെന്നും നാം അനുസരിക്കേണ്ടതുണ്ടെന്നും നമ്മൾ വിശ്വസിക്കുന്നു. പക്ഷേ അതൊരു മിഥ്യയാണ്, ശരിക്കും നമ്മുടെ കൈയിലാണ് നിയന്ത്രണം. നിങ്ങൾ ഇത് തിരിച്ചറിഞ്ഞുകഴിഞ്ഞാൽ, അമിത ചിന്തകളിൽ നിന്ന് പുറത്തുകടന്ന്, നിങ്ങളുടെ ഉള്ളിലെ ആഴത്തിലുള്ള ശാന്തതയെ കണ്ടെത്തുവാൻ എളുപ്പമാണ്. നിങ്ങളുടെ മാനസികാവസ്ഥ മാറ്റാനും, നിങ്ങളുടെ ശക്തിയെക്കുറിച്ച് സ്വയം ബോധ്യപ്പെടുത്താനുമുള്ള ചില വഴികൾ ഇതാ.

നിങ്ങളുടെ അമിതചിന്തയുടെ ഉറവിടം മനസ്സിലാക്കുക

തുടർച്ചയായ അമിതചിന്താ ശീലം ചില ഉദ്ദേശ്യങ്ങൾ നിറവേറ്റുന്നു – അതെന്താണ്? എന്ത് മാനസിക ആവശ്യകതയാണ് ഇത് നിറവേറ്റുന്നത്? സാധാരണഗതിയിൽ, അമിതചിന്ത പ്രശ്നപരിഹാരമായി അനുഭവപ്പെടുന്നു, അത് ആത്മനിയന്ത്രണം നൽകുന്നതായി തോന്നിക്കുന്നു. ചിലപ്പോൾ, നിസ്സഹായതയും ദൗർബ്ബല്യവും നമ്മളെ ഈ മോശം ശീലത്തിലേക്ക് തിരികെ കൊണ്ടെത്തിക്കുന്നു. ചിലപ്പോൾ, അനിശ്ചിതത്വത്തെക്കുറിച്ചുള്ള ഉൽക്കണ്ഠ കുറയ്ക്കുമെന്നുള്ള വിശ്വാസത്താൽ നാം അമിതമായി ചിന്തിക്കുന്നു. ചില ആളുകൾക്ക്, അമിതമായി ചിന്തിക്കുന്നത് ഒരു മാനസികോല്ലാസമോ അല്ലെങ്കിൽ മറ്റുള്ളവരെക്കാൾ താൻ ശ്രേഷ്ഠനാണെന്ന് തോന്നുന്നതിനോ ഉള്ള

ഒരു മാർഗ്ഗമാണ്. എന്തുതന്നെയായാലും, നിങ്ങളുടെ ജീവിതത്തിൽ അമിതചിന്ത വഹിക്കുന്ന പങ്ക് നിങ്ങൾക്ക് കൃത്യമായി ചൂണ്ടിക്കാണിക്കാൻ കഴിയുമെങ്കിൽ, ആ ആവശ്യം കൂടുതൽ ഉപയോഗപ്രദമായി നിറവേറ്റുന്നതിനുള്ള നടപടികൾ നിങ്ങൾക്ക് സ്വീകരിക്കാം; ഉപയോഗപ്രദമായി എന്ന് ഉറപ്പിച്ച് പറയട്ടെ. എല്ലായ്പ്പോഴും നിയന്ത്രണം നമ്മുടെ കൈയിലായിരിക്കില്ല എന്ന ബോധ്യം തരുന്ന അസ്വസ്ഥതയും, അനിശ്ചിതത്വവും സഹിക്കാൻ പഠിക്കുന്നതിനുള്ള വഴികൾ നിങ്ങൾ കണ്ടെത്തേണ്ടതുണ്ട്.

നിയന്ത്രണം ഉപേക്ഷിക്കുന്നത് വളരെ ഭയാനകമാണെന്ന് തോന്നിയേക്കാം, എന്നാൽ അല്പം പ്രതീക്ഷ, മറ്റുള്ളവരിലുള്ള വിശ്വാസം, അല്ലെങ്കിൽ നിങ്ങൾക്ക് അറിയാനോ നിയന്ത്രിക്കാനോ കഴിയാത്ത കാര്യങ്ങളെ സ്വീകരിക്കാനാവുന്നത് യഥാർത്ഥത്തിൽ നിങ്ങളുടെ ഉൽക്കണ്ഠയെ കുറയ്ക്കും എന്നതാണ് സത്യം. മറ്റുള്ളവർക്ക് നിയന്ത്രണം വിട്ടുകൊടുത്തുകൊണ്ട് നിങ്ങൾക്ക് നിങ്ങളുടെ സഹിഷ്ണുത പതിയെ വളർത്തിയെടുക്കാൻ കഴിയും (പലപ്പോഴും, ഇത് നിയന്ത്രണത്തെക്കുറിച്ചുള്ള മിഥ്യാധാരണയും ആവാം!).

ദയയും ക്ഷമയും പരിശീലിക്കുക

ഒരുപക്ഷേ നിങ്ങൾ പലപ്പോഴും മുൻകാല തെറ്റുകൾ, തർക്കങ്ങൾ, നീരസങ്ങൾ മുതലായവയെക്കുറിച്ച് ചിന്തിക്കുന്നുണ്ടാകാം. നിങ്ങൾക്ക് ക്ഷമിക്കാനോ മറക്കാനോ കഴിയില്ല, നിങ്ങളുടെ ജീവിതത്തിലെ മോശം സാഹചര്യങ്ങളെ അയവിറക്കുന്നു, എന്നിട്ട് ഒന്നുകിൽ സ്വയം കുറ്റപ്പെടുത്തുന്നു അല്ലെങ്കിൽ മറ്റുള്ളവരെ കുറ്റപ്പെടുത്തുന്നു. ഈ അവസ്ഥയിൽ, ക്ഷമയും അനുകമ്പയും മാത്രമാണ് പ്രതിവിധി. പലരും ക്ഷമിക്കാൻ മടിക്കുന്നതിന്റെ കാരണം, ക്ഷമയെക്കുറിച്ചുള്ള തെറ്റിദ്ധാരണയാണ് : ക്ഷമ എന്നത് നിങ്ങൾ മറ്റുള്ളവർക്കു വേണ്ടിയല്ല, മറിച്ച് നിങ്ങൾക്കുവേണ്ടി ചെയ്യുന്ന ഒന്നാണ്. ഇത് വേദനയെയോ ഭൂതകാലത്തെയോ ഇല്ലാതാക്കുന്നില്ല. അവയെ ബോധപൂർവ്വം മറികടക്കാനാണ് അത് നിരന്തരം നിങ്ങളെ പ്രാപ്തരാക്കുന്നത്. സ്വയമോ അല്ലെങ്കിൽ മറ്റാരെയെങ്കിലുമോ പൊറുക്കുന്നതുകൊണ്ട് നിങ്ങൾ എല്ലാം മറക്കും എന്നോ, അതുപോലെ ശരിയല്ലാതെ സംഭവിച്ചതിനെ ശരിയാണെന്ന് നിങ്ങൾ അംഗീകരിക്കുന്നു എന്നോ അർത്ഥമില്ല. തെറ്റായ കാര്യങ്ങളെ നിങ്ങൾ

സഹിക്കുന്നു എന്നോ, അനീതിയെ അവഗണിക്കുകയോ ചെറുതായി കാണുകയോ ചെയ്യുന്നുവെന്നോ അർത്ഥമില്ല. നിങ്ങളെ സഹായിക്കാൻ കഴിയുന്ന കാര്യങ്ങളിൽ ശ്രദ്ധ കേന്ദ്രീകരിക്കാൻ നിങ്ങൾ ബോധപൂർവ്വം തീരുമാനിക്കുന്നു എന്നുമാത്രമാണ് ഇതിനർത്ഥം. ഈ ക്ഷമിക്കുന്നതുമായി മറ്റുള്ളവർക്ക് യാതൊരു ബന്ധവുമില്ല; ആ സാഹചര്യത്തെ മറികടക്കാൻ നിങ്ങൾ നിശബ്ദമായെടുക്കുന്ന ഒരു സ്വകാര്യ തീരുമാനമാണത്, അതിന് ആരുടെയും അനുവാദമോ തീർപ്പോ വേണ്ടെന്ന ദൃഢനിശ്ചയമെടുക്കുക.

3 M തന്ത്രം

അവസാനമായി, സാഹചര്യസമ്മർദ്ദം മൂലമുണ്ടാകുന്ന ഉൽക്കണ്ഠ നിറഞ്ഞ, അമിത ചിന്തകളിൽ നിന്നും സ്വയം പുറത്തുകടക്കാൻ വളരെ മൂർത്തവും പ്രായോഗികവുമായ ഒരു മാർഗ്ഗമുണ്ട്. ഇതിനെ 3 M തന്ത്രം എന്ന് വിളിക്കുന്നു :

ചലിക്കുക (Move)

നിർമ്മിക്കുക (Make)

കൂട്ടുമുട്ടുക (Meet)

ചില നേരങ്ങളിൽ, അനാവശ്യ ചിന്തകളിൽ പെട്ടുഴലുന്ന നിങ്ങളെ പുറത്ത് കൊണ്ടുവരാനും, ബോധപൂർവ്വം തീരുമാനങ്ങൾ എടുക്കാൻ പ്രാപ്തമായ തെളിഞ്ഞ മാനസികാവസ്ഥ വീണ്ടെടുക്കാനും, ഉടനടി ഫലം നൽകുന്ന ചെപ്പടിവിദ്യകൾ ആവശ്യം വരാറുണ്ട്.

ആദ്യം, നിങ്ങൾക്ക് മറികടക്കാൻ കഴിയുമോ എന്ന് നോക്കുക. സ്വന്തം ചിന്തകളിൽ നിന്നും പുറത്തുകടന്ന്, അല്പം ആരോഗ്യപരമായ കാര്യങ്ങളിലേക്ക് ശ്രദ്ധ ചെലുത്തുക. ജിമ്മിൽ പോകാം, നടക്കാൻ ഇറങ്ങാം, അല്ലെങ്കിൽ അടുക്കളഭാഗത്ത് കുറച്ച് നേരം നൃത്തം ചെയ്യാം.

നിങ്ങൾക്കും എന്തെങ്കിലും നിർമ്മിച്ചെടുക്കാം. ഒരു ഗുണവുമില്ലാത്ത, ദുർബ്ബലവും ഉപയോഗശൂന്യവുമായ മാനസിക പ്രവർത്തനമാണ് അമിതചിന്തയുടെ സവിശേഷത. സർഗ്ഗാത്മകവും ഉപയോഗപ്രദവുമായ പ്രവർത്തനത്തിലേക്ക് ആഴ്ന്നിറങ്ങുന്നതിലൂടെ, ഉദാഹരണത്തിന്, എന്തെങ്കിലും നിർമ്മിക്കുകയോ മറ്റോ ചെയ്ത് ഇതിനെ

പ്രതിരോധിക്കുക. എന്താണ് നിർമ്മിക്കുന്നത് എന്നത് പ്രശ്നമല്ല; ചിന്തകളിൽ അകപ്പെട്ടു കിടക്കുന്നതിനു പകരം, പുതിയ എന്തെങ്കിലുമൊന്ന് ലോകത്തിലേക്ക് കൊണ്ടുവരാൻ നടപടിയെടുക്കുക. കേക്ക് ഉണ്ടാക്കുക, കുറച്ച് വീട്ടുജോലികൾ ചെയ്യുക, അല്ലെങ്കിൽ കുറച്ച് കലാസൃഷ്ടികൾ ഉണ്ടാക്കാൻ ശ്രമിക്കുക, ഒരു ചിത്രം വരയ്ക്കുക, ഇളകിയിരിക്കുന്ന ഒരു ജോടി ഷൂസ് നന്നാക്കുക, അലങ്കാരത്തുന്നൽ പരീക്ഷിക്കുക, അല്ലെങ്കിൽ നിങ്ങളുടെ അലമാര ഒരുക്കുക.

അവസാനമായി, നിങ്ങൾക്ക് ആരെങ്കിലുമായി കൂടിക്കാഴ്ച നടത്താൻ ശ്രമിക്കാം. അമിതചിന്ത വളരെ ആന്തരികവും സ്വകാര്യവുമാണ്, ബാഹ്യ പരിതസ്ഥിതികളാൽ അവ നിയന്ത്രിക്കപ്പെടാത്തതും സ്വാധീനിക്കപ്പെടാത്തതുമായതിനാൽ അവ അകന്നുപോകുന്നു. സമൂഹവുമായുള്ള സമ്പർക്കം നിങ്ങളെ ശാന്തമാക്കുകയും നിങ്ങൾക്ക് കാഴ്ചപ്പാട് നൽകുകയും ചെയ്യുന്നു, അതുപോലെ തന്നെ നിങ്ങൾക്ക് സംയമനം നൽകി സന്തോഷവും ഉണർവ്വും പ്രദാനം ചെയ്യുന്നു. നിങ്ങളുടെ സ്വന്തം ചിന്തകളിൽ ബന്ധനസ്ഥൻ ആവുന്നതിൽ നിന്ന് മുക്തി നേടാനുള്ള വളരെ ഫലപ്രദമായ മാർഗ്ഗമാണിത്.

മാനസികനില മെച്ചപ്പെടുത്താനുള്ള 4A തന്ത്രം

ഇത് 3 M തന്ത്രവുമായി സാമ്യമുള്ള ഒന്നാണ്. സമ്മർദ്ദത്തിന്റെയും അമിത ചിന്തയുടെയും കൊടുങ്കാറ്റിൽപ്പെട്ടവർക്ക് ഈ തന്ത്രം ഒരു രക്ഷ തന്നെയായിരിക്കും. ഇത് ധ്യാനത്തേക്കാൾ എളുപ്പമാണ്, ദൈനംദിന ജീവിതത്തിലെ സമ്മർദ്ദങ്ങളെ അതിവേഗം കൈകാര്യം ചെയ്യാൻ ഇത് നിങ്ങളെ സഹായിക്കും. നിങ്ങൾ ഓർത്തുവെക്കേണ്ടത് നാല് കാര്യങ്ങളാണ് : **ഒഴിവാക്കുക** (avoid), **മാറ്റുക** (alter), **അംഗീകരിക്കുക** (accept), **പൊരുത്തപ്പെടുത്തുക** (adapt). ഏതൊരു ജീവിത സമ്മർദ്ദത്തോടും പ്രതികരിക്കാൻ ഈ നാല് വഴികൾ മാത്രമേ യഥാർത്ഥത്തിൽ ഉള്ളൂ എന്നറിയുന്നത് തന്നെ ഒരു ആശ്വാസമാണ്. കഴിയുമെങ്കിൽ, അത് നിങ്ങളുടെ മനസ്സിൽ ഉറപ്പിക്കുകയും, പെട്ടെന്ന് കാണാനും ഓർക്കാനും കഴിയുംവിധം എവിടെയെങ്കിലും കുറിച്ചിടുകയും ചെയ്യുക.

നിങ്ങൾക്ക് ആദ്യം ചെയ്യാൻ കഴിയുന്നത് **ഒഴിവാക്കുക** (avoid) എന്നതാണ്.

ഇത് എളുപ്പമാണോ എന്ന സംശയം ഉണ്ടായേക്കാം, പക്ഷേ ജീവിതത്തിൽ നിങ്ങൾക്ക് ഒഴിവാക്കാൻ കഴിയുന്ന ഒരുപാട് പ്രതികൂല സാഹചര്യങ്ങളുണ്ട്. ജീവിതത്തിലെ എല്ലാ കാര്യങ്ങളും നമുക്ക് നിയന്ത്രിക്കാൻ കഴിയില്ല, എന്നാൽ സമ്മർദ്ദപൂരിതമായ ചുറ്റുപാടുകളിലോ സമ്മർദ്ദമുണ്ടാക്കുന്ന ആളുകളോടൊപ്പമോ ആവാതിരിക്കാൻ നമുക്ക് നമ്മുടെ സാഹചര്യങ്ങൾ ക്രമീകരിക്കാൻ കഴിയും. സത്യസന്ധമായി പറയുകയാണെങ്കിൽ, നമ്മുടെ ജീവിതത്തിലെ ഒരുപാട് സമ്മർദ്ദങ്ങൾ മനഃപൂർവ്വം ഉണ്ടാകുന്നതാണ്. നമ്മൾ അവയെ സഹിക്കേണ്ടതില്ല!

നിങ്ങളുടെ ചുറ്റുപാടിൽ എന്താണ് നിങ്ങളെ സമ്മർദ്ദത്തിലാക്കുന്നതെന്നും, ആ സമ്മർദ്ദത്തെ ലഘൂകരിക്കുന്നതിനോ, അല്ലെങ്കിൽ പൂർണ്ണമായും നീക്കം ചെയ്യുന്നതിനോ നിങ്ങൾക്ക് അതിനുമേൽ എങ്ങനെ നിയന്ത്രണം എടുക്കാമെന്നും ചിന്തിക്കുക. ശനിയാഴ്ച രാവിലെകളിലെ പലചരക്ക് കടകളിലെ തിരക്കിനെ വെറുക്കുന്ന ഒരാളെ സങ്കല്പിക്കുക. ഇത് അവരെ സമ്മർദ്ദത്തിലാക്കുന്നുവെങ്കിൽ, അവർക്ക് അവരുടെ സമയക്രമം മാറ്റാം. അവർക്ക് തന്റെ പ്രതിവാര ഷോപ്പിംഗ് ഏറ്റവും ശാന്തമായ സമയത്ത് ചെയ്യാം. ഉദാഹരണത്തിന്, ചൊവ്വാഴ്ച വൈകുന്നേരങ്ങളിൽ. നിങ്ങൾ അത് പൂർണ്ണമായും ഒഴിവാക്കുകയാണെങ്കിൽ തിരക്കേറിയ പലചരക്ക് കടയുടെ സമ്മർദ്ദം തലയിലേറ്റേണ്ട ആവശ്യമില്ല.

സമ്മർദ്ദം നൽകുന്ന മനുഷ്യരെയും ഇതേ രീതിയിൽ തന്നെ ഒഴിവാക്കാം. നിങ്ങളുടെ മാതാപിതാക്കൾ അവധിദിവസങ്ങളിൽ കൂടെ താമസിക്കാൻ വരുമ്പോൾ നിങ്ങളുടെ സമ്മർദ്ദം വളരെയധികം കൂടുന്നതായി തോന്നുന്നുണ്ടോ? അടുത്ത് ഏതെങ്കിലും ഹോട്ടലുകളിൽ അവരെ താമസിപ്പിക്കാൻ ഒരു വഴി കണ്ടെത്തുക, അല്ലെങ്കിൽ മണിക്കൂറുകളോളം ഒരേ മുറിയിൽ നിങ്ങൾ മാത്രമായി ഒരുമിച്ചിരുന്ന് പരസ്പരം സമ്മർദ്ദമുണ്ടാക്കുകയല്ലാതെ മറ്റൊന്നിനും ഗുണം ചെയ്യാത്ത സാഹചര്യങ്ങൾ ഒഴിവാക്കുക.

നിങ്ങൾ സമ്മർദ്ദം ഒഴിവാക്കുന്നതിലൂടെ, നിങ്ങൾ ബാധ്യതകളിൽ നിന്ന് ഒളിച്ചോടുകയോ യഥാർത്ഥ പ്രശ്നങ്ങളെ നിഷേധിക്കുകയോ അല്ല ചെയ്യുന്നത്. അനാവശ്യവും ഹാനികരവുമായ സമ്മർദ്ദങ്ങളെ ഒഴിവാക്കാൻ നിങ്ങൾ പഠിക്കുകയാണ്. നമ്മളെയും നമ്മുടെ പ്രിയപ്പെട്ടവയെയും വളരെയധികം ചൂഷണം ചെയ്യുന്ന

സാഹചര്യങ്ങളോടും ആളുകളോടും നമുക്ക് എപ്പോഴും പറ്റില്ല എന്ന് പറയാൻ കഴിയും. ആ പ്രിയപ്പെട്ടവ നമ്മുടെ മാനസിക ഊർജ്ജമോ ശ്രദ്ധയോ ആകാം, നമ്മുടെ സമയം ആകാം. നിങ്ങളുടെ ജീവിതത്തിലെ എന്തെങ്കിലുമൊന്ന് നിങ്ങളുടെ സമയക്രമത്തെ മൊത്തം താളം തെറ്റിക്കുന്നുണ്ടെങ്കിൽ, നിങ്ങളതിനോട് *പറ്റില്ല* എന്ന് പറയണം.

നിങ്ങളുടെ ദൈനംദിന പ്രവർത്തികളുടെ പട്ടിക നോക്കുക, അത്യാവശ്യമല്ലാത്തതും പ്രസക്തമല്ലാത്തതുമായ രണ്ടോ മൂന്നോ കാര്യങ്ങൾ ഒഴിവാക്കുക. ചുമതലകൾ ക്രമീകരിക്കുക, അല്ലെങ്കിൽ മറ്റാരെയെങ്കിലും ഒരു ഉത്തരവാദിത്വം ഏറ്റെടുക്കാൻ അനുവദിക്കുക. എല്ലാം നിങ്ങൾ ചെയ്യേണ്ടതില്ല! അതുകൊണ്ട്, അടുത്ത തവണ നിങ്ങൾ സമ്മർദ്ദപൂരിതമായ ഒരു സാഹചര്യത്തെ അഭിമുഖീകരിക്കുമ്പോൾ, സ്വയം ചോദിക്കുക, "എനിക്ക് ഇതെല്ലാം ഒഴിവാക്കാൻ കഴിയുന്നതാണോ?" നിങ്ങൾക്ക് കഴിയുമെങ്കിൽ, അങ്ങനെ ചെയ്യുക. ഇത് ആരോഗ്യകരമായ അതിരുകൾ സൃഷ്ടിക്കുന്നതിനുള്ള വലിയൊരു ചുവടുവെപ്പ് മാത്രമല്ല, ജീവിതത്തെ ലളിതമാക്കുന്നതിനും ക്രമീകരിക്കുന്നതിനും, അതിനെ നിങ്ങളുടെ മാർഗ്ഗനിർദ്ദേശ മൂല്യങ്ങളുമായി സമ്പർക്കം പുലർത്തുന്നതിനുമുള്ള ഒരു മാർഗ്ഗമാണിത്. സത്യത്തിൽ, നമ്മൾ തീരെ ശ്രദ്ധ നൽകേണ്ടതില്ലാത്ത ജീവിത മേഖലകളിൽ നിന്നാണ് ഭൂരിഭാഗം ഉൽക്കണ്ഠയും സമ്മർദ്ദവും ഉണ്ടാകുന്നത്. ആത്യന്തികമായി നിങ്ങൾക്ക് പ്രാധാന്യമല്ലാത്തതോ ഗുണകരമല്ലാത്തതോ ആയ കാര്യങ്ങൾക്കായി നിങ്ങളുടെ മാനസിക നിലയും ക്ഷേമവും ഇല്ലാതാക്കുന്നത് എന്തിനാണ്?

നിങ്ങൾക്ക് ഒരു സാഹചര്യം ഒഴിവാക്കാൻ കഴിയുന്നില്ലെങ്കിൽ, അത് മാറ്റാനുള്ള വഴികൾ കണ്ടെത്തേണ്ടതുണ്ട്; അതായത്, അതിനെ **മാറ്റുക** (alter).

മറ്റുള്ളവരോട് അവരുടെ സ്വഭാവം മാറ്റാൻ ആവശ്യപ്പെടാനുള്ള അവസരം നിങ്ങൾക്ക് എപ്പോഴുമുണ്ട്. ഉദാഹരണത്തിന്, കെട്ടിടം പണിക്കാർ പുറത്ത് ബഹളം ഉണ്ടാക്കുകയാണെങ്കിൽ, ഒരു പ്രധാന ഫോൺകോൾ പൂർത്തിയാകുന്നതുവരെ ഒരു പത്ത് മിനിറ്റ് താൽക്കാലികമായി അവരുടെ ജോലി നിർത്താൻ അവരോട് മാന്യമായി ആവശ്യപ്പെടുക. എല്ലാം സഹിച്ച് കഷ്ടപ്പെടുന്നതിനുപകരം നിങ്ങളുടെ ആവശ്യങ്ങളും വികാരങ്ങളും നേരിട്ട് വെളിപ്പെടുത്തുക.

നിങ്ങളുടെ സുഹൃത്തിന്റെ മണ്ടൻ തമാശകൾ നിങ്ങളെ ശരിക്കും വേദനിപ്പിക്കുന്നുവെന്ന് നിങ്ങൾ ഒരിക്കലും അയാളോട് പറഞ്ഞില്ലെങ്കിൽ, നിങ്ങൾക്ക് നിശബ്ദമായി കേട്ടിരുന്ന് അതിന്റെ അസ്വസ്ഥതകൾ എന്നെന്നേക്കുമായി പേറിനടക്കാവുന്നതാണ്. എന്നാൽ അതിനുപകരം ആ തമാശകൾ നിങ്ങളെ എങ്ങനെ അലോസരപ്പെടുത്തുന്നുവെന്ന് പറഞ്ഞ് അത് നിർത്താൻ ആവശ്യപ്പെടുന്നത് എത്ര എളുപ്പം കഴിയുന്നതാണ്.

ജീവിതത്തിലെ എല്ലാ സമ്മർദ്ദങ്ങളും നമുക്ക് ഒഴിവാക്കാൻ കഴിയില്ല, എന്നാൽ ഈ സംഭവങ്ങൾ എങ്ങനെ ഉണ്ടാകുന്നുവെന്നതിൽ നമുക്കും പങ്കുണ്ട്. ആളുകളോട് സംസാരിക്കുക, ചർച്ചകൾ നടത്തുക, നിങ്ങളുടെ ആഗ്രഹങ്ങൾ പങ്കിടാനും ആവശ്യങ്ങൾ ഉന്നയിക്കാനും "ഞാൻ" പ്രസ്താവനകൾ ഉപയോഗിക്കുക. നിങ്ങൾക്ക് ശനിയാഴ്ച രാവിലെ തന്നെ പലചരക്കുകടയിൽ പോകണമെന്നുണ്ടെങ്കിൽ, സാധനങ്ങൾ വാങ്ങുമ്പോൾ നിങ്ങളുടെ ഫോണിൽ പാട്ടുകൾ കേൾക്കുക. അത് നിങ്ങൾക്ക് ആശ്വാസം നൽകുന്നുവെങ്കിൽ മാത്രം. നിങ്ങൾക്ക് വീണ്ടും വീണ്ടുമുള്ള മീറ്റിംഗ് ഒഴിവാക്കാൻ കഴിയുന്നില്ലെങ്കിൽ, നിങ്ങൾ സാധാരണ ചെയ്യുന്ന മറ്റ് ജോലികൾ ഇതിനൊപ്പം കൂട്ടിച്ചേർക്കാൻ ശ്രമിക്കുക, അതുവഴി നിങ്ങളുടെ സമയവും പരിശ്രമവും വാഹനത്തിന്റെ ഇന്ധനവും ലാഭിക്കാം. ഒഴിവാക്കാനാകാത്ത സാഹചര്യങ്ങളെ, കൈകാര്യം ചെയ്യാവുന്ന രീതിയിൽ വെട്ടിച്ചുരുക്കി നിങ്ങൾക്ക് ഒരുപാട് കാര്യങ്ങൾ ചെയ്യാനാകും. വിരസമായ ഒരു പാർട്ടിക്ക് പോകുന്നതിൽ നിന്ന് നിങ്ങൾക്ക് ഒഴിവാകാൻ കഴിയുന്നില്ലെങ്കിൽ, പോകുക, പക്ഷേ ആദ്യംതന്നെ മുൻകൈയെടുത്ത് പറയുക, "നിർഭാഗ്യവശാൽ, എനിക്ക് ഒരു മണിക്കൂറിനുള്ളിൽ പോകണം – നാളെ നേരത്തെ ജോലിക്കു പോകണം!"

ധ്യാനത്തിൽ, പിരിമുറുക്കവും ഉത്കണ്ഠാജനകവുമായ ചിന്തകൾ ഉണ്ടാകുമ്പോൾ നാം നിരീക്ഷിക്കുകയും അവയോടുള്ള നമ്മുടെ പ്രതികരണം ബോധപൂർവ്വം തീരുമാനിക്കുകയും ചെയ്യുന്നു. എന്നാൽ ശ്രദ്ധാപൂർവ്വമായ ഒഴിവാക്കലും ക്രമീകരണവും ഉപയോഗിച്ച്, നമുക്ക് മുന്നോട്ടുചെന്ന് നമ്മുടെ ജീവിതത്തിൽ മാറ്റങ്ങൾ വരുത്തുന്നതിലൂടെ, സമ്മർദ്ദകരമായ ചിന്തകൾക്ക് കൂടുതൽ സ്വാധീനം ചെലുത്താൻ അവസരം ലഭിക്കില്ല. ഏറ്റവും കുറഞ്ഞ പിരിമുറുക്കം ഉള്ള ഒരു ജീവിതശൈലി നമുക്ക് രൂപപ്പെടുത്താൻ കഴിയും – അല്ലെങ്കിൽ

കുറഞ്ഞപക്ഷം, എന്ത് സമ്മർദ്ദം നിലനിൽക്കുന്നുവോ അതിന് അതിന്റേതായ കാരണമുണ്ടെന്ന് ഉറപ്പാക്കുക.

അടിസ്ഥാനപരമായി, നിങ്ങൾക്ക് ഒരു സമ്മർദ്ദം ഒഴിവാക്കാൻ കഴിയുന്നില്ലെങ്കിൽ, അത് മാറ്റാൻ നിങ്ങൾക്ക് എന്തുചെയ്യാനാകുമെന്ന് ആലോചിക്കുക.

നിങ്ങളുടെ ഉത്തരം "കൂടുതൽ അല്ല" എന്നാണെങ്കിൽ, നിങ്ങൾ ഒരുപടി കൂടി മുന്നോട്ട് പോയി അത് **അംഗീകരിക്കേണ്ടതുണ്ട്** (accept).

നിങ്ങൾ ഇഷ്ടപ്പെടാത്ത ഒരു സാഹചര്യം എങ്ങനെ സ്വീകരിക്കും? ആദ്യം, നിങ്ങൾക്കത് ഇഷ്ടമല്ലെങ്കിൽ, നിങ്ങൾ അത് ഇഷ്ടപ്പെടില്ല എന്ന് തന്നെയാണ്. അംഗീകരിക്കുക എന്നതിനർത്ഥം നിങ്ങളുടെ യഥാർത്ഥ മനോഭാവം മറച്ചുവെച്ച് നടിക്കുക എന്നല്ല; ഇഷ്ടമല്ലെന്ന് തോന്നുന്നത് തെറ്റല്ല എന്ന് *അംഗീകരിക്കലാണ്*. സ്വന്തം വികാരങ്ങളെ സാധൂകരിക്കുകയും അവയെ നിയന്ത്രിക്കുകയും ചെയ്യുക. ഉദാഹരണത്തിന്, നിങ്ങളുടെ കാമുകൻ നിങ്ങളുമായുള്ള ബന്ധം വേർപെടുത്തുന്നുവെന്ന് പറഞ്ഞ് സന്ദേശം അയച്ചെന്ന് കരുതുക, അവന്റെ തീരുമാനത്തിൽ നിങ്ങൾക്കിനിയൊന്നും ചെയ്യാനില്ല. എന്നാൽ ഒരു സുഹൃത്തിനെ വിളിച്ച് നിങ്ങളുടെ വികാരങ്ങൾ പങ്കിടുന്നതിലൂടെ സാഹചര്യം അംഗീകരിക്കാൻ നിങ്ങൾക്ക് സാധിക്കും.

നിങ്ങൾ ചതിക്കപ്പെട്ട സാഹചര്യമാണെങ്കിൽ, ക്ഷമിക്കാനുള്ള ഒരു മാർഗ്ഗം കണ്ടെത്താനുള്ള ശ്രമമാണ് അംഗീകരിക്കുക എന്നത്. ക്ഷമിക്കുക എന്നത് നിങ്ങൾ നിങ്ങൾക്ക് വേണ്ടി ചെയ്യുന്ന ഒന്നാണ്, അല്ലാതെ മറ്റൊരു വ്യക്തിക്ക് വേണ്ടിയല്ല. നിങ്ങൾ ക്ഷമിക്കുമ്പോൾ, മറ്റൊരാളോട് നീരസം കാണിക്കുന്നതിൽ നിന്നും, അയാളെ കുറ്റപ്പെടുത്തുന്നതിൽ നിന്നും സ്വയം പിന്മാറി ആ സമ്മർദ്ദത്തിൽ നിന്നും സ്വയം മോചിക്കപ്പെടുകയാണ്.

സാഹചര്യങ്ങൾ ക്രമീകരിക്കുന്നതിലെ ചെറിയ ചെറിയ മാറ്റങ്ങൾ കൂടിയാണ് അംഗീകരിക്കുക എന്നാൽ. നമുക്ക് സാഹചര്യങ്ങളെ സ്വയം മാറ്റാൻ കഴിയില്ല, എന്നാൽ അവയെക്കുറിച്ച് നാം ഉള്ളിൽ എന്ത് കരുതുന്നുവെന്നതും, നമ്മൾ ഉപയോഗിക്കുന്ന ഭാഷയെക്കുറിച്ചും നമുക്ക് വീക്ഷിക്കാൻ കഴിയും. ഉദാഹരണത്തിന്, "ഞാൻ എന്റെ കോഴ്സിൽ പൂർണ്ണമായും പരാജയപ്പെട്ടു, എന്റെ പണം പാഴായി. കൂടുതൽ കഠിനാധ്വാനം ചെയ്യാത്ത ഞാൻ ഒരു വിഡ്ഢിയാണ്," എന്ന്

പറയുന്നതിനു പകരം നിങ്ങൾക്ക് പറയാം, "എനിക്കൊരു തെറ്റ് പറ്റി, അതിൽ ഞാൻ വിഷമിക്കുന്നുണ്ട്. എന്നാൽ ഈ ഒരു സംഭവമല്ല എന്നെ നിർവ്വചിക്കുന്നത്. എനിക്ക് തെറ്റുകളിൽ നിന്ന് പാഠം പഠിച്ച് മുന്നോട്ട് പോകാനാകും. അടുത്ത തവണ എനിക്ക് നന്നായി ചെയ്യാൻ കഴിയും."

അംഗീകരിക്കുക എന്നാൽ സംഭവിച്ചതിനോട് നമ്മൾ സമ്മതിക്കണ മെന്നോ, അതിനെ ഇഷ്ടപ്പെട്ട് അത് മാറ്റാൻ ശ്രമിക്കരുതെന്നോ അർത്ഥമാക്കുന്നില്ല. നമുക്ക് മാറ്റാൻ കഴിയാത്ത കാര്യങ്ങളുമായി നമ്മൾ വിവേകപൂർവ്വം പൊരുത്തപ്പെടുന്നു, അതിനാൽത്തന്നെ നമുക്ക് നിയന്ത്രിക്കാൻ കഴിയുന്നവയിൽ ശ്രദ്ധ കേന്ദ്രീകരിക്കാം. പണ്ടെങ്ങോ നടന്ന കാര്യങ്ങളുടെ കയ്പേറിയ സ്മരണയോ നീരസമോ വരുന്ന തരത്തിലുള്ള ഉൽക്കണ്ഠയെ മറികടക്കാൻ ഈ മാർഗ്ഗം ശക്തമായ ഒരു ഉപായമാണ്. പശ്ചാത്തപിക്കുന്നതും കാര്യങ്ങൾ എങ്ങനെയുണ്ടാകണം, എങ്ങനെ ഉണ്ടായിരിക്കണം, അല്ലെങ്കിൽ എങ്ങനെ ആയിരുന്നിരിക്കാം എന്ന ചിന്തകൾ ഉൽക്കണ്ഠയുടെ പ്രധാന കാരണങ്ങളാണ്. എന്നാൽ അംഗീകരിക്കുന്നതിലൂടെ, ആ ഉൽക്കണ്ഠയുടെ വീര്യം കുറയുകയും മയപ്പെടുകയും, അത് മാറ്റാൻ കഴിയില്ലെന്ന് മനസ്സിലാക്കാൻ നിങ്ങളെ അനുവദിക്കുകയും ചെയ്യുന്നു.

ദീർഘകാലത്തേക്ക് നോക്കുമ്പോൾ, സമ്മർദ്ദങ്ങളെ എതിർത്ത് പോരാടാനുള്ള ശക്തമായ ആയുധം നമ്മൾ അതിനോട് **പൊരുത്തപ്പെടുക** (adapt) എന്നുള്ളതാണ്. പൊരുത്തപ്പെടൽ എന്നതിനർത്ഥം നമ്മുടെ ലോകവീക്ഷണം, ലക്ഷ്യങ്ങൾ, ധാരണ, പ്രതീക്ഷകൾ എന്നിവയിൽ ശാശ്വതമായ മാറ്റങ്ങൾ വരുത്തുക എന്നാണ്. എല്ലാ പൂർണ്ണതാവാദിയും അതൃപ്തിയാൽ സമ്മർദ്ദമനുഭ വിക്കുന്നവരായിരിക്കും, കാരണം അവർക്കൊരിക്കലും അവർ നിശ്ചയിക്കുന്ന ഉയർന്ന നിലവാരത്തിൽ എത്തിപ്പെടാൻ സാധിക്കുകയില്ല. അതിനുള്ള മികച്ച പരിഹാരരീതി; അവർ എല്ലാം തികഞ്ഞവർ ആകാനുള്ള വഴി കണ്ടെത്തുക എന്നതല്ല, പകരം അവരുടെ പ്രതീക്ഷകൾ കുറയ്ക്കുക, അങ്ങനെ അവർ കൂടുതൽ ന്യായയുക്തരാവുകയും യാഥാർത്ഥ്യവുമായി പൊരുത്തപ്പെടുകയും ചെയ്യുന്നു. അവരുടെ യാഥാർത്ഥ്യത്തെ പൂർണ്ണമായും മാറ്റാനുള്ള ഒരു മന്ത്രം അവർ കണ്ടെത്തുകയല്ല, പകരം ആ യാഥാർത്ഥ്യവുമായി

പൊരുത്തപ്പെട്ടുകയും അതിന് ഏറ്റവും അനുയോജ്യമായ രീതിയിൽ പരിണമിക്കുകയും ചെയ്യുകയാണ്.

സമ്മർദ്ദത്തോട് പൊരുത്തപ്പെട്ടുക എന്നാൽ ജീവിതത്തെ നന്നായി അഭിമുഖീകരിക്കാൻ നാം *സ്വയം* മാറുക എന്നാണ്. നിരാശാജനകമായ ചിന്തകളിൽ ഏർപ്പെടാൻ നിങ്ങൾ വിസമ്മതിക്കുകയും കൂടുതൽ ശുഭാപ്തിവിശ്വാസമുള്ള ഒരു വ്യക്തിയായി മനഃപൂർവ്വം മാറാൻ പരിശീലിക്കുകയും ചെയ്തേക്കാം. നാം നമ്മുടെ കാഴ്ചപ്പാട് മാറ്റുമ്പോൾ, നമുക്ക് കാര്യങ്ങളെ വ്യത്യസ്തമായി കാണാൻ കഴിയും. ഇതൊരു "പ്രതിസന്ധി" ആണോ, "വെല്ലുവിളി" ആണോ? "ജീവിതം എത്ര മോശമാണ്. എല്ലാക്കാര്യത്തിലും പോലെ ഇതും മോശമായി അവസാനിക്കാനാണ് പോകുന്നത്" എന്ന് നമ്മൾ സ്വയം പറയുന്നതും, "ഞാൻ മാറ്റങ്ങൾ ഉൾക്കൊള്ളാൻ കഴിവുള്ള വ്യക്തിയാണ്" എന്ന് സ്വയം പറയുന്നതും, നമുക്ക് മുന്നിലെ തടസ്സങ്ങളോടുള്ള നമ്മുടെ മനോഭാവത്തിലെ വ്യത്യാസമെന്താണ് എന്ന് കാണിക്കുന്നു?

സമ്മർദ്ദങ്ങളോട് പൊരുത്തപ്പെടുമ്പോൾ, സ്വയം ശക്തരാകാനുള്ള വഴികൾ നാം കണ്ടെത്തുന്നു. നമ്മെ ശാക്തീകരിക്കുന്ന ഒരു ലോക വീക്ഷണം നമ്മൾ സൃഷ്ടിച്ചെടുക്കുന്നു. ഉദാഹരണത്തിന്, ജീവിതത്തിൽ തനിക്ക് ലഭിച്ച മനോഹരമായ ഓരോ കാര്യങ്ങളോടും നന്ദി പറയാനായി ദിവസവും ഒരു പട്ടിക തയ്യാറാക്കുന്ന ശീലമുള്ള ഒരാൾ ഉണ്ടെന്ന് കരുതുക. മറ്റൊരാൾ സ്വന്തമായി ഒരു മന്ത്രമോ വാക്യമോ ചൊല്ലി, താനൊരു ശക്തനാണെന്നും തനിക്ക് പ്രതികൂല സാഹചര്യങ്ങളിലൂടെ കടന്നുപോകാൻ കഴിയുമെന്നും ദിവസവും ഓർമ്മിപ്പിക്കുന്ന ശീലമുള്ളവനും. ശക്തമായ മനോഭാവങ്ങൾ, ആശയങ്ങൾ, തത്ത്വചിന്തകൾ, പ്രചോദനം എന്നിവയുടെ ഒരു വൻശേഖരം നമുക്കുണ്ടെങ്കിൽ, സമ്മർദ്ദം കൈകാര്യം ചെയ്യാൻ കഴിയുമെന്ന ഉറച്ച വിശ്വാസത്തോടെ നമുക്ക് ലോകത്തിലേക്ക് ഇറങ്ങിച്ചെല്ലാം. ഒരുപക്ഷേ അതിനു സാധിക്കുന്ന മികച്ച ആളുകളായിരിക്കാം നാം!

കാലക്രമേണ ധ്യാനത്തിലൂടെ, ഈ അടിസ്ഥാന തലത്തിലുള്ള മാറ്റങ്ങളിൽ ചിലത് കൈവരിക്കാനും, നമ്മെയും ലോകത്തെയും നാം എങ്ങനെ നോക്കിക്കാണുന്നു എന്നതിൽ മാറ്റം വരുത്താനും കഴിയും. എന്നാൽ ഏത് സമയത്തും നമ്മൾ സജീവമായും ബോധപൂർവ്വമായും അർത്ഥവത്തായി ഇടപഴകുമ്പോൾ, നമ്മൾ നമ്മുടെ സ്വന്തം

കഥാപാത്രങ്ങളെയും, ആളുകളെന്ന നിലയിൽ നമ്മൾ ആരാണെന്ന നമ്മുടെ സ്വന്തം കാഴ്ചപ്പാടിനെയും രൂപപ്പെടുത്തിയെടുക്കുന്നു. ഉൽക്കണ്ഠയാൽ വേട്ടയാടപ്പെടുന്ന ഒരാളായി നിങ്ങൾക്ക് ഇന്ന് സ്വയം തോന്നിയേക്കാം. എന്നാൽ നിങ്ങൾക്ക് ഉത്സാഹം, ദയ, ബുദ്ധി, സർഗ്ഗാത്മകത, നർമ്മം എന്നിങ്ങനെ മറ്റ് അത്ഭുത കരമായ ഗുണങ്ങളും ഉണ്ടെന്ന് തിരിച്ചറിയുന്നത് ഒരു കരുത്താണ്. ഇവയെല്ലാം നിങ്ങളുടെ ഉൽക്കണ്ഠയെ ക്രമപ്പെടുത്താനും മറികട ക്കാനും സഹായിക്കും.

ഇവയാണ് മാനസികനില മെച്ചപ്പെടുത്താനുള്ള 4A's. നിങ്ങൾക്ക് ഉൽക്കണ്ഠ തോന്നുമ്പോൾ, ഒരു നിമിഷം ഇടവേളയെടുക്കുക, എന്നിട്ട് ഇവ ഓരോന്നും ക്രമത്തിൽ പിന്തുടരുക. സാഹചര്യം എത്ര സമ്മർദ്ദ പൂരിതമാണെങ്കിലും, നിങ്ങൾക്ക് ശ്രദ്ധയോടെയും സജീവമായും ഇടപെടാവുന്ന ഒരു സാഹചര്യമുണ്ട്. സമ്മർദ്ദത്തിന്റെ മുന്നിൽ നിങ്ങൾ നിസ്സഹായരല്ല—നിങ്ങളുടെ പക്കൽ ആയുധങ്ങളുണ്ട്! ഈ ആയുധങ്ങൾ ഉപയോഗിക്കുന്നതിന്, ഒരു ചെറിയ അവബോധം മാത്രമേ നിങ്ങൾക്ക് ആവശ്യമുള്ളൂ.

ഉദാഹരണത്തിന്, നിങ്ങളെ ദിവസവും സമ്മർദ്ദത്തിലാക്കുന്ന ഒരു സഹപ്രവർത്തകൻ ജോലിസ്ഥലത്ത് ഉണ്ടായിരിക്കാം. ഇതിനെ ക്കുറിച്ച് നിങ്ങൾക്ക് ഒന്നും ചെയ്യാനാകില്ല എന്ന് സ്വയം പഠിപ്പിക്കു ന്നതിന് പകരം, ഈ സഹപ്രവർത്തകനെ *ഒഴിവാക്കാനാകുമോ* എന്ന് ഒരു നിമിഷം ചിന്തിക്കുക. അയാളെ ഭക്ഷണവേളയിൽ കണ്ടുമുട്ടുന്നത് ഒഴിവാക്കാൻ നിങ്ങൾക്ക് മറ്റൊരു സമയത്ത് ഭക്ഷണം കഴിക്കാം, അല്ലെങ്കിൽ അവരിൽ നിന്ന് കൂടുതൽ അകന്ന് ജോലി ചെയ്യാനായി മറ്റൊരു ഇടം കണ്ടെത്താം. എന്നാൽ പ്രതിവാര മീറ്റിംഗുകളിൽ അവരെ കണ്ടുമുട്ടുന്നത് ഒഴിവാക്കാൻ കഴിയില്ലെന്നത് ഉറപ്പാണ്, ഇവിടെയാണ് അവർ നിങ്ങളെ ഇടയ്ക്കിടെ തടസ്സപ്പെടു ത്തുകയോ നിങ്ങളുടെ ആശയങ്ങൾ മോഷ്ടിക്കുകയോ ചെയ്യുന്നത്.

സാഹചര്യം *മാറ്റാനുള്ള* വഴികളെക്കുറിച്ച് നിങ്ങൾ ചിന്തിക്കുന്നു. നിങ്ങൾക്ക് ഈ മീറ്റിംഗുകൾ ഒഴിവാക്കാൻ കഴിയുമോ? നിങ്ങൾക്ക് നിങ്ങളുടെ സഹപ്രവർത്തകനോട് സ്വകാര്യമായി സംസാരിക്കാനും "ഈയിടെയായി മീറ്റിംഗുകളിൽ പങ്കെടുക്കുന്നത് എനിക്ക് അസ്വസ്ഥതയുണ്ടാക്കുന്നുണ്ട്, നിങ്ങൾ എന്നെ തടസ്സപ്പെടുത്തുമ്പോൾ ഞാൻ അവഗണിക്കപ്പെട്ടതായി തോന്നുന്നു" എന്ന് നിങ്ങളുടെ ആശങ്കകൾ പങ്കുവെക്കാനും കഴിയുമോ? നിങ്ങൾക്ക് മീറ്റിംഗുകളിൽ

സംസാരിക്കാനും, സംസാരിക്കുമ്പോൾ ശക്തമായ അതിരുകൾ സ്ഥാപിക്കാനും കഴിയുമോ? ഇവയൊന്നും ശരിക്കും സാദ്ധ്യമല്ലെന്നു തന്നെ ഇരിക്കട്ടെ, പക്ഷേ നിങ്ങൾക്ക് ഇപ്പോഴും ഒരു പരിധിവരെ ഈ സാഹചര്യത്തെ *അംഗീകരിക്കുവാൻ* കഴിയുന്നതാണ്. നിങ്ങളുടെ നിരാശയെക്കുറിച്ച് നിങ്ങൾ ഒരു അടുത്ത സുഹൃത്തിനോട് തുറന്നുപറയാം, അല്ലെങ്കിൽ ഈ സഹപ്രവർത്തകൻ എല്ലാവരെയും ഇതുപോലെ തടസ്സപ്പെടുത്താറുണ്ടെന്ന കാരണത്താൽ അത് വ്യക്തിപരമായി എടുക്കാതിരിക്കാം, അതുമല്ലെങ്കിൽ ഈ സമ്മർദ്ദം അനുഭവിക്കാൻ തന്നെ തീരുമാനിക്കാം.

അന്തിമമായി, കൂടുതൽ ആത്മവിശ്വാസവും ദൃഢനിശ്ചയവുമുള്ള വ്യക്തിയായി മാറാൻ പരിശ്രമിക്കുന്നതിലൂടെ, നിങ്ങൾക്ക് ഏതു സാഹചര്യത്തോടും പൊരുത്തപ്പെടാൻ കഴിയും. മറ്റുള്ളവരെപ്പോലെ നിങ്ങൾക്കും സംസാരിക്കാനുള്ള അവകാശമുണ്ടെന്ന ബോധ്യം ശരിക്കും നിങ്ങളിൽ ഉണ്ടായാൽ, തികഞ്ഞ ആത്മവിശ്വാസത്തോടെ നിങ്ങൾക്ക് പറയാം, "ക്ഷമിക്കണം, ഞാൻ സംസാരിച്ചു തീർന്നില്ല." എന്നിട്ട് നിങ്ങളുടെ സംസാരം തുടരാം. ആഗ്രഹിച്ചിട്ടും പറയാൻ കഴിയാതെപോയ കാര്യങ്ങളെക്കുറിച്ചോർത്ത് അന്ന് വൈകുന്നേരം പശ്ചാത്തപിക്കുന്നതിനു പകരം, നിങ്ങൾ കാര്യങ്ങൾ വ്യക്തമാക്കി മുന്നോട്ടുപോവുന്നതാണ് ഉചിതം.

പ്രധാന ഭാഗങ്ങൾ :

- ഉത്കണ്ഠയും അമിതമായ ചിന്തയും വരുമ്പോൾ, അംഗീകാരവും പ്രതിബദ്ധതയും മോഡലിൽ വിവരിച്ചിരിക്കുന്നതുപോലെ, ഈ നിമിഷത്തിൽ മൂർത്തമായ പ്രവർത്തനങ്ങളുമായി ബന്ധിപ്പിച്ചാൽ, ശ്രദ്ധാലുക്കളുള്ള പരിശീലനങ്ങൾ സഹായിക്കും. ഉൾക്കൊള്ളലും പ്രതിബദ്ധതയും എന്ന മറുമരുന്നിൽ, നമ്മൾ, നമുക്ക് നിയന്ത്രിക്കാൻ കഴിയാത്തവയെ അംഗീകരിക്കുകയും, ജീവിതം മെച്ചപ്പെടുത്തുന്നതിനായി നമ്മുടെ വ്യക്തിപരമായ മൂല്യങ്ങൾക്കനുസരിച്ച് മാറാൻ ശ്രമിക്കുകയും ചെയ്യുന്നു.
- ഉൾക്കൊള്ളലും പ്രതിബദ്ധതയും എന്ന മറുമരുന്നിൽ, ഉൽക്കണ്ഠയെന്നത് അനുഭവപരമായ ഒഴിവാക്കലിനെ ക്കുറിച്ചാണ്. ആറ് പ്രധാന തത്ത്വങ്ങൾ ഉപയോഗിച്ച് നമുക്ക് അതിനെ പ്രതിരോധിക്കാം.
- ആദ്യത്തേത്, മുൻവിധിയോ വ്യാഖ്യാനമോ പ്രതിരോധമോ ആഖ്യാനമോ കൂടാതെ വർത്തമാനകാലവുമായി ആത്മാർത്ഥമായി ബന്ധപ്പെടുക, എന്നാൽ ബോധപൂർവ്വമായ ജാഗ്രതയും ഇപ്പോൾ എന്താണ് സംഭവിക്കുന്നതെന്നതിൽ ആകാംക്ഷയും വേണം.
- രണ്ടാമത്തേത് വൈജ്ഞാനിക ശോഷണമാണ്, അവിടെ യാഥാർത്ഥ്യത്തെക്കുറിച്ചുള്ള നമ്മുടെ ചിന്തകളെ യാഥാർത്ഥ്യ ത്തിൽ നിന്നുതന്നെ വേർതിരിക്കുന്നു. നാം നമ്മുടെ ചിന്തകളെ ചിന്തകളായി സ്വീകരിക്കുന്നു, അതിനാൽതന്നെ അവയിൽ നാം കുടുങ്ങിക്കിടക്കുന്നില്ല. മൂന്നാമത്തേത് അംഗീകരിക്കലാണ്, അവിടെ നമ്മൾ യാഥാർത്ഥ്യത്തെ ഒരു എതിർപ്പും കൂടാതെ സ്വീകരിക്കുകയും അംഗീകരിക്കുകയും ചെയ്യുന്നു. നമ്മൾ സമ്മതിക്കുകയോ ക്ഷമിക്കുകയോ ചെയ്യേണ്ടതില്ല, നിരീക്ഷി ക്കുക മാത്രം ചെയ്യുക. നമ്മുടെ ചിന്തകളിൽ ബോധപൂർവ്വമായ ഒരു വീക്ഷണം ഉണ്ടായിരിക്കാൻ നമ്മൾ നാലാമത്തെ ആശയമായ, ഉള്ളിലെ നിരീക്ഷകനെ ഉപയോഗിക്കുന്നു. ഒരു ഭാഗം അനുഭവിക്കുകയും, മറ്റൊരു ഭാഗം ആ അനുഭവത്തെ നിരീക്ഷിക്കുകയും ചെയ്യുന്നു.

- അഞ്ചാമത്തേത് നമ്മുടെ മൂല്യങ്ങളും തത്ത്വങ്ങളും കണ്ടെത്തുക, അതുവഴി നമുക്ക് നമ്മുടെ ചിന്തകളെ ആവശ്യാനുസരണം സന്ദർഭങ്ങളിലേക്ക് ഉൾപ്പെടുത്താം. ആത്മനിരീക്ഷകന് നമ്മുടെ ചിന്തകളെ വിലയിരുത്താനും അവയെ നമ്മുടെ മൂല്യങ്ങളുമായി താരതമ്യം ചെയ്യാനും കഴിയും, അങ്ങനെ നമുക്ക് ആറാമത്തെ തത്ത്വം പ്രായോഗികമാക്കാൻ കഴിയും – ബോധപൂർവ്വവും പ്രചോദിതവുമായ പ്രവർത്തനം നടത്തുക.

- നിലവിലെ നിമിഷത്തിലെ നിങ്ങളുടെ അനുഭവത്തെ സ്വീകരിക്കുക, മൂല്യവത്തായ ഒരു ദിശ തിരഞ്ഞെടുക്കുക, ആ ദിശയിലൂടെ സഞ്ചരിക്കുക. ഇത് ഉൽക്കണ്ഠയും അമിതമായ ചിന്തയും കുറയ്ക്കുന്നു.

- ഉത്ക്കണ്ഠാകുലമായ അമിതചിന്തയെ മറികടക്കുക എന്നാൽ, അത് തിരിച്ചറിയാൻ പഠിക്കലാണ്. സാധാരണ അറിവുമായി താരതമ്യപ്പെടുത്തുമ്പോൾ, അമിതചിന്ത അനന്തമാണ്, അവ ഉൾക്കാഴ്ച നൽകുന്നില്ല; പ്രശ്നപരിഹാരമാണെന്ന് താൽക്കാലികമായി തോന്നുമെങ്കിലും, അവ യഥാർത്ഥത്തിൽ ഉപയോഗശൂന്യമാണ്.

- "സ്വന്തം ചിന്തകളോടുള്ള വെല്ലുവിളി" ആവശ്യമില്ല, കൂടുതൽ അനുഭവപരമായ ഒഴിവാക്കലിലേക്കും പ്രതിരോധത്തിലേക്കും മാത്രമായി ചുരുങ്ങുന്നതാണത്. പകരം, ഒരു ചിന്ത ഉപയോഗ പ്രദമാണോ എന്നും അത് നിങ്ങളുടെ മൂല്യങ്ങൾക്ക് അനുസൃതമായി ലക്ഷ്യങ്ങൾ നേടാൻ സഹായിക്കുന്നുണ്ടോ എന്നും വിലയിരുത്തുക. അനുകമ്പയും ക്ഷമയും അതുപോലെ 3M തന്ത്രം (ചലിക്കുക, നിർമ്മിക്കുക, കൂട്ടുമുട്ടുക) എന്നിവയും അമിതചിന്തകളിൽ നിന്ന് സ്വയം രക്ഷ നേടാനുള്ള മികച്ച തന്ത്രങ്ങളാണ്.

- മാനസികനില മെച്ചപ്പെടുത്താൻ 4 A എന്നറിയപ്പെടുന്ന ഒരു തന്ത്രമുണ്ട്. ഒഴിവാക്കുക, മാറ്റുക, അംഗീകരിക്കുക, പൊരുത്തപ്പെടുത്തുക എന്നിവയാണ് അവ. ഒഴിവാക്കുക എന്നാൽ നിങ്ങൾക്ക് നിയന്ത്രിക്കാനാകാത്ത കാര്യങ്ങളിൽ നിന്ന് ഒഴിഞ്ഞുമാറുക. ചില കാര്യങ്ങൾ നമ്മുടെ പ്രയത്നം അർഹിക്കുന്നില്ല, മാത്രമല്ല അവ നമ്മുടെ ചുറ്റുപാടിൽ നിന്നും പൂർണ്ണമായും നീക്കപ്പെടേണ്ടവയാണ്. എന്നിരുന്നാലും, നമുക്ക് അത്

ഒഴിവാക്കാൻ കഴിയുന്നില്ലെങ്കിൽ, സമ്മർദ്ദം ഇല്ലാതാക്കാൻ നമ്മുടെ ചുറ്റുപാടിൽ എങ്ങനെ മാറ്റം വരുത്താമെന്ന് നമ്മൾ പഠിക്കണം. നമുക്ക് നമ്മുടെ ചുറ്റുപാട് മാറ്റാൻ കഴിയുന്നില്ലെങ്കിൽ, അത് അംഗീകരിക്കുകയല്ലാതെ നമുക്ക് മറ്റ് മാർഗ്ഗമില്ല. അവസാനമായി, നമുക്ക് സാഹചര്യത്തെക്കുറിച്ച് കൂടുതലൊന്നും ചെയ്യാൻ കഴിയുന്നില്ലെങ്കിൽ, നാം അതിനോട് പൊരുത്തപ്പെടുകയും നമ്മുടെ സമ്മർദ്ദത്തെ എങ്ങനെ നേരിടാമെന്നും അങ്ങനെ അതിന്റെ ദോഷകരമായ സാധ്യതകളെ എങ്ങനെ കുറയ്ക്കാമെന്നും പഠിക്കുക.

അധ്യായം 3

അവബോധ പുനർവിഭാവനം എന്ന കല

സ്വാഭാവികമായുണ്ടാകുന്ന പ്രതികൂല ചിന്തകളെ എങ്ങനെ പുനർവിഭാവനം ചെയ്യാം

കഴിഞ്ഞ അധ്യായത്തിൽ, നമ്മളിലെ നിരീക്ഷകന്റെ കാഴ്ചപ്പാടിലേക്ക് പൂർണ്ണശ്രദ്ധ ചെലുത്താനോ ഉയർന്ന അവബോധം വളർത്തിയെടുക്കാനോ ശ്രമിക്കുകയും, അത് നമ്മുടെ അനുഭവങ്ങളെ നിരീക്ഷിക്കാനും എപ്പോഴെല്ലാമാണ് അമിതചിന്തയിലേക്ക് പോകുന്നതെന്ന് മനസ്സിലാക്കാനും സഹായിക്കുന്നതായി കണ്ടെത്തി. നമ്മുടെ മൂല്യങ്ങൾക്കനുസൃതമായി തീരുമാനങ്ങളെടുത്ത് പ്രവർത്തിക്കാൻ പഠിക്കുകയും ചെയ്തു. നിങ്ങളുടെ ചിന്തകളെ "വെല്ലുവിളി"ക്കുന്നത് പ്രാവർത്തികമല്ലെന്ന് നമ്മൾ പറഞ്ഞിരുന്നു, കാരണം അത് "അനുഭവങ്ങളെ ഒഴിവാക്കുന്നതിനു" തുല്യമായി മാറാം. മറ്റൊരു വിധത്തിൽ പറഞ്ഞാൽ, നമ്മൾ ഈ നിമിഷത്തിന്റെ അനുഭവത്തിൽ നിന്നും പിൻവാങ്ങുമ്പോൾ, മുൻവിധികൾക്കും ആത്മവിമർശനങ്ങൾക്കും പ്രതിരോധങ്ങൾക്കും വഴിയൊരുക്കുകയാണ്. എന്തൊക്കെയാണെങ്കിലും, നമ്മുടെ ലക്ഷ്യം മികച്ച അവബോധം ഉണ്ടാക്കുക എന്നതാണെങ്കിൽ, ചില ചിന്തകൾ തെറ്റാണെന്നും അവയെ "വെല്ലുവിളിക്കണം" എന്ന തോന്നലും, മുൻവിധികളും ഉപേക്ഷിക്കേണ്ടതുണ്ട്.

ചില ചിന്തകളും ആശയങ്ങളും തെറ്റാണെന്നും അവ ശരിയാക്കേണ്ട തുണ്ടെന്നും വീക്ഷണം എടുക്കുന്നതിനുപകരം, നമ്മുടെ പ്രത്യേക ജീവിതത്തിൽ ചിന്തകളെ അവയുടെ ഉപയോഗത്തിനനുസരിച്ച് എങ്ങനെ പുനർനിർമ്മിക്കാമെന്ന് ഞങ്ങൾ നോക്കി. ഈ മാറ്റം വളരെ ലളിതമായി തോന്നാം, പക്ഷേ ഇത് പ്രധാനമാണ്: മുൻവിധി യോടെയും പ്രതികൂല ചിന്തകളോടെയും മാറ്റത്തെ നേരിടുന്നതു കൊണ്ട് പ്രയോജനമൊന്നുമുണ്ടാകില്ല; അതേസമയം അനുകമ്പയും അംഗീകരിക്കാനുള്ള മനസ്സുമായി മുൻകരുതലോടെയാണ് സമീപനമെങ്കിൽ, ഇപ്പോഴത്തെ അവസ്ഥയെക്കുറിച്ചുള്ള വേവലാതി കളില്ലാതെതന്നെ സ്വയം മെച്ചപ്പെടാൻ സാധിക്കും. നമ്മൾ പല സാഹചര്യങ്ങളിലും എടുക്കുന്ന തീരുമാനം സമാനമായവ തന്നെയായിരിക്കും, പക്ഷേ ആ തീരുമാനങ്ങൾക്ക് പിന്നിലുള്ള ഉദ്ദേശ്യവും കാഴ്ചപ്പാടുമാണ് ഇവിടെ വ്യത്യാസമുണ്ടാക്കുന്നത്!

സ്വാഭാവിക ചിന്തകളിലേക്ക് അവബോധം കൊണ്ടുവരുക

അതിനാൽ, ചിന്തകളെ പുനഃവിഭാവനം ചെയ്യുന്നതും പുനഃക്രമീകരി ക്കുന്നതും തെറ്റായ ചിന്തകൾ "തിരുത്തുന്നതിനോ" നിങ്ങളുടെ യഥാർത്ഥ അനുഭവത്തിന്റെ ബലത്തിൽ തർക്കിക്കുന്നതിനോ അല്ല, മറിച്ച് കാഴ്ചപ്പാടിലുണ്ടാകുന്ന ബോധപൂർവ്വമായ മാറ്റത്തിനാണെന്ന് നമുക്കറിയാം. ഒളിഞ്ഞുകിടക്കുന്നതിനെ മറനീക്കി പുറത്തുകൊണ്ടു വരുന്നതിലൂടെ, നമ്മൾ അവസരങ്ങൾ സൃഷ്ടിക്കുകയാണ്. അതുകൊണ്ടുതന്നെ, നമ്മൾ സ്വയം വിലയിരുത്തുകയോ പ്രശ്നങ്ങൾ കണ്ടെത്തുകയോ അവ തിരുത്തുകയോ അല്ല ചെയ്യുന്നത്, നമുക്കുള്ളിലെ ആഴം നിറഞ്ഞ അന്ധകാരത്തിലേക്ക് വെളിച്ചം പരത്തുകയാണ്.

സ്വാഭാവിക പ്രതികൂല ചിന്തകൾ എന്നത് പ്രത്യേകിച്ച് "ഇരുണ്ട മൂലകളാണ്." നമ്മൾ നമ്മുടെ നിയന്ത്രണത്തിലല്ലാതെയിരിക്കുമ്പോൾ, ഉള്ളിലെ ചിത്രങ്ങളും വിശ്വാസങ്ങളും ആശയങ്ങളും വികാരങ്ങളുമായിരിക്കും നമ്മുടെ ചുറ്റുപാടിനോടുള്ള പ്രതികരണ ങ്ങളായി പുറത്തുവരിക. യഥാർത്ഥത്തിൽ നമ്മൾ വളരെക്കാലമായി കൊണ്ടുനടക്കുന്ന ചിന്തകൾ മാത്രമാണ് വിശ്വാസങ്ങൾ. നമ്മൾ സാഹചര്യങ്ങളെ വ്യാഖ്യാനിക്കുന്ന രീതി കാലക്രമേണ നമ്മൾ

ശ്രദ്ധിക്കുകയില്ലായിരിക്കാം, കാരണം അവ അത്രത്തോളം സ്വാഭാവികവും യാന്ത്രികവും ആയി മാറിയിട്ടുണ്ടാകും. ആ നിമിഷത്തിൽ അവ ചെറുതും നിസ്സാരവുമായി തോന്നാമെങ്കിലും, അവയെ ഉപയോഗിച്ച് സ്വാഭാവിക പ്രതികൂല ചിന്തകൾ നമ്മുടെ ജീവിതാനുഭവത്തിന്റെ നൂലിഴകൾ സൃഷ്ടിക്കുകയും, അവ പല മാനസിക പ്രശ്നങ്ങൾക്കും മൂലകാരണം ആവുകയും ചെയ്യുന്നു.

ശ്രദ്ധിക്കാതെ പോകുന്ന സ്വാഭാവിക പ്രതികൂലചിന്തകൾ, നിങ്ങളെക്കുറിച്ചുള്ള നിങ്ങളുടെ കാഴ്ചപ്പാടും, അതിനെ നിങ്ങൾ നോക്കിക്കാണുന്ന രീതിയും സൃഷ്ടിച്ചെടുക്കുന്നു. അതുപോലും അറിയാതെ, നിങ്ങളുടെ ധാരണകളെ സ്വാധീനിച്ച്, ഭാവിയെക്കുറിച്ചുള്ള നിങ്ങളുടെ ചിന്തകളെയും, നിങ്ങളുടെ കഴിവുകളെയും, സാധ്യതകളെയും, ഒരു മനുഷ്യനെന്ന നിലയിൽ നിങ്ങളുടെ മൂല്യത്തെയും രൂപപ്പെടുത്തുന്നു. ഇത് ജീവിതത്തിന്റെ *എല്ലാ വശങ്ങളെയും* ബാധിക്കുന്ന, ഓരോ കാഴ്ചപ്പാടിലും, പ്രവൃത്തിയിലും, നമ്മൾ സ്വയം പറയുന്ന ഓരോ കഥയിലും മങ്ങൽ വീഴ്ത്തപ്പെടുന്നു. നിങ്ങളുടെ നിയന്ത്രണത്തിലല്ലാത്തതിനാൽ, സ്വാഭാവിക പ്രതികൂലചിന്തകൾ നിങ്ങൾക്കു മുന്നിൽ തുടർച്ചയായി പ്രതികൂല സാഹചര്യങ്ങൾ നിരത്തി, നിങ്ങളുടെ ജീവിതത്തെ ദുർബ്ബലപ്പെടുത്തുന്ന ഒരു സുസ്ഥിര പ്രക്രിയയായി മാറാം.

ഈ ലോകത്ത് ഒന്നുംതന്നെ നമ്മുടെ വൈജ്ഞാനിക ചിന്തകളെ സ്വാധീനിക്കുന്നില്ല എന്നാണ് നമ്മൾ ഭൂരിഭാഗം മനുഷ്യരും കരുതുന്നത്. എന്നാൽ സത്യമിതാണ്: നമ്മളറിയാതെ നമുക്കകത്തുള്ള പ്രതീക്ഷകളും അനുമാനങ്ങളും വിശ്വാസങ്ങളുമാണ് നമ്മുടെ ജീവിതത്തിൽ ഏറ്റവും സ്വാധീനം ചെലുത്തുന്നത്. അപ്പോൾ, പ്രതികൂലവും ഉപയോഗശൂന്യവുമായ എല്ലാ വിശ്വാസങ്ങളെയും മാറ്റിസ്ഥാപിക്കാൻ നമുക്ക് കഴിയുമോ? നിങ്ങളുടെ ജീവിതം ഒരു മികച്ച പട്ടുവസ്ത്രമാണെന്നാണ് നിങ്ങൾ കരുതുന്നതെങ്കിൽ, അതിലെ ഒരു ചെറിയ തുന്നൽ നീക്കണമെങ്കിൽ പോലും മുഴുവൻ വസ്ത്രവും വെളിച്ചത്തു കൊണ്ടുവരാതെ പറ്റില്ല. മറ്റൊരു വിധത്തിൽ പറഞ്ഞാൽ, നമ്മളെക്കുറിച്ചും ലോകത്തെക്കുറിച്ചുമുള്ള നമ്മുടെ കാഴ്ചപ്പാട് സങ്കീർണ്ണമാണ്, മാത്രമല്ല ഇത് ഒരൊറ്റ ചിന്തയെ മാറ്റിസ്ഥാപിക്കുന്നതുകൊണ്ട് തീരുന്ന കാര്യവുമല്ല.

പകരം, പരിവർത്തന പ്രക്രിയയെ നീണ്ടകാല പ്രവർത്തനമായി

ചിന്തിക്കാം. ചിന്തകളെ നിസ്സാരമായി എതിർക്കുന്നതുകൊണ്ടോ, ഒന്നും ചിന്തിക്കാതെ പ്രവർത്തിക്കുന്നതുകൊണ്ടോ അത് കൈവരിക്കാൻ സാധിക്കുകയില്ല. ഉയർന്നുവരുന്ന വ്യക്തിഗത ചിന്തകൾക്കുമതീതമായി, *കാഴ്ചപ്പാടിൽ സമ്പൂർണ്ണമായ മാറ്റം* സൃഷ്ടിക്കുക എന്നതാണ് നമ്മൾ ചെയ്യാൻ ശ്രമിക്കുന്നത്.

ചില യഥാർത്ഥ ജീവിത ഉദാഹരണങ്ങൾ ഉപയോഗിച്ച് നമുക്ക് ഇതെല്ലാം ദൃഢമാക്കാം. വിഷാദരോഗം അനുഭവിക്കുന്ന ഒരു ചെറുപ്പക്കാരനെ മനസ്സിൽ ചിത്രീകരിക്കുക. അവന്റെ, തന്നെ ക്കുറിച്ചുള്ള സങ്കല്പവും ജീവിതവീക്ഷണവും അശുഭാപ്തിവിശ്വാസങ്ങളാൽ നിറഞ്ഞിരിക്കും, അത് അവന്റെ സ്വാഭാവിക പ്രതികൂലചിന്തകളെ ഉണർത്തും. ഉദാഹരണത്തിന് :

"ഞാൻ തീർത്തുമൊരു പരാജയമാണ്."

"ഇത് ഞാൻ തന്നെ ചെയ്തു തീർക്കണം, പക്ഷേ എനിക്കതിന് കഴിയില്ല."

"എന്റെ ജീവിതം കുഴപ്പം നിറഞ്ഞതാണ്."

"എന്റെ രൂപത്തെയും രീതികളെയും ഞാൻ വെറുക്കുന്നു."

ഈ ചിന്തകൾ ജീവിതത്തോടുള്ള പ്രതികൂലമായ ദിശാബോധത്തിന്റെ ഫലമാണ്, എന്നാൽ അവയുടെ കാരണവും അതുതന്നെയാണ്– ഇതൊരു ദൂഷിച്ച ചക്രമാണ്. ഉദാഹരണത്തിന്, ഈ ചെറുപ്പക്കാരൻ തന്റെ ഡ്രൈവിംഗ് ടെസ്റ്റിന് പങ്കെടുക്കുന്നുവെന്ന് കരുതുക, എന്നാൽ "ഞാൻ എത്ര ശ്രമിച്ചാലും ഒന്നും നടക്കാൻ പോകുന്നില്ല" എന്ന (യാന്ത്രികവും, സ്വാഭാവികവുമായ) വിശ്വാസത്തോടെയാണ് ആ പ്രവൃത്തിയെ സമീപിക്കുന്നത്. അവൻ ആ അനുഭവത്തെ എങ്ങനെ വ്യാഖ്യാനിക്കുന്നു എന്നതിനെയും (ഇതൊരു പരീക്ഷണമാണ്, രസകരമായ മത്സരമല്ല), വീഴ്ചകളിൽ നിന്ന് അവൻ എങ്ങനെ കരകയറുന്നു എന്നതിനെയും (സൂചന : അവനതിന് സാധിക്കില്ല), അവന്റെ തീരുമാനങ്ങളെയും (ടെസ്റ്റിന്റെ തീയതി നീട്ടിവെക്കുക, കാര്യങ്ങൾ വ്യക്തിപരമായി എടുക്കുക, നേരിടുന്ന ബുദ്ധിമുട്ടുകളെ താനൊരു പരാജയമാണെന്നതിനുള്ള തെളിവുകളായി നിരത്തുക) ഇത് ബാധിക്കുന്നു.

പകരം, ഈ ചെറുപ്പക്കാരന് താനൊരു നല്ല വ്യക്തിയാണെന്നും, തനിക്ക് പഠിക്കാൻ കഴിവുണ്ടെന്നും, ജീവിതം പൊതുവെ

നല്ലതാണെന്നും, ചെറിയ തിരിച്ചടികളെ അതിജീവിക്കാൻ താൻ പ്രാപ്തനാണെന്നുമുള്ള ദൃഢനിശ്ചയത്തോടെ ഡ്രൈവിംഗ് ടെസ്റ്റിന് പങ്കെടുക്കാമായിരുന്നു. എങ്കിൽ അതേ ഡ്രൈവിംഗ് ടെസ്റ്റിൽ തന്നെ അവന്റെ അനുഭവങ്ങൾ വളരെ വ്യത്യസ്തമായേനെ.

സ്വാഭാവിക അനുകൂലചിന്തകൾ ഇനിപ്പറയുന്നവയിൽ കൂടുതലാണ് :

"മോശമായി എന്തെങ്കിലും സംഭവിച്ചാലും, എനിക്ക് ഒരു പ്രശ്നവും ഉണ്ടാകാൻ പോകുന്നില്ല."

"കഠിനമായി പരിശ്രമിച്ചാൽ, എനിക്ക് കാര്യങ്ങൾ നേടാനാകും."

"എന്റെ ജീവിതം വളരെ മികച്ചതാണ്."

"എനിക്ക് ധാരാളം നല്ല ഗുണങ്ങളുണ്ട്."

ഒരു പ്രതികൂലചിന്ത മാറ്റി ഒരു അനുകൂലചിന്ത സ്ഥാപിക്കുന്നതു കൊണ്ട് പരിവർത്തനം പൂർണ്ണമാകുന്നില്ല. ആഴത്തിലുള്ള വിശ്വാസങ്ങളുടെയും ആത്മസങ്കല്പത്തിന്റെയും ലക്ഷണവും രൂപവുമാണ് സ്വാഭാവിക ചിന്തകൾ എന്ന് ഓർക്കുക. അപ്പോൾ നമുക്ക് എങ്ങനെ *യഥാർത്ഥ* മാറ്റം വരുത്താം?

വൈജ്ഞാനിക പുനർവിഭാവനം

സ്വാഭാവിക പ്രതികൂലചിന്തകൾ പ്രതികൂലഫലങ്ങൾ സൃഷ്ടിക്കുന്നു. കാരണം അവയെക്കുറിച്ച് നമുക്ക് അറിയില്ല. അപ്പോൾ, നമ്മുടെ സ്വാഭാവികമായ പ്രതികൂല ചിന്തകളിലേക്ക് *തിരിച്ചറിവ്* കൊണ്ടുവരിക എന്നതാണ് ആദ്യപടി.

ഘട്ടം 1 : നിങ്ങളുടെ വൈജ്ഞാനിക വികലങ്ങളെയും സ്വാഭാവിക പ്രതികൂല ചിന്തകളെയും തിരിച്ചറിയുക.

ഘട്ടം 2 : ഈ ചിന്തകളുമായി യുക്തിപൂർണ്ണമായും ബോധപൂർവ്വമായും പൊരുത്തപ്പെടുക/തർക്കിക്കുക/ഇടപഴകുക.

ഘട്ടം 3 : പുതിയതും കൂടുതൽ ഉപയോഗപ്രദവുമായ ചിന്തകൾ നിങ്ങളുടെ ജീവിതത്തിലേക്ക് തിരികെ കൊണ്ടുവരിക.

ഉദാഹരണത്തിന്, ഒരാൾ ആദ്യമായി പ്രണയിതാവുമൊത്ത് പുറത്തു പോകുകയാണെന്ന് കരുതുക. അവർ ഉൾക്കൊള്ളലും പ്രതിബദ്ധതയും എന്ന തന്ത്രം പരിശീലിക്കുകയും, തുടർന്ന് സംഭവിക്കാൻ

പോകുന്ന കാര്യങ്ങളിൽ ശ്രദ്ധിക്കുകയും ചെയ്യുന്നു. അവരുടെ പ്രവൃത്തികൾക്കിടയിൽ പല ചിന്തകളും മനസ്സിലൂടെ കടന്നുപോകുമെങ്കിലും, ആവർത്തിച്ചുവരുന്ന ഒരു ചിന്ത ശ്രദ്ധയിൽ പെടുന്നു : “അവർക്കെന്നെ ഇഷ്ടപ്പെടാതിരിക്കുകയും നിരസിക്കുകയും ചെയ്താലോ?” ഇതൊരു വൈജ്ഞാനിക വികലമാണെന്ന് തിരിച്ചറിയുന്നതാണ് ആദ്യഘട്ടം.

ഇപ്പോൾ, ആ വ്യക്തിക്ക് ഈ ചിന്തയോട് യുക്തിയോടെയും ബോധപൂർവ്വവും പൊരുത്തപ്പെടാൻ കഴിയും. ഓർക്കുക, ഇത് തെറ്റ് കണ്ടെത്തുന്നതിനോ ചിന്ത ശരിയാണോ അല്ലയോ എന്ന് തീരുമാനിക്കുന്നതിനോ അല്ല. പകരം, ഇത് *ഉപയോഗപ്രദമാണോ* എന്ന് ചോദിക്കുകയാണ്. ഈ അബോധ ചിന്തയുടെ ഫലങ്ങൾ എന്തെല്ലാമാണ്? അത് വ്യക്തമാണ് : അവർ ആ നിമിഷങ്ങൾ ആസ്വദിക്കില്ല, നിരസിക്കപ്പെട്ടും എന്ന ഭയത്തോടെയായിരിക്കും നിമിഷങ്ങൾ ചെലവിടുക, കൂടാതെ സ്വന്തം തീരുമാനങ്ങളെയും സ്വാതന്ത്ര്യത്തെയും പ്രണയിതാവിനുമുന്നിൽ അടിയറവുവെച്ച് അവരുടെ വാക്കുകൾക്ക് പ്രതികരിക്കാനായി നിഷ്ക്രിയനായി നില്ക്കും. ഇത് ഉൽക്കണ്ഠ ഉണ്ടാക്കുന്നു, മാത്രമല്ല, മറ്റുള്ളവർക്ക് ഇഷ്ടപ്പെടാത്ത വിധത്തിൽ പെരുമാറാനുള്ള സാധ്യതയും കൂടുതലാണ്.

രണ്ടാം ഘട്ടത്തിൽ, ആ വ്യക്തിക്ക് ഈ ചിന്തയെ പുനർവിഭാവനം ചെയ്യാൻ ശ്രമിക്കാവുന്നതാണ്. **മറ്റു മാർഗ്ഗങ്ങൾ എന്തൊക്കെയാണ്?** നിങ്ങളുടെ കാഴ്ചപ്പാട് വിശാലമാക്കുക. സ്വയം വിലയിരുത്തുന്നതിൽ ശ്രദ്ധിക്കുന്നതിനുപകരം, ഈ നിമിഷങ്ങൾ പരസ്പരം കൂടുതലറിയാനാണ് *രണ്ടുപേരും* ശ്രമിക്കേണ്ടതെന്ന് എന്തുകൊണ്ട് ഓർക്കുന്നില്ല? നിങ്ങളുടെ പ്രണയിതാവിന് നിങ്ങളെ ഇഷ്ടപ്പെട്ടില്ലെങ്കിലും സാരമില്ല, ഇത് ലോകാവസാനമൊന്നുമല്ല. എല്ലാവർക്കും ഒരേ അഭിപ്രായമാവണമെന്നില്ലല്ലോ, ശരിയല്ലേ? മാത്രമല്ല, നിങ്ങൾ രണ്ടു പേർക്കും പരസ്പരം ഇഷ്ടപ്പെടാനുള്ള സാധ്യതയുമുണ്ട്. അങ്ങനെ പലതും.

മൂന്നാം ഘട്ടത്തിൽ, നിങ്ങൾ പുനർവിഭാവനം ചെയ്ത ഈ ചിന്തയെ ജീവിതത്തിൽ പ്രാവർത്തികമാക്കാം. മുൻധാരണകളെ സ്ഥിരീകരിക്കുകയാണോ, നിങ്ങൾക്ക് അനുകൂലമായി ഭവിക്കാൻ സാധ്യതയുള്ള കാര്യങ്ങളുമായി ഒത്തുപോകുന്ന അനുമാനങ്ങളിലേക്കോ വ്യാഖ്യാനങ്ങളിലേക്കോ ശ്രദ്ധ നൽകുകയാണോ ചെയ്യേണ്ടത്? രണ്ടായാലും

ഇതാണ് സമയം. "അവർക്കെന്നെ ഇഷ്ടപ്പെടാതിരിക്കുകയും നിരസിക്കുകയും ചെയ്താലോ?" എന്ന ചോദ്യം തല പൊക്കുമ്പോഴെല്ലാം, നിങ്ങളുടെ പക്കൽ പുതിയൊരു ഉത്തരമുണ്ടാവണം : "ഒരു പക്ഷേ അവർക്ക് എന്നെ ഇഷ്ടപ്പെട്ടാലോ" അല്ലെങ്കിൽ "അവരെന്നെ നിരസിച്ചാലെന്താ? അവർ എന്നെ ഇഷ്ടപ്പെടണമെന്ന് നിർബന്ധമില്ല, പക്ഷേ, അതുകൊണ്ട് എന്നെ ഒരാളും ഇഷ്ടപ്പെടില്ല എന്നർത്ഥമാകുന്നില്ലല്ലോ!" എന്ന്.

ഇങ്ങനെ ചിന്തിക്കുന്നത് കൊണ്ട് ആ കുടിക്കാഴ്ച പൂർണ്ണ വിജയമായിത്തീരുമോ? ഇല്ല, അങ്ങനെ സംഭവിക്കണമെന്നില്ല. പക്ഷേ ക്രമേണ, നിങ്ങൾ *സ്വാഭാവികമായി പ്രതികൂല ചിന്തകളെ അനുകൂലചിന്തകളാൽ* മാറ്റി സ്ഥാപിക്കുമ്പോൾ, ഉപയോഗശൂന്യമായ പഴഞ്ചൻ ആത്മസങ്കല്പങ്ങളെ ഒഴിവാക്കുകയും, ഉപകാരപ്പെട്ടേക്കാവുന്ന തീരുമാനങ്ങളെ സ്വീകരിക്കുകയും ചെയ്യുന്നു. നിങ്ങളുടെ പ്രവർത്തിയുടെ ഫലം രണ്ടാണ് : ഒന്ന്, ഇരുട്ടിൽ മറഞ്ഞിരിക്കുന്നവയുടെ മേൽ അവബോധത്തിന്റെ വെളിച്ചം പരത്തുന്നു. രണ്ട്, മറ്റൊരു സാധ്യതയിലേക്ക് നയിക്കപ്പെടാനുള്ള അവസരം സ്വയം നൽകുന്നു. മറ്റ് സാധ്യതകളെക്കുറിച്ച് മനസ്സിലാക്കിയാൽ മാത്രമേ, നിങ്ങൾക്ക് തീരുമാനങ്ങളെടുക്കാൻ കഴിയൂ, അതുകൊണ്ടാണ് അവബോധം പ്രധാനപ്പെട്ടതും ആദ്യത്തേതുമായ ഘട്ടമാകുന്നത്.

പ്രതികൂലചിന്തകളിൽ നിന്നും പുറത്തുകടക്കുക എന്നത് ഒറ്റരാത്രി കൊണ്ട് നടത്തിയെടുക്കാൻ കഴിയുന്നതല്ല (എത്ര വലിയ തത്ത്വചിന്തകരുടെയും ഗുരുക്കന്മാരുടെയും വാക്കുകൾ കേട്ടാലും). എന്നാൽ അവബോധത്തിന്റെ ശ്രേഷ്ഠത എന്തെന്നാൽ, അത് കൂടുതൽ അവബോധം സൃഷ്ടിക്കുന്നു എന്നതാണ്. നിർദ്ദോഷമായ "അനുകൂല ചിന്താഗതി" നടിക്കുകയോ, സ്വന്തം ദീർഘകാല വിശ്വാസങ്ങളുമായി തർക്കിക്കുകയോ ചെയ്യേണ്ടതില്ല. പകരം, നിങ്ങളിലെ വിശ്വാസങ്ങളെ ജിജ്ഞാസയോടെ നോക്കിക്കാണുക, അവയിലെല്ലാം അവബോധത്തിന്റെ വെളിച്ചം പ്രകാശിപ്പിക്കുക, ബദൽ ചിന്തകൾ കണ്ടെത്തുക, ആ ചിന്തകളെ നിങ്ങളുടെ ലോകത്തിലേക്ക് ഉൾപ്പെടുത്താൻ ആരംഭിക്കുക. ബോധവാനായിരിക്കുക, എന്നിട്ട് എന്താണ് സംഭവിക്കുന്നതെന്ന് നോക്കു.

ഇതിന് സമയവും ക്ഷമയും ആവശ്യമാണ്—പ്രയോജനകരമല്ലാത്ത ചിന്തയാണ് എന്നതിനാൽ, അത് എളുപ്പത്തിൽ ഉപേക്ഷിക്കാൻ

കഴിയണമെന്നില്ല! വാസ്തവത്തിൽ, നിങ്ങളുടെ കാഴ്ചപ്പാട് അല്പാല്പമായി മാറ്റുന്നതിന് സുസ്ഥിരമായ പരിശീലനം ആവശ്യമാണെന്ന് മനസ്സിലാക്കുക. എന്നാൽ ആ മാറ്റം നിങ്ങൾക്ക് ബോധപൂർവ്വം ഉൾക്കൊള്ളാൻ *സാധിക്കും*, ക്രമേണ അത് പ്രവർത്തിക്കുന്നത് യാന്ത്രികമായി ആയിരിക്കുകയില്ല, നിങ്ങളുടെ നിയന്ത്രണത്തിലായിരിക്കും.

ഫലപ്രദമായി പ്രവർത്തിക്കുന്ന അവബോധ പുനർവിഭാവനവുമായി ബന്ധപ്പെട്ട ചില സൂചനകൾ :

- ആത്മാനുകമ്പ പരിശീലിക്കുക, വിമർശനബുദ്ധിയോടെയോ മുൻവിധിയോടെയോ ഒന്നിനെയും എതിരിടരുത്—സ്വന്തം തലയ്ക്കുള്ളിലെ "തെറ്റായ" ചിന്തകളെ കുത്തിയെടുക്കാൻ ശ്രമിക്കുന്ന ആത്മവിമർശകനാകരുത്!
- എന്നത്തേയും പോലെ, അറിവ് നേടാൻ ആഗ്രഹിക്കുന്ന, അംഗീകരിക്കുന്ന, തുറന്ന മനസ്സോടെ ദിവസം ആരംഭിക്കുക —വ്യാഖ്യാനിക്കുകയോ കുറ്റപ്പെടുത്തുകയോ ചെയ്യരുത്; നിങ്ങൾക്കായി ഇപ്പോൾ എന്താണ് സംഭവിക്കുന്നതെന്ന് നോക്കുക.
- മാറാൻ സമയമെടുക്കുമെന്ന് മനസ്സിലാക്കുക—നിങ്ങളിലെ ഇപ്പോഴത്തെ സ്വാഭാവിക ചിന്തകളും വിശ്വാസങ്ങളും വികസിപ്പിക്കാൻ നിങ്ങൾക്ക് ഒരു ജീവിതകാലം വേണ്ടിവന്നു; അവ പുനർവിഭാവനം ചെയ്യാനും ക്ഷമ വേണം, ഒറ്റരാത്രി കൊണ്ട് അത്ഭുതങ്ങൾ പ്രതീക്ഷിക്കരുത്.
- സ്വന്തം ചിന്തകളെ വെല്ലുവിളിക്കുമ്പോൾ, ശരിയും തെറ്റും അല്ലെങ്കിൽ നല്ലതും ചീത്തയും നിങ്ങൾ സ്വയം തീരുമാനിക്കരുത്. ഇപ്പോഴത്തെ ചിന്തകൾ നിങ്ങളുടെ ജീവിതത്തിൽ ഏതുതരത്തിൽ സ്വാധീനം ചെലുത്തുന്നുവെന്നും, നിങ്ങളുടെ മൂല്യങ്ങൾക്കും ലക്ഷ്യങ്ങൾക്കും കൂടുതൽ അനുയോജ്യമായ ബദലുകൾ ഉണ്ടോയെന്നും സ്വയം ചോദിക്കുക.
- പ്രാഥമികതലത്തിൽ മാത്രം പ്രവർത്തിക്കുന്ന "പ്രതികൂല ചിന്തകളും" സ്ഥിരീകരണങ്ങളും ഒഴിവാക്കുക. *നിങ്ങളുടെ കാഴ്ചപ്പാടിൽ അടിമുടി മാറ്റം വരുത്താനാണ് നിങ്ങൾ*

ശ്രമിക്കുന്നത്, അല്ലാതെ പഴയ വിശ്വാസങ്ങളെ ചായം പൂശി മറയ്ക്കാനല്ല!

രണ്ട്-കോളം തന്ത്രം പ്രയോഗിക്കുക

ശരി, നമുക്കിനി ഇത് പ്രാവർത്തികമാക്കാം. സ്വാഭാവികവും വിവേക ശൂന്യവും ആവർത്തിച്ചുവരുന്നതുമായ ആ മാനസികാവസ്ഥയിൽ നിന്നും അകലം പാലിക്കുകയും, നമ്മുടെ ചിന്തകളിലെ യാഥാർത്ഥ്യം കാണുകയുമാണ് വേണ്ടത്. ഇതിനുള്ള ഒരു നല്ല മാർഗ്ഗം, കാര്യങ്ങൾ കുറിച്ചിടുക എന്നതാണ്. ഒരു കടലാസ്സെടുത്ത്, അതിനെ രണ്ട് ഭാഗങ്ങളായി തിരിക്കുക. ഇടതുവശത്ത്, നിങ്ങൾക്ക് സഹായക മല്ലാത്തതും, നിങ്ങളുടെ മൂല്യങ്ങളുമായി ഒത്തുപോകാത്തതുമായ, നിങ്ങൾക്കുള്ളിൽ നിങ്ങൾ കണ്ടെത്തിയ ചില ചിന്തകൾ, ആശയങ്ങൾ, അനുമാനങ്ങൾ, വിശ്വാസങ്ങൾ എന്നിവ എഴുതുക.

ഉദാഹരണത്തിന്, "ഞാൻ ഒന്നിനും പ്രാപ്തനല്ല", "എനിക്കുള്ളിൽ എന്നും വിഷാദമാണ്" എന്നിങ്ങനെയുള്ളവ.

ഒരു ദീർഘനിശ്വാസം എടുത്തശേഷം, അതിലേക്ക് നോക്കുക. ഒരു നിമിഷമെടുത്ത് അതിനു പിന്നിലെ മാനസികാവസ്ഥ ശരിക്കും *അനുഭവിക്കുക*. ഈ ചിന്തകളോടും ആശയങ്ങളോടും നിങ്ങളുടെ ശരീരം എങ്ങനെ പ്രതികരിക്കുന്നുവെന്ന് മനസ്സിലാക്കുക. നിങ്ങളുടെ കാഴ്ചപ്പാടിനും മുകളിൽ ഈ ആന്തരികചിന്തകളെ കൊണ്ടുനടന്ന, ജീവിതത്തിലെ ഓരോ സാഹചര്യങ്ങളെയും മനസ്സിൽ ചിത്രീകരി ക്കുക. ഇച്ഛാപൂർവ്വമല്ലാത്ത ഈ സ്വാഭാവിക വിശ്വാസങ്ങളുടെ സ്വാധീനത്തിലുണ്ടായ, നിങ്ങളിലെ മാറ്റത്തെയും, പെരുമാറ്റത്തെയും, സ്വയം വിശ്വസിപ്പിച്ച കഥകളെയും ഓർക്കുക. മറ്റുള്ളവരിൽ നിന്നുമുള്ള വിമർശനങ്ങൾ സ്വീകരിച്ചുകൊണ്ട്, സ്വന്തം അഭിപ്രായ ങ്ങൾ വെളിപ്പെടുത്താതെ, സ്വയം വെല്ലുവിളിക്കാതെ, നിങ്ങൾ ഒതുങ്ങി മറഞ്ഞു ജീവിച്ച്, ജീവിതത്തിൽ നിന്നും അക്ഷരാർത്ഥത്തിലും ആലങ്കാരികമായും ഒളിച്ചോടുകയാണെന്ന് കാണാം.

ഇതെല്ലാം ഒന്ന് ഓർക്കുകയും ശ്രദ്ധിക്കുകയും ചെയ്യൂ. ഈ ചിന്തകളെ ചിന്തകളായി കാണുക—യാഥാർത്ഥ്യമായല്ല, മനസ്സിലെ ചിത്രങ്ങ ളായും ആശയങ്ങളായും ചിഹ്നങ്ങളായും മാത്രം.

ഇനി, അടുത്ത കോളത്തിൽ, സർഗ്ഗശക്തി ഉപയോഗിക്കുക.

നിങ്ങൾക്ക് അനുകൂലമായ രീതിയിൽ ചിന്തയെ എങ്ങനെ പുനർവിഭാവനം ചെയ്യാൻ കഴിയും? അതിന് നിങ്ങളെ എന്തെങ്കിലും പഠിപ്പിക്കാനോ, പ്രചോദനം നൽകാനോ, നിങ്ങൾ നേടാൻ ആഗ്രഹിക്കുന്നത് നേടാൻ സഹായിക്കാനോ കഴിയുമോ? ഇത് നിങ്ങൾക്കുവേണ്ടി മറ്റാർക്കും ചെയ്യാൻ കഴിയുന്ന ഒന്നല്ല. നിങ്ങളുടെ മൂല്യങ്ങൾ എന്താണെന്നും, ഒരു "ഫലപ്രദമായ" ബദൽ ആശയമായി നിങ്ങളെ ശരിക്കും പ്രചോദിപ്പിക്കുന്നത് എന്താണെന്നും നിങ്ങൾക്ക് മാത്രമേ മനസ്സിലാക്കാൻ കഴിയൂ. അതുകൊണ്ടാണ് നിലവിലുള്ള ആവർത്തിക്കപ്പെടുന്ന സ്ഥിരീകരണങ്ങൾ സാധാരണ ഗുണം ചെയ്യാത്തത്. *നമ്മുടെ* മൂല്യങ്ങൾക്കും ആദർശങ്ങൾക്കും അനുസൃതമായ തീരുമാനങ്ങൾ സ്വയം കണ്ടെത്തുന്നതിന് നമ്മൾ സമയം കണ്ടെത്തുന്നില്ല.

"ഞാൻ ഒന്നിനും പ്രാപ്തനല്ല" എന്നതിനുപകരം, "നല്ലതും മോശവും ഗുണങ്ങളുള്ള ഒരു സാധാരണ വ്യക്തിയാണ് ഞാൻ", അല്ലെങ്കിൽ "എനിക്ക് വിജയം നേടാൻ കഴിഞ്ഞില്ലെങ്കിൽ, അതിൽ നിന്നും പാഠം ഉൾക്കൊണ്ട്, കഠിനമായി പരിശീലിച്ച് അടുത്ത തവണ നന്നായി ചെയ്യാൻ ശ്രമിക്കും", അതുമല്ലെങ്കിൽ "ഞാൻ എല്ലാം തികഞ്ഞവനല്ലെങ്കിലും, എനിക്കെന്നെ ഇഷ്ടപ്പെടാനും അംഗീകരിക്കാനും കഴിയും" എന്നൊക്കെ എഴുതാം. "എനിക്കെന്നും വിഷാദമാണ്" എന്നതിനുപകരം, "ഞാനിപ്പോൾ വിഷമഘട്ടത്തിലൂടെയാണ് കടന്നുപോകുന്നത്", അല്ലെങ്കിൽ "ഇതൊരു പ്രയാസകരമായ സമയമാണ്, പക്ഷേ അത് എന്നെന്നേക്കുമായി നിലനിൽക്കില്ല", അതുമല്ലെങ്കിൽ "വെല്ലുവിളി നിറഞ്ഞതാണെങ്കിലും, ആവേശകരമായ ചില മാറ്റങ്ങളിലൂടെയാണ് എന്റെ ജീവിതം കടന്നുപോകുന്നത്" എന്ന് പറയാം. നിങ്ങൾക്ക് ഉപയോഗപ്രദവും പ്രചോദനകരവുമാണെന്ന് യഥാർത്ഥമായി തോന്നുന്ന മറ്റ് മാർഗ്ഗങ്ങൾ പരീക്ഷിക്കാൻ നിങ്ങൾ ആഗ്രഹിക്കാം. പക്ഷേ അമിതമായ ശുഭാപ്തിവിശ്വാസവും വേണ്ട, അയാഥാർത്ഥ്യബോധവും വേണ്ട!

നിങ്ങൾ ചില ബദൽ ചിന്തകൾ കണ്ടെത്തിക്കഴിഞ്ഞാൽ, അവ എഴുതിയിടുക മാത്രമല്ല ചെയ്യേണ്ടത്. ശരിയാണ്, നമ്മൾ ഈ ചിന്തകളെ യുക്തിപൂർവ്വം വെല്ലുവിളിച്ച്/തിരുത്തിയെഴുതി, എന്നാൽ അവയെ മനസ്സുകൊണ്ട് ഉൾക്കൊള്ളുകയും വിശ്വസിക്കുകയും ചെയ്യുന്നതുവരെ ഒരു ഗുണവും ഉണ്ടാവുകയില്ല. അതിനാൽ, എഴുതിയ

ശേഷം, അല്പം സമയമെടുത്ത്, നിങ്ങളുടെ സ്വാഭാവിക ചിന്തയിൽ നിന്നും ആ പുതിയ ചിന്ത എങ്ങനെ വ്യത്യസ്തമാകുന്നുവെന്ന് *അനുഭവിച്ചറിയുക*. ഇത് മനസ്സിന്റെ ഒരു ബൗദ്ധിക വ്യായാമം മാത്രമല്ല. ഈ ബദൽചിന്ത നിങ്ങളെ എങ്ങനെ പെരുമാറാൻ പ്രേരിപ്പിക്കുന്നു? അത് നിങ്ങൾക്കെങ്ങനെ അനുഭവപ്പെടുന്നു? നിങ്ങൾ ഈ വിശ്വാസം മുറുകെ പിടിക്കുമ്പോൾ ലോകം എങ്ങനെ കാണപ്പെടുന്നു? ഏതൊക്കെ പുതിയ പരിഹാരങ്ങളും സാധ്യതകളുമാണ് നിങ്ങൾക്കിപ്പോൾ ലഭ്യമായിരിക്കുന്നത്?

സ്വാഭാവിക പ്രതികൂല വിശ്വാസങ്ങൾ തിരുത്തിയെഴുതാൻ നിരവധി മികച്ച മാർഗ്ഗങ്ങളുണ്ട് :

- എല്ലായ്പ്പോഴും, ഒരിക്കലും, ആരും, എല്ലാം, എന്നിങ്ങനെയുള്ള പൊതുവായ പദങ്ങൾ കൂടുതൽ മിതമായ നിബന്ധനകൾ ഉപയോഗിച്ച് മാറ്റിയെഴുതുക. “ഞാൻ എപ്പോഴും പരാജയപ്പെടുന്നു” എന്നതിനു പകരം, “ഞാൻ ഇത്തവണ പരാജയപ്പെട്ടു. അതിനർത്ഥം അടുത്ത തവണയും ഞാൻ പരാജയപ്പെടുമെന്നല്ല. മുൻകാലങ്ങളിൽ ഞാൻ വിജയിച്ചിട്ടുണ്ട്.”
- നിങ്ങളുടെ ചിന്തകൾ ഒരു നിർണ്ണായക സാഹചര്യത്തെ നേരിടുകയാണെങ്കിൽ, അതിന് ഏറ്റവും മോശമായ ഫലം ലഭിക്കുകയാണെങ്കിൽ, അതുകൊണ്ട് എല്ലാം അവസാനിക്കുമോ എന്ന് സ്വയം ചോദിക്കുക. അങ്ങനെ ചെയ്യുന്നതിലൂടെ, “ഞാൻ ഈ പരീക്ഷയിൽ പരാജയപ്പെടുന്നതായിരിക്കും സംഭവിക്കാനിടയുള്ള ഏറ്റവും മോശമായ കാര്യം” എന്നത്, “ഞാൻ ഈ പരീക്ഷയിൽ പരാജയപ്പെട്ടേക്കാം, പക്ഷേ എനിക്ക് കുഴപ്പമില്ല, എനിക്കിനിയും മറ്റ് അവസരങ്ങളുണ്ട്” എന്നാവും.
- ചിന്തകൾ എത്ര വിമർശനാത്മകമാണെങ്കിലും, വെറുപ്പുളവാക്കുന്നതാണെങ്കിലും, പ്രതികൂല സ്വഭാവമുള്ളതാണെങ്കിലും, അതിലേക്ക് കുറച്ച് അനുകമ്പ കൊണ്ടുവരിക. പ്രിയപ്പെട്ട ഒരാളോട് സംസാരിക്കുന്നതുപോലെ ചിന്തകളെ തിരുത്തിയെഴുതുക. “നിങ്ങൾ അത്രത്തോളം വെറുപ്പിക്കുന്ന സ്വഭാവമുള്ളവനാണ്” എന്ന ചിന്ത, “ഇത്തവണ നിങ്ങളുടെ പെരുമാറ്റം മികച്ചതായിരുന്നില്ല, പക്ഷേ കുഴപ്പമില്ല, അടുത്ത തവണ നിങ്ങൾ നന്നായി പെരുമാറും” എന്നാകും.

- നിങ്ങൾ മനസ്സ് വായിക്കാൻ ശ്രമിക്കുകയോ, ഭാവി പ്രവചിക്കുകയോ, അടിസ്ഥാനരഹിതമായ തീരുമാനങ്ങൾ എടുത്തു ചാടി എടുക്കുകയോ ചെയ്യുന്നുണ്ടോ എന്ന് ശ്രദ്ധിക്കുക. ഒരു ശാസ്ത്രജ്ഞനായി മാറി, സ്വയം തെളിവുകൾക്കായി ആവശ്യപ്പെടുക. "എന്റെ ശമ്പളം വർദ്ധിപ്പിക്കാൻ അവരൊരിക്കലും തയ്യാറാവുകയില്ല" എന്നാണ് നിങ്ങൾ എഴുതുന്നതെങ്കിൽ, ഈ ചിന്ത വിശ്വസിക്കാനുള്ള തെളിവ് സ്വയം അന്വേഷിക്കുക. അതിന് കഴിയുന്നില്ലെങ്കിൽ, ആ ചിന്ത ഇങ്ങനെ മാറ്റിയെഴുതുക : "അവർ എന്റെ ശമ്പളം വർദ്ധിപ്പിക്കുമോ എന്നെനിക്ക് ഉറപ്പില്ല, പക്ഷേ അതുകൊണ്ട് ആവശ്യപ്പെടാതിരിക്കേണ്ട കാര്യമില്ല. കാരണം, ശമ്പളവർദ്ധനവ് നൽകാതിരിക്കാനുള്ള ഒരു കാരണവും ഞാൻ കാണുന്നില്ല". "അവൾക്ക് തീർച്ചയായും എന്നോട് വെറുപ്പായിരിക്കും" എന്ന ചിന്ത "എനിക്ക് അവളുടെ മനസ്സ് വായിക്കാൻ കഴിയില്ല. അതുകൊണ്ടുതന്നെ എനിക്കിപ്പോൾ അവളുടെ അഭിപ്രായവും അറിയില്ല" എന്നാവും.
- ഒന്നുകിൽ എല്ലാമുണ്ട് അല്ലെങ്കിൽ ഒന്നുമില്ല എന്ന ചിന്താഗതി മാറ്റി, മറ്റു സാധ്യതകൾ കാണാതെ പോകുന്നുണ്ടോ അല്ലെങ്കിൽ ഏതെങ്കിലും നിർണ്ണായക വിവരങ്ങളെ അവഗണിക്കുന്നുണ്ടോ എന്നറിയാൻ ശ്രമിക്കുക. "അവൻ എന്നെ ഇതുവരെയും വിളിച്ചിട്ടില്ല, അവൻ ഏതെങ്കിലും കുഴിയിൽ മരിച്ചുകിടക്കുന്നുണ്ടാകും" എന്ന ദുഷ്ചിന്ത മാറി, "അവൻ ഇതുവരെ വിളിച്ചിട്ടില്ല, പക്ഷേ അതിന് എന്തെങ്കിലും കാരണമുണ്ടാകാം" എന്നാകും.

അവസാനമായി, സ്വാഭാവികമായി ഉയർന്നുവരുന്ന ചിന്തകളെ തിരുത്തിയെഴുതുന്നതിനുള്ള വളരെ ഉപയോഗപ്രദമായ ഒരു മാർഗ്ഗം, അവയെ ഉപയോഗപ്രദമായ പ്രവർത്തനമാക്കി മാറ്റുക എന്നതാണ്. ആശങ്കകൾ, ഉൽക്കണ്ഠകൾ, പശ്ചാത്താപങ്ങൾ മുതലായവ പേറിനടന്ന്, അവയെ യാഥാർത്ഥ്യങ്ങളുമായി കോർത്തിണക്കി മാറ്റങ്ങൾ കൊണ്ടുവരാനാണ് നാം പൊതുവെ താൽപര്യപ്പെടുന്നത്. ഉദാഹരണത്തിന്, "ഇത് എങ്ങനെ ചെയ്യണമെന്ന് എനിക്കറിയില്ല" എന്ന നിഷ്ക്രിയവും നിരാശാജനകവുമായ ചിന്ത നിങ്ങൾക്കുണ്ടെങ്കിൽ, അത് കൂടുതൽ ഉപയോഗപ്രദമായ ഒരു ചിന്തയായി നിങ്ങൾക്ക് പുനർനിർമ്മിക്കാം : "ഞാൻ ആരോടാണ് സഹായം ചോദിക്കേണ്ടത്?" അല്ലെങ്കിൽ "എനിക്കിത് എങ്ങനെ പഠിക്കാം?"

"ഞാൻ ഒരു തെറ്റ് ചെയ്തു, അതിന്റെ അനന്തരഫലങ്ങൾ എനിക്ക് താങ്ങാൻ കഴിയില്ല" എന്നത് മാറ്റി, "സംഭവിച്ച നാശനഷ്ടങ്ങൾ ലഘൂകരിക്കാൻ എന്താണ് എനിക്കിപ്പോൾ ചെയ്യാൻ കഴിയുക?" അല്ലെങ്കിൽ "പരിണിതഫലങ്ങളെ നേരിടാനുള്ള പ്രായോഗികമായ വഴികളെന്തൊക്കെയാണ്?" എന്നാക്കുക.

ഇതിന്റെ പ്രവർത്തനം മാസ്മരികമാണ്—അത് നിങ്ങളെ ബന്ധനങ്ങളിൽ നിന്നും മോചിപ്പിക്കുകയും, സാധ്യതകളിലേക്കും അവസരങ്ങളിലേക്കും നിങ്ങളുടെ മനസ്സ് തുറക്കുകയും, ഉണർവ്വ് വീണ്ടെടുക്കാൻ നിങ്ങളെ പ്രാപ്തരാക്കുകയും ചെയ്യും. ചെറുതാണെങ്കിൽ അത്രയും നല്ലത്—ശരിയായതെന്ന് നിങ്ങൾക്ക് ഉറപ്പുള്ള ഒരു അനുകൂല പ്രവർത്തി കണ്ടെത്തു, നിങ്ങളുടെ കാഴ്ചപ്പാടിലെ മാറ്റം നിങ്ങൾക്ക് ഉടൻ അനുഭവിച്ചറിയാൻ കഴിയും.

നിങ്ങളുടെ ലോകത്തെ മാറ്റുന്നത്—ഒരു സമയത്ത് ഒരു വൈജ്ഞാനിക വികലം

നിങ്ങളുടെ ദൈനംദിന പ്രവർത്തികളെ സൂക്ഷ്മമായി നിരീക്ഷിച്ചാൽ, നിങ്ങൾക്ക് ബോധപൂർവ്വമല്ലാത്ത എന്തൊക്കെയാണ് നിങ്ങൾക്ക് ചുറ്റും നടക്കുന്നതെന്ന ബോധ്യപ്പെടൽ നിങ്ങളെ അദ്ഭുതപ്പെടുത്തും! നിങ്ങളുടേതു മാത്രമായ കെട്ടുകഥകൾ, വിവരണങ്ങൾ, ധാരണകൾ, വിശ്വാസങ്ങൾ, അനുമാനങ്ങൾ, പ്രതീക്ഷകൾ, പിന്നെ തികച്ചും വിചിത്രവും യുക്തിരഹിതവുമായ ചിന്താരീതികൾ, എന്നിവയാൽ നിങ്ങളുടെ തല കുത്തിനിറയ്ക്കപ്പെട്ടിരിക്കുകയാണ്.

നിങ്ങൾക്കുള്ളിൽ നിങ്ങൾ കെട്ടിപ്പടുത്ത ലോകത്തെ ചോദ്യം ചെയ്യാനും തിരുത്തിയെഴുതാനും പഠിക്കുന്നത്, ശാന്തതയും സംതൃപ്തിയും ആത്മവിശ്വാസവും നിറഞ്ഞ മാനസികാവസ്ഥയിലേക്ക് നിങ്ങളെ നയിക്കും. നിങ്ങളുടെ ചിന്താരീതിയിൽ മാറ്റം വരുത്താൻ *കഴിയും* എന്ന തിരിച്ചറിവ് നിങ്ങളെ ആശ്ചര്യപ്പെടുത്തും. നിങ്ങൾ അതിന് ആത്മാർത്ഥമായി പരിശീലിക്കുകയാണെങ്കിൽ, "യുക്തിപൂർവ്വം" "യുക്തിരഹിതം" എന്നീ വാക്കുകളുടെ വ്യത്യാസം മനസ്സിലാക്കാനും, അവയുടെ അർത്ഥങ്ങൾക്കുമതീതമായ ആഴം അനുഭവിക്കാനും കഴിയും. നിങ്ങൾക്കുള്ളിലെ ലോകം എങ്ങനെയാണ് നിർമ്മിക്കപ്പെട്ടിരിക്കുന്നതെന്ന വാസ്തവം ഉൾക്കൊള്ളാൻ ധൈര്യവും സത്യസന്ധതയും ആവശ്യമാണ്!

അതേ മനോഭാവത്തിൽ, ചില സാധാരണ പ്രതികൂല ചിന്താരീതികളെയും, നിങ്ങളുടെ മനസ്സിൽ അവ പ്രത്യക്ഷപ്പെടുന്നതെങ്ങനെയെന്നും സൂക്ഷ്മമായി നോക്കാം. ഇവയെ വൈജ്ഞാനിക വികലം എന്നു വിളിക്കുന്നു. ഓർക്കുക, നമ്മുടെ അബോധചിന്തകളെ കണ്ടെത്തുന്ന ഒളിച്ചുകളിയല്ല ഇത്, മറിച്ച്, സ്വയം ബോധവാനാവുകയും, മികച്ച സാധ്യതകൾ കണ്ടെത്തുന്നതിനായി സ്വയം വെല്ലുവിളിക്കുകയുമാണ്. ഇനിപ്പറയുന്നവയെല്ലാം നിങ്ങൾ തിരിച്ചറിയാൻ സാധ്യതയുണ്ട് :

ഊതിവീർപ്പിക്കൽ—നമ്മുടെ എല്ലാ ശ്രദ്ധയും ഒരു കാര്യത്തിലോ ആശയത്തിലോ നൽകി, അതിന് അനർഹമായ പ്രാധാന്യം നൽകുക.

ഉദാഹരണം : "എന്റെ വിവാഹവസ്ത്രത്തിന് അനുയോജ്യമായ ചെരുപ്പ് ലഭിച്ചില്ലെങ്കിൽ, ആ ദിവസം തന്നെ മോശമാകും; എന്റെ വിവാഹച്ചടങ്ങ് തന്നെ കുളമാകും."

മുൻധാരണ—മുൻപുണ്ടായ അതേ അനുഭവം പിന്നീടും ആവർത്തിക്കപ്പെടുമെന്ന തെറ്റിദ്ധാരണ.

ഉദാഹരണം : "1992-ൽ എന്റെ കാമുകി, എന്റെ ശമ്പളം അവളുടേതിനേക്കാൾ കുറവായിരുന്നു എന്ന കാരണത്താൽ, എന്നെ ഉപേക്ഷിച്ചു. എനിക്കുറപ്പാണ്, എല്ലാ സ്ത്രീകളും സ്വത്തിനും പണത്തിനും ആർത്തിയുള്ളവരാണ്."

ഒന്നുകിൽ അങ്ങേയറ്റം, അല്ലെങ്കിൽ ഇങ്ങേയറ്റം—ഒന്നുകിൽ എല്ലാം നടക്കും, അല്ലെങ്കിൽ ഒന്നും നടക്കില്ല എന്ന ചിന്ത. നൂറ് ശതമാനം വിജയം, അല്ലെങ്കിൽ നൂറ് ശതമാനം പരാജയം എന്നല്ലാതെ മറ്റെല്ലാ സാധ്യതകളെയും കാണാതെ പോകുന്നത്.

ഉദാഹരണം : "അവൻ എന്റെ തമാശ കേട്ട് ചിരിച്ചില്ല, അവൻ എന്നെ വെറുക്കുന്നു."

ദുരന്തചിന്ത—സാധ്യതയുള്ള ഏറ്റവും മോശമായ ഫലത്തെ മാത്രം പ്രതീക്ഷിക്കുക. സ്വന്തം കുറവുകളെയും ബുദ്ധിമുട്ടുകളെയും പെരുപ്പിച്ചു കാണുക.

ഉദാഹരണം : "എന്റെ പരിശോധനാഫലങ്ങൾ തിരികെ ലഭിക്കാൻ വളരെ സമയമെടുക്കുന്നു... അപ്പോൾ, മരണത്തിലേക്കു നയിക്കുന്ന ഏതോ അപൂർവ്വമായ മാരകരോഗം എനിക്കുണ്ട്."

വേറെയും നിരവധി വൈജ്ഞാനിക വികലങ്ങൾ ഉണ്ട്, എന്നാൽ അവയെല്ലാം ഒരേ രീതിയിൽ പ്രവർത്തിക്കുന്നു : അവ യാഥാർത്ഥ്യങ്ങളെ പൊളിച്ചെഴുതി വികലമാക്കുകയും, നമ്മുടെ ചിന്താഗതിയെ ഇടുങ്ങിയതാക്കുകയും ചെയ്യുന്നു. നിങ്ങൾ കൂടുതൽ ബോധവാന്മാരായിരിക്കാൻ പരിശീലിക്കുമ്പോൾ, ഇതുപോലുള്ള ഒന്നോ അതിലധികമോ മാനസിക വികലങ്ങൾ നിങ്ങളെ വീണ്ടും വീണ്ടും തിരികെ ആകർഷിക്കുന്നതായി ശ്രദ്ധയിൽ പെട്ടേക്കാം.

തന്ത്രം 1 : ചോദ്യോത്തരവാദ (Socratic) ചോദ്യം ചെയ്യൽ

വൈജ്ഞാനിക വികലങ്ങൾ അബോധ മനസ്സിലുണ്ടാകുന്നവയും നിസ്സാരവൽക്കരിക്കപ്പെടുന്നവയുമാണ്. അവയെ ബോധമനസ്സിലേക്ക് കൊണ്ടുവരികയും വെല്ലുവിളിക്കുകയും ചെയ്യുക എന്നതാണ് നമ്മുടെ ദൗത്യം! ഇതിനുള്ള ഒരു മാർഗ്ഗം, ഉള്ളിലെ ജിജ്ഞാസയുണർത്തി, സത്യത്തെ വെളിപ്പെടുത്താൻ ലളിതമായ ചോദ്യങ്ങൾ ചോദിക്കുക എന്നതാണ്. സത്യത്തിലേക്ക് നയിക്കപ്പെടാനായി ലളിതമായ മാർഗ്ഗം പ്രയോഗിച്ച വിഖ്യാത തത്ത്വചിന്തകൻ സോക്രട്ടീസ് ചോദിച്ച പോലെ എളിയ ചോദ്യം. ഇതാ ഒരു ഉദാഹരണം :

"എല്ലാ സ്ത്രീകളും പണത്തിനും സ്വത്തിനും ആർത്തിയുള്ളവരാണ്."

"ആണോ? എന്ത് തെളിവാണ് നിങ്ങളുടെ പക്കലുള്ളത്?"

"അതെ, 1992-ൽ ആഞ്ചല എന്നൊരു സ്ത്രീ..."

"നിങ്ങളുടെ കൈയിൽ മറ്റെന്തെങ്കിലും തെളിവുകളുണ്ടോ?"

"*നേരിട്ടുള്ള* തെളിവുകൾ..., ഇല്ല. പക്ഷേ സ്ത്രീകൾ അങ്ങനെയാണെന്ന് എല്ലാവർക്കും അറിയാം."

"എല്ലാവരും അങ്ങനെയാണോ വിശ്വസിക്കുന്നത്? എല്ലാവരും? അത് വസ്തുതകളെ അടിസ്ഥാനമാക്കിയുള്ള നിഗമനമാണോ അതോ നിങ്ങളുടെ വികാരങ്ങൾ അങ്ങനെ പറയിക്കുന്നതാണോ?"

"ശരി, ആ നിഗമനത്തിൽ എന്റെ വികാരത്തിനും ചെറിയ പങ്കുണ്ടെന്ന് ഞാൻ കരുതുന്നു."

"മറ്റൊരുപാട് സാധ്യതകൾ യാഥാർത്ഥ്യമാണെന്നിരിക്കെ, നിങ്ങൾ മനസ്സിലുറപ്പിച്ച മുൻധാരണയെ അടിസ്ഥാനമാക്കി മാത്രമാണോ സാഹചര്യങ്ങളെ നോക്കിക്കാണുന്നത്?"

"ശരി, സമ്മതിച്ചു, *എല്ലാ* സ്ത്രീകളും അങ്ങനെയല്ലായിരിക്കാം. പക്ഷേ ചിലർ... അത് സത്യമാണ്..."

അങ്ങനെ പലതും. ഇവിടെ, നിങ്ങളുടെ സ്വന്തം വാക്ക് സ്വീകരിക്കാൻ വിസമ്മതിക്കുകയും എല്ലാ അനുമാനങ്ങളെയും സാധ്യതകളെയും ചോദ്യം ചെയ്യുകയും ചെയ്യുന്നു. നിങ്ങൾ ചോദിക്കുന്നു, ഈ ചിന്ത *ശരിക്കും* സത്യമാണോ? എന്തുകൊണ്ടാണ് അങ്ങനെ ചിന്തിക്കുന്നത്? ഇത് യുക്തിപൂർണ്ണമാണോ? ഈ ചിന്ത എവിടെ നിന്നാണ് വരുന്നത്? എന്തുകൊണ്ടാണ്? എന്തുകൊണ്ടത് *ശ്രദ്ധിക്കുന്നില്ല?* കേൾക്കുമ്പോൾ നിസ്സാരമായി തോന്നാമെങ്കിലും, വാസ്തവത്തിൽ നമ്മളിൽ പലരും ചെയ്യുന്നതിതാണ് : ഒരു നിമിഷത്തെ വീണ്ടുവിചാരം പോലുമില്ലാതെയും, തെളിവുകൾ അന്വേഷിക്കാതെയുമാണ് നമ്മൾ പല വിശ്വാസങ്ങളെയും അപ്പാടെ ഉള്ളിലേറ്റുന്നത്.

ഒന്നിനോടും പക്ഷപാതമില്ലാത്ത, മുൻധാരണകളില്ലാത്ത ഒരാളാണ് നിങ്ങൾ എന്ന് സങ്കല്പിക്കുക, ഒപ്പം ജിജ്ഞാസയുണർത്തുക : ഇവിടെ നിങ്ങൾക്ക് യഥാർത്ഥത്തിൽ എന്താണ് അറിയാവുന്നത്? എന്താണ് വസ്തുത, എന്താണ് വികാരം? നിങ്ങൾക്ക് ഊഹങ്ങളോ അനുമാനങ്ങളോ അടിസ്ഥാനരഹിതമായ അനുമാനങ്ങളോ ഉണ്ടോ? നിങ്ങൾ തെളിവുകളെ ഏതെങ്കിലും രീതിയിൽ തെറ്റായി വ്യാഖ്യാനിക്കുകയാണോ? നിങ്ങൾ വ്യാഖ്യാനിക്കാൻ സാധ്യതയുള്ള മറ്റു വ്യാഖ്യാനങ്ങളെക്കുറിച്ചു ചിന്തിക്കൂ, എന്നിട്ട് നിങ്ങളുടെ ഇപ്പോഴത്തെ വ്യാഖ്യാനത്തെ വിലയിരുത്തൂ. ശീലിച്ചുപോയി എന്ന ഒരൊറ്റ കാരണത്താലാണോ നിങ്ങൾ സ്വന്തം കഥയിൽ ഉറച്ചു നിൽക്കുന്നത്? പലപ്പോഴും, നമ്മൾ തെറ്റായ ചിന്താഗതി തുടരുന്നു, കാരണം അത് നമ്മെക്കുറിച്ച് നമുക്കുള്ള വിശ്വാസങ്ങളെയും നിഗമനങ്ങളെയും സ്ഥിരീകരിക്കുന്നു.

നമ്മുടെ ആത്മവിവരണങ്ങളും ആത്മസംഭാഷണങ്ങളും വളരെ ശാഠ്യക്കാരാണ്, നമ്മൾ അവയെ വിശ്വസിക്കാൻ നിർബന്ധിതരാകും. എന്നാൽ സോക്രട്ടിക് തന്ത്രം, നിങ്ങളുടെ സ്വന്തം സാധുതയെയും ധാരണകളെയും തുടക്കം മുതൽ പരിശോധിക്കുന്നതാണ്. കൂടുതൽ വിശാലമായും ആഴത്തിലും യുക്തിസഹമായും ചിന്തിക്കാൻ നിങ്ങൾ സ്വയം പ്രോത്സാഹിപ്പിക്കണം. മറ്റൊരു അർത്ഥത്തിൽ, നിങ്ങൾക്കകത്തെ മുൻധാരണകൾ, അന്ധമായ വിശ്വാസങ്ങൾ, യുക്തിഹീനത എന്നിവ കണ്ടെത്തുന്നതിനായി നിങ്ങൾ സ്വയം

ചോദ്യങ്ങൾ ചോദിക്കുന്നു. നിങ്ങൾ കേവലം തമാശയ്ക്കായല്ല സ്വയം വിയോജിപ്പ് പ്രകടിപ്പിക്കുന്നത്, നിങ്ങളുടെ അലസവും യാന്ത്രികവുമായ ചിന്തയെ വെല്ലുവിളിക്കാൻ ശ്രമിക്കുകയാണ്. എല്ലാത്തിനുമുപരി, മറ്റു സാധ്യതകളെയും പരിഗണിക്കുക എന്നതാണ് വ്യത്യസ്തമായി കാര്യങ്ങൾ ചെയ്യാൻ ആരംഭിക്കുന്നതിനുള്ള ഒരേയൊരു യഥാർത്ഥ മാർഗ്ഗം!

തന്ത്രം 2 : നിർദ്ദേശിത ദൃശ്യവത്കരണം (Guided Imagery)

ശ്രദ്ധ കേന്ദ്രീകരിക്കാനും മനസ്സിനെ നിയന്ത്രിക്കാനും ചിന്തയിൽ മാറ്റങ്ങൾ വരുത്താനുമുള്ള ശക്തമായ മാർഗ്ഗമാണ് ദൃശ്യവൽക്കരണം. നിങ്ങൾക്ക് മുൻകൂട്ടി റെക്കോർഡ് ചെയ്ത ഗൈഡഡ് ഇമേജറി സെഷനുകൾ വാങ്ങാം, അവ സൗജന്യമായി ഓൺലൈനിൽ കണ്ടെത്താം അല്ലെങ്കിൽ സ്വന്തമായി ഉണ്ടാക്കാം. നിങ്ങൾ എന്ത് ചെയ്യാൻ തീരുമാനിച്ചാലും, നിങ്ങളുടെ മനസ്സിൽ ഏതെങ്കിലും സംഭവങ്ങളോ ചിത്രങ്ങളോ പരിശീലിക്കാനോ പ്രാവർത്തികമാക്കാനോ നിങ്ങളുടെ ഭാവന ഉപയോഗിക്കുക, അതുവഴി നിങ്ങളുടെ ആഗ്രഹപ്രകാരം വിശ്വാസങ്ങൾ പരിശീലിക്കുകയും തിരുത്തിയെഴുതുകയും ചെയ്യുക എന്നതാണ് ആശയം.

ഉദാഹരണത്തിന്, മുകളിലത്തെ രണ്ട്-കോളം തന്ത്രം ഉപയോഗിച്ച് ചില ബദൽ ചിന്തകൾ കണ്ടെത്താൻ കഴിയും, ശേഷം ആ ചിന്തകളെ യഥാർത്ഥ ജീവിതത്തിൽ പ്രാവർത്തികമാക്കുക. നിങ്ങൾ മറ്റൊരു വീക്ഷണകോണിൽ നിന്ന് നോക്കിയാൽ, മുൻകാലത്തിലുണ്ടായ വാദമോ ചർച്ചയോ എങ്ങനെ വ്യത്യസ്തമായ ഫലം തന്നിട്ടുണ്ടാകാം എന്ന് നിങ്ങൾക്ക് സങ്കല്പിക്കാൻ കഴിയും, അല്ലെങ്കിൽ നിങ്ങൾക്ക് വരാനിരിക്കുന്ന ഒരു സാഹചര്യത്തെ പുതിയൊരു വീക്ഷണകോണിൽ നിന്നും നോക്കിക്കണ്ട് പരിശീലിക്കാം. ചില ആളുകൾ ഇത് ദിവസവും ചെയ്യുന്നു. അവർ തങ്ങൾ ചെയ്തുതീർക്കേണ്ട അന്നത്തെ ജോലികളെ രാവിലെ തന്നെ കുറിച്ചിടുന്നു, എന്നിട്ട് വിവിധ വെല്ലുവിളികളെ എങ്ങനെ നേരിടും, ഉപയോഗിക്കുന്ന വാക്കുകൾ, പ്രതിസന്ധികളോട് എങ്ങനെ പ്രതികരിക്കും എന്നിങ്ങനെ വിശദമായ സങ്കല്പത്തിലൂടെ അന്നത്തെ ദിവസം മുഴുവൻ ചിത്രീകരിക്കുന്നു.

വ്യത്യസ്തമായ ഒരു മാനസികാവസ്ഥ പരിശീലിക്കുന്നതിനായി, അല്ലെങ്കിൽ കഴിഞ്ഞകാല സാഹചര്യങ്ങളെ ഓർത്തെടുത്ത് വിശകലനം ചെയ്യാനായി, മനസ്സിൽ ഉറഞ്ഞുകിടക്കുന്ന വിശ്വാസങ്ങളെ കണ്ടെത്തി അവയെ പുനഃപരിശോധിക്കാനായി, ദൃശ്യവൽക്കരണം പ്രയോജനപ്പെടുത്തുക. കൂടാതെ, നിങ്ങൾ വളർത്തിയെടുക്കാൻ ശ്രമിക്കുന്ന മനസ്സിന്റെയും വികാരങ്ങളുടെയും ഉള്ളറകളിലേക്ക് ആഴ്ന്നിറങ്ങാൻ സഹായിക്കുന്ന ഒരു ഉപകരണമാണ് ദൃശ്യവൽക്കരണം. ഉദാഹരണത്തിന്, നിങ്ങളുടെ അമിതചിന്തകളുടെ പ്രധാന കാരണം സ്വയം പോരാ എന്നുള്ള ധാരണയാണെങ്കിൽ, ആ ധാരണയെ പ്രതിരോധിക്കാനായി നിങ്ങൾക്ക് ദൃശ്യവൽക്കരണത്തെ ഉപയോഗപ്പെടുത്താം. നിങ്ങൾ പ്രാപ്തനായിരുന്നു എന്ന് സ്വയം തോന്നിയ മുൻകാല അനുഭവങ്ങൾ ഓർത്തെടുക്കാം. ഈ സംഭവങ്ങളിലൂടെയും സാഹചര്യങ്ങളിലൂടെയും സഞ്ചരിക്കുന്നതിലൂടെ, നിങ്ങളിൽ പുതിയ ചിന്തകൾ ഉയർന്നുവരികയും അവ വ്യാപിക്കുകയും ചെയ്യുന്നു. ഈ വീക്ഷണകോണിൽ നിന്ന്, നിങ്ങളുടെ ലക്ഷ്യത്തിലേക്ക് നയിക്കുന്ന പ്രവർത്തനങ്ങളെക്കുറിച്ച് ചിന്തിക്കാനാകുമോ എന്ന് നോക്കുക.

നിങ്ങളുടെ സങ്കല്പങ്ങൾക്ക് പരിധികളില്ല—നിങ്ങളെ പ്രോത്സാഹിപ്പിക്കുകയും ഉപദേശം നൽകുകയും ചെയ്യുന്ന ബുദ്ധിമാനും ദയാലുവുമായ ഒരു ഉപദേഷ്ടാവിനെ സാങ്കല്പികമായി സൃഷ്ടിക്കാൻ നിങ്ങൾക്ക് ഒരു ഗൈഡഡ് ഇമേജറി സെഷൻ ഉപയോഗപ്പെടുത്താം. സമ്മർദ്ദരഹിതമായ ഒരു "സുരക്ഷിത ഇടം" മനസ്സിൽ സൃഷ്ടിച്ചെടുക്കാം. നിങ്ങളുടെ തന്നെ പുതിയതും അനുയോജ്യമായതുമായ ഒരു രൂപം വിശദമായി സങ്കല്പിച്ചെടുക്കാൻ സമയം കണ്ടെത്താം. ആ വ്യക്തിയുടെ ചിന്തകളും വികാരങ്ങളും പ്രവർത്തികളും എങ്ങനെയായിരിക്കും? ഈ സങ്കല്പം നിങ്ങളെ നയിക്കാൻ അനുവദിക്കുക.

നിങ്ങളിലെ പഴയ വ്യക്തി ഈ പുതിയ വ്യക്തിയുമായി ഒരു സംഭാഷണം നടത്തുന്നതായി കരുതുക. അല്ലെങ്കിൽ സംഭാഷണത്തിന് പകരമായി നിങ്ങൾക്ക് അർത്ഥവത്തായി തോന്നുന്ന ചിത്രങ്ങളോ ചിഹ്നങ്ങളോ മനസ്സിൽ കാണാം. ഉദാഹരണത്തിന്, ഒരു കൊക്കൂണിനകത്ത് രൂപാന്തരപ്പെട്ട്, പുറത്തുവരുന്ന ഒരു ചിത്രശലഭമായി നിങ്ങളെ സ്വയം ചിത്രീകരിക്കുന്നത് ശക്തമായ ഒരു സങ്കല്പമായിരിക്കും; കാരണം, പഴഞ്ചൻ വിശ്വാസങ്ങളെയെല്ലാം ഉപേക്ഷിച്ച്, സ്വന്തം ഉയർച്ചയ്ക്കായി പുതിയവ കെട്ടിപ്പടുക്കുന്ന നിങ്ങളാ

ണത്. അത് നിങ്ങളെ ആശ്രയിച്ചിരിക്കുന്നു! നിങ്ങളുടെ ചിന്തകളെ പ്രാഥമിക തലത്തിൽ മാറ്റിയെഴുതുകയല്ല, യാഥാർത്ഥ്യത്തിൽ അവയെ അനുഭവിച്ചറിയുന്നതാണ് പ്രധാനം. ദൃശ്യവൽക്കരണം നിങ്ങളുടെ തലച്ചോറിന് കാര്യങ്ങൾ കൂടുതൽ വ്യക്തമാക്കുന്നു... നിങ്ങളുടെ എല്ലാ ഇന്ദ്രിയങ്ങളും ഉപയോഗിക്കുകയും നിങ്ങളുടെ വികാരങ്ങളും സംവേദനങ്ങളും ഉൾപ്പെടുത്തുകയും ചെയ്യുകയാണെങ്കിൽ.

തന്ത്രം 3 : ഒരു റെക്കോർഡ് സൂക്ഷിക്കൽ അല്ലെങ്കിൽ ഡയറിക്കുറിപ്പുകൾ

കാര്യങ്ങൾ കുറിച്ചിടുന്നത് കാഴ്ചപ്പാടും വീക്ഷണവും വിപുലീകരിക്കുന്നതിനുള്ള സ്വാഭാവികവും ലളിതവുമായ മാർഗ്ഗമാണ്, അതുപോലെ തന്നെ നിങ്ങളുടെ ചിന്തകൾക്ക് വ്യക്തത വരുത്താനും വളരെ അമൂർത്തമായി തോന്നുന്ന കാര്യങ്ങളെ നിയന്ത്രണത്തിലാക്കാനും കഴിയും. നിങ്ങളുടെ സമനില തെറ്റിയിരിക്കുമ്പോൾ, നിങ്ങളുടെ തലയ്ക്കകത്ത് ചിന്തകൾ കുത്തിനിറയ്ക്കപ്പെടുമ്പോൾ, നിങ്ങളുടെ അബോധമായ ആത്മസംഭാഷണങ്ങൾ നിങ്ങളെ നിയന്ത്രിക്കുമ്പോൾ, ചിന്താഗതികളെയും വ്യത്യസ്ത ആശയങ്ങളെയും ആവർത്തനവിരസമായ ചിന്തകളെയും തിരിച്ചറിയുക പ്രയാസകരമാണ്. എന്നിരുന്നാലും, ഒന്നുകിൽ അങ്ങേയറ്റം അല്ലെങ്കിൽ ഇങ്ങേയറ്റം എന്ന കാഴ്ചപ്പാട് ഉപേക്ഷിക്കുകയാണെങ്കിൽ, കാര്യങ്ങൾ എളുപ്പമാകും.

മുകളിൽ നിർദ്ദേശിച്ച രണ്ട്-കോളം തന്ത്രം, അവ്യക്തമായ ചിന്തകൾ കൈകാര്യം ചെയ്യുന്നതിനുള്ള മികച്ച മാർഗ്ഗമാണ്, എന്നാൽ വൈജ്ഞാനിക വികലങ്ങൾ കണ്ടെത്തുന്നതിനും പുനർനിർമ്മിക്കുന്നതിനുമായി ഡയറിക്കുറിപ്പുകൾ എഴുതുന്നതിന് മറ്റ് വഴികളുണ്ട്. ജിജ്ഞാസ നിറഞ്ഞ ഒരു ശാസ്ത്രജ്ഞനായി സ്വയം മാറുക, അതിന്റെ പ്രധാന ലക്ഷ്യം കാര്യങ്ങൾ മനസ്സിലാക്കുകയും രേഖപ്പെടുത്തുകയും ചെയ്യുക എന്നതാണ്. ശ്രദ്ധേയമായ എന്തെങ്കിലും സംഭവിക്കുമ്പോൾ, അല്ലെങ്കിൽ നിങ്ങൾ അസ്വസ്ഥനാകുകയോ ആശയക്കുഴപ്പത്തിലാകുകയോ ചെയ്യുമ്പോൾ, നിങ്ങളുടെ ഡയറി എടുത്ത് എഴുതുക :

സാഹചര്യം : എന്താണ് സംഭവിച്ചത്? പ്രേരണകൾ എന്തൊക്കെയാണ്?

നിങ്ങളുടെ ചിന്തകൾ : നിങ്ങൾ എന്താണ് ചിന്തിക്കുന്നത്?

നിങ്ങളുടെ വികാരങ്ങൾ : നിങ്ങളുടെ മനോവികാരങ്ങൾ എന്തൊക്കെയാണ്, നിങ്ങളെങ്ങനെയാണവ വെളിപ്പെടുത്തുന്നത്?

തൽഫലമായുണ്ടായ പെരുമാറ്റങ്ങൾ : ഈ ചിന്തകളോടും വികാരങ്ങളോടും എങ്ങനെ പ്രതികരിക്കാനും പ്രവർത്തിക്കാനുമാണ് നിങ്ങൾ തീരുമാനിച്ചത്? എന്തായിരുന്നു ഫലം?

സാധ്യമായ വൈജ്ഞാനിക പക്ഷപാതങ്ങൾ അഥവാ വികലങ്ങൾ : നിങ്ങൾക്ക് ഏതെങ്കിലും തരത്തിലുള്ള, ആവർത്തിച്ചുവരുന്ന ചിന്താരീതികൾ, പരിചിതമായ വ്യാഖ്യാനങ്ങൾ, അല്ലെങ്കിൽ പഴഞ്ചൻ യുക്തിഹീനത എന്നിവ തിരിച്ചറിയാൻ കഴിയുന്നുണ്ടോ?

ബദൽ ചിന്ത : രണ്ട്-കോളം തന്ത്രത്തിലെന്നപോലെ, നിങ്ങളുടെ ചിന്തയെ മൂർത്തമായ പ്രവർത്തനമാക്കി മാറ്റുന്നതിനുള്ള വ്യത്യസ്തമായ കാഴ്ചപ്പാടോ, ഒരു മാർഗ്ഗമോ നിങ്ങൾക്ക് തിരിച്ചറിയാൻ കഴിയുന്നുണ്ടോ?

നിങ്ങൾ ബദൽചിന്ത പ്രാവർത്തികമാക്കുമ്പോൾ എന്താണ് സംഭവിക്കുന്നത്: നവീകരിച്ച ചിന്ത എങ്ങനെയെങ്കിലും നിങ്ങളുടെ ലോകത്തിലേക്ക് ഉൾപ്പെടുത്താൻ ശ്രമിക്കുക. എന്തു വ്യത്യാസമാണ് അനുഭവപ്പെടുന്നത്? നിങ്ങൾക്ക് വ്യത്യസ്തമായ ഫലങ്ങൾ ലഭിക്കുന്നുണ്ടോ? മറ്റു സാധ്യതകൾ തിരഞ്ഞെടുക്കാൻ സാധിക്കുന്നുണ്ടോ?

ഒരു ചെറിയ ഉദാഹരണം :

സാഹചര്യം : ക്രിസ്തുമസ് കഴിഞ്ഞപ്പോഴേക്കും എന്റെ ഭാരം അഞ്ച് കിലോ കൂടി.

നിങ്ങളുടെ ചിന്തകൾ : "എന്തൊരു ദുരന്തമാണ് നീ. വാരിവലിച്ചു തിന്നുകയും ചെയ്യും. നിനക്ക് ഒരിക്കലും ഈ ഭാരം കുറയ്ക്കാൻ കഴിയില്ല."

നിങ്ങളുടെ വികാരങ്ങൾ : തീവ്രമായ ലജ്ജ, സ്വയം വെറുക്കുന്നു, മനസ്സിന്റെ തളർച്ച ശരീരമാസകലം ബാധിക്കുന്നു. ആരുടെയും മുന്നിൽ പോകാൻ മടിക്കുന്നു.

തൽഫലമായുണ്ടാവുന്ന പെരുമാറ്റങ്ങൾ : തോറ്റുകൊടുക്കാൻ തോന്നുന്നു. പഴയതു പോലെയാകാനുള്ള അമിതമായ ആഗ്രഹം!

സാധ്യമായ വൈജ്ഞാനിക പക്ഷപാതങ്ങളും വികലങ്ങളും : ശരീരഭാരം, നിസ്സംഗത, എന്നിവയെ ചുറ്റിപ്പറ്റിയുള്ള ചിന്തകൾ,

ഒന്നുകിൽ അങ്ങേയറ്റം അല്ലെങ്കിൽ ഇങ്ങേയറ്റം എന്ന പഴയ ചിന്താഗതി സൃഷ്ടിക്കുന്നു, അത് പ്രതികൂല ചിന്തകളെ പെരുപ്പിച്ചു കാണിക്കുന്നു. മനസ്സിന് അമിതഭാരവും, താൽപര്യക്കുറവും തോന്നുന്നു. കാഴ്ചപ്പാടുകൾ ചുരുങ്ങുന്നു.

ബദൽ ചിന്ത : "നിങ്ങളുടെ ശരീരഭാരം വർദ്ധിച്ചു, പക്ഷേ ഇതുകൊണ്ട് ഒന്നും അവസാനിക്കുന്നില്ല. ഇത് സാധാരണ സംഭവമാണ്, നിങ്ങൾ അസ്വസ്ഥനാണെന്ന് എനിക്കറിയാം, പക്ഷേ കുറച്ച് പരിശ്രമിച്ചാൽ നിങ്ങൾക്ക് വീണ്ടും ഭാരം കുറയ്ക്കാൻ സാധിക്കും." പരിഹാരത്തിലേക്കുള്ള ചെറിയ ചുവടുകൾ എന്തെല്ലാമാണെന്ന് സ്വയം ചോദിക്കാം; അതായത്, ആരോഗ്യകരമായ ചില പലചരക്ക് സാധനങ്ങൾ വാങ്ങാനായി കടയിലേക്ക് പോകുക.

നിങ്ങൾ ബദൽ ചിന്ത പ്രാവർത്തികമാക്കുമ്പോൾ എന്താണ് സംഭവിക്കുന്നത് : പരിഭ്രാന്തരാകരുത്; സ്വയം വെറുപ്പ് തോന്നരുത്. എനിക്കിപ്പോഴും വിഷമമുണ്ട്, പക്ഷേ ഇത് മാറ്റിയെടുക്കാൻ എനിക്ക് എന്തെങ്കിലും ചെയ്യാൻ കഴിയുമെന്ന ഉറപ്പ് ഇപ്പോൾ എന്നിലുണ്ട്. നിരാശയും സ്വയംവെറുപ്പും ഉപേക്ഷിച്ചാൽ, പ്രവർത്തിക്കാൻ എളുപ്പമാണ്.

കാര്യങ്ങൾ കുറിച്ചിടുമ്പോൾ, രീതികൾ ശ്രദ്ധിക്കാൻ നിങ്ങൾ സ്വയം അവസരം നൽകുന്നു. പലപ്പോഴും, കാര്യങ്ങൾ വാക്കുകളായി അവതരിപ്പിക്കുന്നത് നിങ്ങൾക്ക് അവയുടെമേൽ നിയന്ത്രണബോധം നൽകുന്നു. നിങ്ങൾ നിങ്ങളുടെ ചിന്തകൾ *പേജിൽ കുറിച്ചിടുക*, അവയെല്ലാം വാസ്തവത്തിൽ പേജിൽ കുറിച്ചിടപ്പെട്ട വാക്കുകളും രീതികളും മാത്രമാണെന്ന് മനസ്സിലാക്കുക. അവ എല്ലായ്പ്പോഴും നിങ്ങളുടെ മനസ്സിലെ വാക്കുകളും രീതികളും മാത്രമാണ്! നിങ്ങളുടെ പുസ്തകത്തിലെ വാക്കുകൾ മാറ്റിയെഴുതുന്നതുപോലെ തന്നെ, നിങ്ങളുടെ ചിന്താഗതിയെയും എളുപ്പത്തിൽ മാറ്റാനാകും.

തന്ത്രം 4 : "അങ്ങനെ സംഭവിച്ചിരുന്നെങ്കിൽ?" എന്ന ചോദ്യത്തെ ഉപയോഗപ്പെടുത്താം.

പ്രതികൂല സാധ്യതകളെ പെരുപ്പിച്ചുകാണിക്കുമ്പോൾ (പഴഞ്ചൻ അമിതചിന്തകൾ), പലപ്പോഴും നമ്മളെ വിഷമിപ്പിക്കുന്ന ഏറ്റവും വലിയ ചോദ്യമിതാണ്: "അങ്ങനെ സംഭവിച്ചിരുന്നെങ്കിൽ?" നമ്മൾ സാധ്യതയുള്ള ഏറ്റവും മോശമായ ഫലത്തെ ഏറ്റവും ഭയാനകമായ

രീതിയിൽ സങ്കല്പിക്കുകയും, അതിനെ വിശദമായി ചിത്രീകരിക്കുകയും ചെയ്യുന്നു. അതിനെ വെറുമൊരു സാധ്യതയായി മാത്രം കാണാതെ, തീർച്ചപ്പെടുത്തുന്നു. ഇത്തരത്തിലുള്ള വൈജ്ഞാനിക വികലതയെ കുറിച്ചുള്ള ഉൽക്കണ്ഠ ഒഴിവാക്കുന്നതിലൂടെ, നിങ്ങളുടെ മൂല്യനിർണ്ണയങ്ങൾക്ക് അല്പം അർത്ഥവും യുക്തിയും തിരികെ ലഭിക്കുന്നു. "അങ്ങനെ സംഭവിച്ചിരുന്നെങ്കിൽ?" എന്ന ചോദ്യത്തോടുള്ള നിങ്ങളുടെ കാഴ്ചപ്പാട് മാറ്റുന്നതിലൂടെ നിങ്ങൾക്കത് സാധിക്കും.

ഒന്നാമതായി, നല്ലതോ അല്ലെങ്കിൽ അതിലും മികച്ചതോ ആയ ഫലങ്ങൾ ലഭിക്കാനുള്ള സാധ്യതകൾ ഉണ്ടാകാമെങ്കിൽ പോലും– പ്രതികൂലഫലങ്ങളിൽ മാത്രം ശ്രദ്ധ നൽകുന്ന യുക്തിഹീനമായ ചിന്താഗതിയാണ്, അനുകൂലമല്ലാത്ത കാര്യങ്ങൾ പെരുപ്പിച്ചു കാണിക്കുന്നതിന്റെ സവിശേഷത. ഈ അനുകൂല സാധ്യതകളെല്ലാം അവഗണിക്കുന്നതിലൂടെ, സ്വാഭാവികമായും, സാഹചര്യം വളരെ മോശമായി കാണപ്പെടുന്നു. നിങ്ങൾക്ക് കൂടുതൽ സന്തുലിതമായ കാഴ്ചപ്പാട് ലഭിക്കാനായി, ഒരു കടലാസ് എടുത്ത് രണ്ട് ഭാഗമായി തിരിക്കുക. ഒരു വശത്ത്, "പ്രതികൂലമായി സംഭവിക്കാവുന്നത്", മറുവശത്ത് "അനുകൂലമായി സംഭവിക്കാവുന്നത്" എന്നിങ്ങനെ രേഖപ്പെടുത്താം. ഇനി, അനുകൂലങ്ങളേക്കാൾ പ്രതികൂലങ്ങൾ സങ്കല്പിക്കാൻ എളുപ്പമായിരിക്കും. എന്നാൽ ഈ വ്യായാമത്തിന്റെ ലക്ഷ്യം നിങ്ങളെ ഇക്കാര്യങ്ങൾ ഓർമ്മിപ്പിക്കുക എന്നതു മാത്രമാണ്: (a) യഥാർത്ഥത്തിൽ എന്താണ് സംഭവിക്കാൻ പോകുന്നതെന്ന് നിങ്ങൾക്കറിയില്ല, (b) സന്തോഷം നിങ്ങളെ ആശ്ചര്യപ്പെടുത്തിയേക്കാം.

അധികം സമ്മർദ്ദം ചെലുത്തേണ്ടതില്ല, ഇരു വശത്തെയും സാധ്യതകളുടെ എണ്ണം സമമാക്കാൻ ശ്രമിക്കുക. നിങ്ങൾ എഴുതിയുണ്ടാക്കിയ പട്ടിക പരിശോധിച്ച് സ്വയം ചോദിക്കുക : അനുകൂലങ്ങളേക്കാൾ പ്രതികൂലങ്ങൾക്കാണോ ആണോ കൂടുതൽ സാധ്യത? ചിലപ്പോൾ, ഒരു സാഹചര്യത്തിലെ പ്രതികൂല സാധ്യതകൾ മനഃപൂർവം പരിഗണിക്കുന്നത്, കാര്യങ്ങളിൽ കൂടുതൽ സന്തുലിതമായ വീക്ഷണം നൽകുകയും ഉൽക്കണ്ഠ കുറയ്ക്കുകയും ചെയ്യുന്നു.

അവസാനമായി, നിങ്ങൾ ഈ രീതി പരിശീലിച്ച ശേഷം മനസ്സിലാകും, ഏതു കാര്യത്തിലും അനുകൂലമായവയേക്കാൾ കൂടുതൽ പ്രതികൂലമായ ഫലസാധ്യതകളാവും ഉണ്ടാവുക എന്ന്. ഇനിയെന്ത്?

അനുകൂലമായി ചിന്തിക്കുക എന്നതിനർത്ഥം, നമ്മൾ ജീവിക്കുന്ന ലോകത്ത് പ്രതികൂല ഫലങ്ങളോ, നിരാശകളോ, കഠിനവികാരങ്ങളോ ഇല്ല എന്നല്ല. നമ്മൾ നേരിടാൻ താൽപര്യപ്പെടാത്ത സാഹചര്യങ്ങൾ ഉണ്ടാകാനുള്ള സാധ്യത തീർച്ചയായും ഉണ്ടാകും—അതാണ് ജീവിതം. എന്നിരുന്നാലും, ചില നേരങ്ങളിൽ ഏറ്റവും ശക്തമായ നിലപാട് ഇങ്ങനെ ചോദിക്കാനുള്ള മനസ്സ് ഉണ്ടാക്കലാണ് : "സാധ്യമായ ഏറ്റവും മോശമായ ഫലമാണ് ഉണ്ടാകാൻ പോകുന്നതെങ്കിൽ പോലും... അത് അത്രയ്ക്കങ്ങ് മോശമായിരിക്കുമോ?"

പരീക്ഷിച്ചുനോക്കൂ. അടുത്ത തവണ നിങ്ങൾ ചിന്തകൾ മെനയുമ്പോൾ, ആ ചിന്ത പൂർത്തീകരിക്കുന്നതുവരെ തുടരൂ.

"ദുർനടത്തത്തിന് എനിക്കെതിരെ പരാതി ഉയർന്നിട്ടുണ്ട്. എന്റെ ഔദ്യോഗിക ജീവിതം ഇതോടെ അവസാനിക്കും, എനിക്ക് പേടിയാകുന്നു."

"അതിന്? കുടിപ്പോയാൽ എന്താണ് സംഭവിക്കാൻ പോകുന്നത്?"

"എന്റെ ജോലി എന്നെന്നേക്കുമായി നഷ്ടപ്പെടും! എനിക്ക് താങ്ങാവുന്നതിലും അപ്പുറമാണത്."

"ശരിയാണ്. അത് വളരെ മോശം അനുഭവമായിരിക്കും. പക്ഷേ അങ്ങനെ സംഭവിച്ചാലും (സംഭവിക്കാതിരിക്കാനും സാധ്യതയുണ്ട്), അപ്പോഴും നിങ്ങൾക്ക് ജീവിതം മുന്നോട്ടു കൊണ്ടുപോകാം, അല്ലേ?"

ഇത് നിങ്ങളുടെ വികാരങ്ങളെ തള്ളിക്കളയാനോ ശമിപ്പിക്കാനോ അല്ല. മറിച്ച്, നിങ്ങളുടെ ഏറ്റവും വലിയ ഭയത്തെ തലയുയർത്തി അഭിമുഖീകരിക്കുകയും അത് യഥാർത്ഥത്തിൽ ലോകം കണ്ട ഏറ്റവും വലിയ പ്രശ്നമല്ല എന്ന് സ്വയം മനസ്സിലാക്കുകയും ചെയ്താൽ, അത് പരിഹാരം കാണാൻ കഴിയാത്ത ഒന്നല്ല എന്ന് നിങ്ങൾക്ക് ബോധ്യമാകും. നാം ഉൽക്കണ്ഠയിൽ മുഴുകിയിരിക്കുമ്പോൾ, നാം നമ്മുടെ മേലുള്ള നിയന്ത്രണം ഫലങ്ങൾക്ക് നൽകുന്നു; തികച്ചും അസഹനീയവും കൈകാര്യം ചെയ്യാൻ കഴിയാത്തതുമായ ഒരു ഫലമുണ്ടാകാൻ സാധ്യതയുണ്ടെന്ന് നമ്മൾ പറയുന്നു. എന്നാൽ അത് സത്യമാണോ? പരിഹരിക്കാൻ കഴിയാത്തതായി *യഥാർത്ഥത്തിൽ* ഒന്നുണ്ടോ?

ചോദിക്കുന്നത് തുടരുക, "അതിൽ എന്താണ് മോശം?"

"അവരെല്ലാം എന്നെക്കുറിച്ച് പരദൂഷണം പറയും."

"അതിൽ എന്താണ് മോശം?"

"ഞാൻ ഒഴിവാക്കപ്പെട്ടും. അവർ ഇനി എന്നെ ഒരിടത്തേക്കും ക്ഷണിക്കില്ല."

"അതിൽ എന്താണ് മോശം?"

"ഞാൻ ഒരു മോശം വ്യക്തിയാണെന്ന് അവർ കരുതും!"

"അതിൽ എന്താണ് മോശം?"

"ശരിയാണ്, ഒന്നുമില്ലെന്ന് ഞാൻ കരുതുന്നു. എന്നെ ഇഷ്ടപ്പെടാത്ത ചിലർഉണ്ടാകുന്നതുകൊണ്ട്എന്റെജീവിതംഅവസാനിക്കാനൊന്നും പോകില്ലെന്ന് എനിക്കറിയാം..."

പരിഹരിക്കാനാവാത്തതായി ഒന്നുമില്ലെന്ന ബോധ്യം, ഉൽക്കണ്ഠയെ മുളയിലേ നുള്ളിക്കളഞ്ഞേക്കും. നിരവധി സാങ്കല്പിക പ്രശ്നങ്ങളും ഭയങ്ങളും ഉണ്ടായാലും, അവയൊന്നും യഥാർത്ഥത്തിൽ നിങ്ങളെ വേദനിപ്പിക്കില്ല. ആ അസ്വസ്ഥതയെ ഇല്ലാതാക്കാനായി നിങ്ങൾ ജീവിതം പാഴാക്കേണ്ടതില്ല!

"പക്ഷേ ഇതല്പം ഗുരുതരമാണ്. എനിക്ക് എന്റെ കൈകളും കാലുകളും നഷ്ടപ്പെടാം, ഇനി ഒരിക്കലും എനിക്ക് നടക്കാൻ കഴിയില്ല."

"അപ്പോൾ അതാണോ സംഭവിക്കാവുന്ന ഏറ്റവും മോശമായ കാര്യം? അത് വളരെ ഖേദകരമാണ്. എന്നാൽ, അപ്പോഴും നിങ്ങൾക്ക് എങ്ങനെ പ്രതികരിക്കണം എന്ന് തീരുമാനിക്കാം. എങ്കിൽപോലും നിങ്ങൾക്ക് മറ്റ് ചില സാധ്യതകളുണ്ടാകാം, സന്തോഷിക്കാനുള്ള കാരണങ്ങൾ ഉണ്ടായിരിക്കാം. അതിനാൽ, ആവശ്യമെങ്കിൽ, ഏറ്റവും മോശമായ ഫലം പോലും നിങ്ങൾക്ക് കൈകാര്യം ചെയ്യാൻ കഴിയും."

എന്തായാലും, ഏറ്റവും മോശമായ ഫലം വളരെ അപൂർവ്വമായി മാത്രമേ സംഭവിക്കാറുള്ളൂ എന്നതാണ് സത്യം. ഫലം എന്തുതന്നെ യായാലും, നിയന്ത്രണവും സാധ്യതകളും എല്ലായ്പ്പോഴും നിങ്ങളുടെ പക്കലാണെന്ന ബോധ്യം, സമനില തെറ്റിക്കുന്ന പ്രതികൂല

ചിന്താഗതിയെ നീക്കം ചെയ്യുന്നു. ചിലപ്പോൾ, യഥാർത്ഥത്തിൽ ഒരു ദുരന്തത്തെ നേരിട്ട ആളുകൾ ഈ വികാരം പ്രകടിപ്പിക്കുന്നത് കാണാം, ജീവിതം സമ്മാനിച്ചേക്കാവുന്ന ഏറ്റവും മോശമായ സാഹചര്യത്തെ അതിജീവിച്ച് കരുത്തു തെളിയിച്ചവരാണവർ. അതിനേക്കാൾ കൂടുതൽ ആത്മവിശ്വാസവും ആത്മധൈര്യവും നൽകുന്ന എന്താണുള്ളത്?

പ്രധാന ഭാഗങ്ങൾ :

- നമ്മുടെ അംഗീകാരബോധം ഊർജ്ജിതപ്പെടുത്തുകയും ഉള്ളിലെ നിരീക്ഷകനെ വെളിച്ചത്തേക്ക് കൊണ്ടുവരികയും ചെയ്താൽ, നമുക്ക് നമ്മുടെ വൈജ്ഞാനിക വികലങ്ങൾ, പ്രതീക്ഷകൾ, മനസ്സിലുറച്ച മിഥ്യകൾ, ആഖ്യാനങ്ങൾ, അനുമാനങ്ങൾ, പക്ഷപാതങ്ങൾ എന്നിവയെ പുനർവിചിന്തനം ചെയ്തുതുടങ്ങാം. നമ്മൾ അവയെ *വെല്ലുവിളിക്കുന്നില്ല*, മറിച്ച് നമ്മൾ ബോധപൂർവ്വം തിരഞ്ഞെടുക്കുന്ന ബദൽ ചിന്തകൾക്ക് ഇടം നൽകുന്നു.

- നാം ചിന്തിക്കുന്ന രീതിയെക്കുറിച്ച് ആദ്യം ബോധവാന്മാരാകുന്നതിലൂടെയും, സ്വാഭാവികവും ശീലിച്ചതുമായ, മുൻപ് മറഞ്ഞുകിടന്നിരുന്ന കാര്യങ്ങളിലേക്ക് അവബോധം പരത്തുന്നതിലൂടെയും നമുക്ക് അവബോധ പുനർവിഭാവനം പരിശീലിക്കാം. നമുക്ക് നമ്മുടെ വീക്ഷണത്തിൽ മാറ്റം വരുത്താനും, ആത്മതത്ത്വത്തിൽ നേരിയ വ്യതിയാനം വരുത്താനും കഴിയുമ്പോൾ, നമ്മുടെ ചിന്തകളിലും അനുഭവങ്ങളിലും പെരുമാറ്റങ്ങളിലും മാറ്റം വന്നുതുടങ്ങുന്നു, ഈ മാറ്റം പ്രാഥമിക തലത്തിലുള്ളതോ കേവലം "അനുകൂല ചിന്തയോ" അല്ല.

- അവബോധം വളർത്തിയ ശേഷം, നമുക്ക് നമ്മുടെ ചിന്തകളെ ക്രമീകരിക്കാനും എതിർക്കാനും അല്ലെങ്കിൽ അവയോട് ഇടപഴകാനും, ബോധപൂർവ്വം ബദൽ ചിന്തകൾ തിരഞ്ഞെടുക്കാനും കഴിയും. പിന്നീട് നമുക്ക് നമ്മുടെ യഥാർത്ഥ ജീവിതത്തിൽ ഈ ബദൽ ചിന്തകളെ പ്രായോഗികമാക്കാം. നാം സ്വയം വിലയിരുത്തുകയോ, ഒന്നും ശരിയാക്കുകയോ, "സത്യം" കണ്ടെത്തുകയോ ചെയ്യേണ്ടതില്ല, പകരം നമ്മുടെ ആഴത്തിലുള്ള മൂല്യങ്ങൾക്കനുസൃതമായി നമ്മുടെ ലക്ഷ്യങ്ങൾ കൈവരിക്കുന്നതിന് നമ്മുടെ ചിന്തകൾ എത്രത്തോളം ഉപയോഗപ്രദമാണ് എന്നതിനനുസരിച്ച് അവയെ വിലയിരുത്തുക.

- എടുത്തുചാട്ടം കുറയ്ക്കാനും, സ്വാഭാവികമായ പ്രതികൂല ചിന്തകളെ തിരിച്ചറിയാനും, അവയെ ബോധപൂർവ്വം നവീകരിക്കാനും രണ്ട്-കോളം തന്ത്രം നമ്മെ സഹായിക്കും.

ഇതിന് ക്ഷമയും ധൈര്യവും അനുകമ്പയും ജിജ്ഞാസയും ആവശ്യമാണ്. ഒന്നുമില്ല-അല്ലെങ്കിൽ-എല്ലാം എന്ന ചിന്താഗതി, ഊതിപ്പെരുപ്പിക്കൽ, മനസ്സു വായിക്കൽ, ഭാവി പ്രവചിക്കാൻ ശ്രമിക്കൽ, സാമാന്യവൽക്കരണം നടത്തുക, അല്ലെങ്കിൽ അങ്ങേയറ്റം പ്രതികൂല ചിന്തകൾ എന്നിങ്ങനെ ഉള്ളവയെ സൂക്ഷിക്കുക. ഈ ചിന്തകളെ പുനഃപരിശോധിക്കുക, അല്ലെങ്കിൽ അവയെ എങ്ങനെ ഉപയോഗപ്രദമായ പ്രവർത്തനങ്ങളാക്കി തിരുത്തിയെടുക്കാമെന്ന് ചിന്തിക്കുക.

- അവബോധ പുനർവിഭാവനം പ്രാവർത്തികമാക്കാനായി എണ്ണമറ്റ സാങ്കേതിക വിദ്യകളുണ്ട്, എന്നാൽ അവയെല്ലാം അവബോധത്തോടെ ആരംഭിക്കുകയും ബദൽ ചിന്തകളെ പ്രോത്സാഹിപ്പിക്കാനുള്ള നമ്മുടെ സന്നദ്ധതയോടുകൂടെ അവസാനിക്കുകയും ചെയ്യുന്നു. നമുക്ക് സോക്രട്ടിക് ചോദ്യം ചെയ്യൽ (അനുമാനങ്ങൾക്കും വിശ്വാസങ്ങൾക്കും തെളിവുകൾ ചോദിക്കുന്നത് തുടരുക, എന്തുകൊണ്ടെന്ന് ചോദിക്കുന്നത് തുടരുക), നിർദ്ദേശിത ദൃശ്യവത്കരണം (സാധ്യതകളെ പരിശീലിക്കുകയോ പ്രാവർത്തികമാക്കുകയോ ചെയ്യുക, ഭൂതകാലമോ ഭാവിയോ), റെക്കോർഡ് സൂക്ഷിക്കൽ അല്ലെങ്കിൽ ഡയറിക്കുറിപ്പുകൾ (ചിന്തകൾ കുറിച്ചെടുത്ത്, ബദൽ ചിന്തകൾ കണ്ടെത്തി ഉപയോഗപ്പെടുത്തുക), കൂടാതെ "അങ്ങനെ സംഭവിച്ചിരുന്നെങ്കിൽ?" എന്ന വാക്യത്തിൽ പരീക്ഷണം നടത്താം (പ്രതികൂലപരമായ അമിതചിന്തകളെ അതിന്റെ യുക്തിയിലൂടെത്തന്നെ നോക്കിക്കണ്ട്, അതിന്റെ ഫലങ്ങൾ അത്രത്തോളം അസ്വസ്ഥതയും പരാജയഭാരവും അനിശ്ചിതത്വവും നൽകുന്നതാണോ എന്ന് നോക്കാം).
- മുൻകരുതലുള്ള ഒരു കാഴ്ചപ്പാടും, ഉൽക്കണ്ഠ ഇല്ലാത്തതും ഊർജ്ജസ്വലവുമായ ചിന്താഗതിയും വളർത്തിയെടുക്കാൻ അവബോധ പുനർവിഭാവനം നമ്മെ സഹായിക്കും.

അധ്യായം 4

ഈ നിമിഷം മാത്രമാണ് നമുക്കുള്ളത്

ചുമതല ഏറ്റെടുക്കാൻ മറ്റാരുമില്ലെന്ന തരത്തിൽ, തങ്ങളുടെ ഉത്തരവാദിത്തമെന്നപോലെ പ്രപഞ്ചത്തിലെ ഓരോ ചെറിയ കാര്യവും ക്രമപ്പെടുത്താനും നിയന്ത്രിക്കാനുമായി നെട്ടോട്ടമോടി പരിഭ്രാന്തമായ ജീവിതം നയിക്കുന്നവരെ ശ്രദ്ധിച്ചിട്ടുണ്ടോ? ഒരുപക്ഷേ... നിങ്ങളാണോ ആ വ്യക്തി?

പരിഭ്രാന്തി, ഉൽക്കണ്ഠ, അമിതചിന്ത, അനാവശ്യമായ ആധികൾ എന്നിവ തീർച്ചയായും വൈജ്ഞാനിക വികലതകളാൽ കവിഞ്ഞൊഴുകുന്ന മനസ്സിന്റെ അടയാളമാണ്; പ്രതികൂല ചിന്തകൾ ക്രമാതീതമായി വർദ്ധിക്കുന്ന മാനസികാവസ്ഥ. ഉൽക്കണ്ഠ ഇടുങ്ങിയ ചിന്താഗതിയുടെയും അവബോധമില്ലായ്മയുടെയും ഉറവിടങ്ങളിൽ ഒന്നാണ്. എന്നാൽ ഈ അധ്യായത്തിൽ, ഉൽക്കണ്ഠയ്ക്ക് ഇതിലും ആഴത്തിൽ പോകാനും ജീവിതത്തിന് കൂടുതൽ അടിസ്ഥാനപരമായ ദിശാബോധം നൽകാനും കഴിയുമെന്ന് നമ്മൾ പരിഗണിക്കുന്നു; അതായത്, നമ്മുടെ ലോകത്ത് അടിസ്ഥാനപരമായി നാം *വിശ്വസിക്കാത്ത* ഒന്ന്.

നിങ്ങൾ അതിനെ വിശ്വാസം, സ്വീകാര്യത, സഹിഷ്ണുത, കൃപ, അല്ലെങ്കിൽ കീഴടങ്ങൽ അങ്ങനെ എന്തൊക്കെ വിളിച്ചാലും, നിങ്ങളുടെ നിയന്ത്രണത്തിനോ ധാരണയ്ക്കോ അതീതമായ കാര്യങ്ങളെ ആദരിക്കുന്ന ഒരു മനോഭാവമുണ്ട്. പരിശീലിക്കുന്നതിലൂടെ

നിങ്ങളെ പിന്തിരിപ്പിക്കുന്ന വൈജ്ഞാനിക വികലതകളെക്കുറിച്ച് കൂടുതൽ ബോധവാന്മാരാകുകയും, വിശദമായി പഠിക്കുകയും ചെയ്യുന്നുവെന്ന് കരുതുക. നിങ്ങൾ വർത്തമാനകാലത്ത്, പൂർണ്ണമായും സുഖകരവും പൂർണ്ണ ജാഗ്രതയും ബോധവും, തികച്ചും സജീവവും തുറന്നതുമായ മാനസികാവസ്ഥയിൽ ആണെന്ന് കരുതുക. അന്നേരം ഏതോ ഒരു വിഡ്ഢി മുന്നിൽവന്ന് നിങ്ങളെ അപമാനിക്കുന്നു.

വാസ്തവമെന്തെന്നാൽ, നമുക്ക് എത്ര അനിഷ്ടവും വിയോജിപ്പും തോന്നിയാലും, മാറ്റാൻ കഴിയാത്ത സാഹചര്യങ്ങളാൽ ജീവിതം നിറഞ്ഞിരിക്കുന്നു. നഷ്ടം ഒഴിച്ചുകൂടാനാവാത്തതാണ്. എപ്പോഴും നമ്മുടെ ഇഷ്ടമനുസരിച്ച് കാര്യങ്ങൾ നടക്കണമെന്നില്ല. ചില സമയങ്ങളിൽ, സാഹചര്യങ്ങൾ ന്യായയുക്തമായിരിക്കില്ല, അതിനെതിരെ എത്രതന്നെ ആക്രോശിച്ചാലും നീതി ലഭിക്കുകയില്ല. ചിലപ്പോൾ, ജീവിതം ആശയക്കുഴപ്പങ്ങൾ നിറഞ്ഞതും പ്രയാസ കരവുമാണ്, നിങ്ങൾ എത്ര ആഴത്തിൽ തിരഞ്ഞാലും ഉത്തരങ്ങ ളൊന്നും കിട്ടാൻ പോകുന്നില്ല. അപ്പോൾ എന്തു ചെയ്യും?

ശാന്തവും സമചിത്തവുമായ ഒരു ജീവിതത്തിന്റെ നിർണ്ണായക പങ്ക്, അംഗീകരിക്കാൻ പഠിക്കുക എന്നതിലാണ്. നാം ആഗ്രഹിക്കാത്ത ഒരു യാഥാർത്ഥ്യത്തിനെതിരെ പോരടിക്കുകയും ദേഷ്യപ്പെടുകയും ചെയ്യുമ്പോൾ, അല്ലെങ്കിൽ "ലോകത്തിന്റെ ഉത്തരവാദി" എന്ന് സ്വയം കരുതുമ്പോൾ, എല്ലാം നമ്മുടെ ഉത്തരവാദിത്വമാണെന്ന് കരുതുമ്പോൾ, നമ്മൾ ഉൽക്കണ്ഠാകുലരാണ്. നിങ്ങൾക്ക് ചുറ്റുമുള്ളതിൽ ചിലതിന്റെ സ്വാഭാവികതയിൽ നിങ്ങൾക്ക് അസ്വീകാര്യത അനുഭവപ്പെടുമ്പോൾ, നിങ്ങളിൽ ഭയവും പ്രതിരോധബുദ്ധിയും വളരുന്നു. അംഗീകരിക്കുമ്പോൾ മാത്രമേ നമുക്ക് സമാധാനമോ സ്വാതന്ത്ര്യമോ ലഭിക്കുകയുള്ളൂ.

ഇങ്ങനെ ചിന്തിക്കു : സംഭവിച്ചുകൊണ്ടിരിക്കുന്നതെല്ലാം ഇതിനോടകം ആരംഭിച്ചിരിക്കുന്നു. കാര്യങ്ങൾ എങ്ങനെയാണോ അത് അങ്ങനെതന്നെ ആയിരിക്കും. അവയുടെ നിയന്ത്രണവും നിങ്ങളുടെ പക്കലല്ല. ഈ വസ്തുതയെക്കുറിച്ച് വിഷമിക്കുകയും ആധി കൊള്ളുകയും സമ്മർദ്ദത്തിലാവുകയും ചെയ്താൽ, എല്ലാത്തിന്റെയും നിയന്ത്രണം നിങ്ങളുടേതാണെന്ന *മിഥ്യാധാരണ* നിങ്ങളിൽ സൃഷ്ടിക്കപ്പെടാം, എന്നാൽ സംഭവിക്കുന്നത് തുടർന്നും സംഭവിക്കും, നിങ്ങളിലെ അസന്തുഷ്ടിയും ഉൽക്കണ്ഠയും മാത്രം വളരുകയും

ചെയ്യും. അതിനാൽ, നിങ്ങൾ ഈ രീതിയിൽ തുടരുന്നത്, സ്വയം അസന്തുഷ്ടനാകാൻ സ്വയം തീരുമാനിക്കുന്നതിനും, അസന്തോഷം വിളിച്ചുവരുത്തുന്നതിനും തുല്യമാണ്.

ഇപ്പോൾ, ഇതെല്ലാം വളരെ നിസ്സംഗമായും സന്യാസപരമായും തോന്നാം—നിങ്ങൾക്ക് ജീവിതത്തിന്മേൽ *എന്തെങ്കിലും* നിയന്ത്രണമുണ്ടെന്നത് ഉറപ്പാണോ?

പൂർണ്ണമായിട്ടും. എന്നാൽ നിങ്ങൾക്ക് നിയന്ത്രണമില്ലാത്തത് എവിടെയാണ്? അക്ഷരാർത്ഥത്തിൽ, മറ്റൊരു വഴിയുമില്ല. അതിനാൽ, എന്തുകൊണ്ട് ഈ കാര്യം അംഗീകരിച്ച്, സ്വീകരിച്ച്, പൊരുത്തപ്പെട്ട്, കീഴടങ്ങിക്കൂടാ? പൊതുവെ, അഹംബോധമാണ് ഇടിച്ചുകയറി, "ഇല്ല! കാര്യങ്ങൾ അങ്ങനെയായിരിക്കരുത്!" എന്നുപറഞ്ഞ് യാഥാർത്ഥ്യത്തെ ഭരിക്കാൻ ശ്രമിക്കുന്നത്. എന്നാൽ ലോകം മുഴുവൻ നിങ്ങളുടെ ശത്രുവാണെന്ന രീതിയിൽ പ്രവർത്തിക്കുന്നത് നിങ്ങൾക്ക് കൂടുതൽ സന്തോഷം നൽകുന്നുണ്ടോ? നിങ്ങൾക്ക് ശാന്തമായ മനസോടെ വാദിക്കാനും ന്യായീകരിക്കാനും പരാതിപ്പെടാനും വിശദീകരിക്കാനും നിയന്ത്രിക്കാനും പരിഹരിക്കാനും പ്രവചിക്കാനുമൊക്കെയുള്ള ആവശ്യം ഉപേക്ഷിക്കാൻ കഴിയുമെങ്കിൽ... അപ്പോൾ നിങ്ങളിലെ അഹംബോധം ഇല്ലാതാകുന്നു, അതിനൊപ്പം തന്നെ, നിങ്ങൾ പ്രതീക്ഷിക്കാത്ത ഒരു പുതിയ സന്തോഷം കണ്ടെത്താനും കഴിഞ്ഞേക്കാം.

ആഴത്തിൽ ചിന്തിച്ചാൽ, മനുഷ്യരെന്ന നിലയിൽ, നമുക്ക് മനസ്സിലാകാത്ത കാര്യങ്ങളെ അല്ലെങ്കിൽ നമുക്ക് നിയന്ത്രിക്കാൻ കഴിയാത്ത കാര്യങ്ങളെ ഭീഷണികളായി നാം കാണുന്നു. അവയെ, നമ്മുടെ ശക്തി കവർന്നെടുക്കുന്നതോ, നമ്മെ ദ്രോഹിക്കുന്നതോ, അല്ലെങ്കിൽ നമ്മുടെ വീക്ഷണത്തെ അപമാനിക്കുന്നതോ ആയ സർവ്വശക്തന്മാരായാണ് നാം കാണുന്നത്. എന്നാൽ, എല്ലാം അറിയുന്ന ആളാണ് നിങ്ങളെന്ന് തോന്നുന്നുണ്ടോ? ഓരോ നിമിഷവും നിങ്ങൾ ആഗ്രഹിക്കുന്ന കാര്യങ്ങൾ ശരിക്കും ന്യായയുക്തവും അവശ്യവും ബുദ്ധിപരവും ആണോ? ഇപ്പോഴുള്ള നിങ്ങളുടെ ജീവിതത്തിൽ, നിങ്ങൾ ഭാഗമായ വിശാലമായ എല്ലാ ചുറ്റുപാടുകളും മനസ്സിലാക്കാനും, എന്താണ് സംഭവിക്കേണ്ടതെന്നും, പാടില്ലാത്തതെന്നും ആത്മവിശ്വാസത്തോടെ പറയാൻ നിങ്ങൾക്ക് സാധിക്കുമോ?

വിനയം, യഥാർത്ഥത്തിൽ കൊണ്ടുനടക്കാൻ ഏറ്റവും സുഖപ്രദമായ ഒരു മനോഭാവമാണ്. നമ്മുടെ പരിധിയിലല്ലാത്ത കാര്യങ്ങളിൽ ചെന്ന് തലയിടാതെയിരിക്കുമ്പോൾ, നമുക്ക് അനുഭവപ്പെടുന്ന ആശ്വാസമാണിത്. സ്വന്തം ഇഷ്ടത്തിന് വിട്ടാൽ, നിങ്ങളുടെ മനസ്സ് സ്വന്തമായി കഥകൾ ആലോചിക്കും, ഒപ്പം എതിർക്കാനും ഭയപ്പെടാനും ആഗ്രഹിക്കാനും ആശ്ചര്യപ്പെടാനുമുള്ള കാര്യങ്ങൾ കണ്ടെത്തും. നാം ഉൽക്കണ്ഠാകുലരായിരിക്കുമ്പോൾ, കേവലം അവസരം നോക്കി രൂപപ്പെടാനായി സാഹചര്യം കാത്തിരിക്കുന്ന ഒരു പ്രശ്നം മാത്രമാണ് നമ്മൾ!

കീഴടങ്ങൽ എളുപ്പമാണ്

ഒന്നാമതായി, അംഗീകരിക്കുക എന്നത് ബുദ്ധിമുട്ടുള്ള കാര്യമല്ല. ഇത് ശിക്ഷയോ, അസാധ്യമായ അമാനുഷികതയോ അല്ല. മറിച്ച്, അങ്ങനെ ചെയ്യരുതെന്ന് നിങ്ങൾ തീരുമാനിക്കുകയാണ്. നിങ്ങൾ ഒരു സിനിമാ തിയേറ്ററിലാണെന്ന് കരുതുക, ഒരു വികൃതി പയ്യൻ നിലവിളിക്കാൻ തുടങ്ങുന്നു. സ്വാഭാവികമായും നിങ്ങൾക്ക് ദേഷ്യം വരികയും അസ്വസ്ഥനാവുകയും ചെയ്യുന്നു. അപ്പോൾ മുതൽ, നിങ്ങൾ യാഥാർത്ഥ്യവുമായി പോരടിക്കുന്നു. നിങ്ങളുടെ പ്രതിരോധം എവിടെ നിന്നുമാണ് തുടങ്ങുന്നത്? അല്ല, അത് ഒരു സ്വാഭാവിക വസ്തുതയല്ല. അത് ആ വികൃതി പയ്യനിൽ നിന്നല്ല, മറിച്ച് നിങ്ങളുടെ മനസ്സിൽ നിന്നാണ്. പിന്നെ എന്തിനാണ് നിങ്ങളുടെ മനസ്സ് അങ്ങനെ ചെയ്യുന്നത്?

നമ്മുടെ പ്രതിരോധം ഒരു തരം പ്രശ്നപരിഹാര ഉപകരണമാണെന്നും, അതായത് അത് നമ്മുടെ അസന്തോഷത്തെ ഒരു തരത്തിൽ അല്ലെങ്കിൽ മറ്റൊരു തരത്തിൽ ഇല്ലാതാക്കുമെന്നുമുള്ള അബോധമായ വിശ്വാസം നമ്മളിൽ ആഴത്തിൽ കിടക്കുന്നു. നമ്മൾ എതിർക്കുകയോ പിൻവാങ്ങുകയോ ചെയ്താൽ സമാധാനം ലഭിക്കുമെന്നോ കാര്യങ്ങൾ നമുക്ക് അനുകൂലമാകുമെന്നോ ഉള്ള ഒരു വിശ്വാസം. ഈ അനുമാനം തെറ്റാണ്. എന്തൊക്കെയായാലും, അസന്തുഷ്ടിയെ അസന്തോഷം കൊണ്ട് നേരിടുന്നതുകൊണ്ട് പരിഹാരം കാണാൻ കഴിയുമെന്നുണ്ടോ? ഇല്ല.

“എല്ലാം എങ്ങനെയാണോ വേണ്ടത്, അങ്ങനെയാണുള്ളത്.” എന്ന് മനസ്സില്ലാമനസ്സോടെ സമ്മതിക്കുകയല്ല വേണ്ടത്. “അങ്ങനെ തന്നെയാവണം” എന്നൊന്നില്ല. “അങ്ങനെയാണ്” എന്നേ ഉള്ളൂ.

ഇപ്പോൾ എല്ലാം എങ്ങനെയാണോ ഉള്ളത്, അതുതന്നെയാണ് ശരിയെന്നും, ശരിയും തെറ്റും തീരുമാനിക്കാൻ നിങ്ങളുടെ ആവശ്യമില്ല എന്നും നിങ്ങൾ ആത്മാർത്ഥമായി വിശ്വസിക്കുകയാണെങ്കിൽ നിങ്ങളുടെ ആന്തരിക തലത്തിൽ എന്തായിരിക്കും അനുഭവപ്പെടുക? യാഥാർത്ഥ്യം എങ്ങനെ പ്രവർത്തിക്കണമെന്ന് തീരുമാനിക്കുന്നത് നിങ്ങളുടെ ചുമതലയാണെന്ന് കരുതുന്നത് നിർത്തിയാലോ? നമ്മളിൽ പലർക്കും, നമ്മൾ ഇല്ലാതാകുമോ, അല്ലെങ്കിൽ എല്ലാം തകരുമോ എന്ന ഭയമാണ്. എന്നാൽ, സംഭവിക്കാൻ പോകുന്നത് ലളിതമായ ഒന്നാണ്. കാര്യങ്ങൾ അതേപോലെ സംഭവിക്കുന്നു, നമ്മൾ ജീവിതവും മുന്നോട്ട് നയിക്കുന്നു. നമ്മളും അവയോടൊപ്പം എതിർപ്പുകളില്ലാതെ മുന്നോട്ടു പോകുന്നു.

“അപ്പോൾ, എന്നെ കൊതുകുകൾ ജീവനോടെ തിന്നുകയാണെങ്കിൽ, ഞാൻ മിണ്ടാതിരുന്ന് അതിന് അനുവദിക്കണമെന്നാണോ?”

അത് നിങ്ങളുടെ ഇഷ്ടമാണ്. വേണമെങ്കിൽ നിങ്ങൾക്ക് അവിടെ നിന്നും മാറിയിരിക്കാം, അല്ലെങ്കിൽ കൊതുകുകളെ ഇല്ലാതാക്കാം. പക്ഷേ, പകരം “ഇത് ശരിയല്ല! എന്നെ കൊതുകുകൾ കടിക്കാൻ പാടില്ലായിരുന്നു, ഒരിക്കലും!” എന്ന് അലറുന്നതുകൊണ്ട് ഒരു ഗുണവും ഇല്ല എന്ന് മനസ്സിലാക്കുക. അവിടെയിരുന്ന് കൊതുകുകടി ഏറ്റശേഷം, അങ്ങനെ സംഭവിക്കാൻ പാടില്ലായിരുന്നു എന്ന് വാദിക്കുന്നത് തീർത്തു അർത്ഥശൂന്യമാണ്.

നമുക്ക് വേദനയും അസ്വസ്ഥതയും അനുഭവപ്പെടും. എന്നാൽ അത് അല്പനേരത്തിനു ശേഷം കടന്നുപോകുമെന്ന് മനസ്സിലാക്കുക. പഴമക്കാർ പറയുന്നതുപോലെ, നമ്മൾ എന്താണോ എതിർക്കുന്നത്, അവ കതിർക്കും. നിങ്ങളുടെ മുന്നിൽ വന്നുനിന്ന് നിങ്ങളെ അപമാനിച്ച ആ അപരിചിതനെ വീണ്ടും സങ്കല്പിക്കുക. ഒരു നിമിഷത്തെ അസ്വസ്ഥത, പിന്നീട് അത് കടന്നുപോകും. പക്ഷേ ആ സംഭവത്തോട് എതിർപ്പ് പ്രകടിപ്പിക്കാൻ നിന്നാൽ, അപരിചിതനും അപമാനവും കടന്നുപോയ ശേഷവും, ദിവസങ്ങളോളം ആ സംഭവം നിങ്ങൾക്കുള്ളിൽ കിടന്ന് തിളച്ചുമറിയും. അതിനാൽ, യഥാർത്ഥത്തിൽ നമുക്ക് എന്താണോ ആവശ്യമില്ലാത്തത്, അതാണ് പ്രതിരോധിക്കുന്നതിലൂടെ

സൃഷ്ടിക്കപ്പെടുന്നത്; അതേസമയം, അംഗീകരിക്കുന്നതിലൂടെ, ആവശ്യമുള്ളതും. അതിനെ കടന്നുപോകാൻ അനുവദിക്കു.

സഹനവും പ്രതിരോധവും കൊണ്ട് ഒരു ഉപകാരവുമില്ല.

അംഗീകരിക്കുക എന്നാൽ യഥാർത്ഥത്തിൽ എന്താണ് അർത്ഥമാക്കുന്നത്?

നമ്മുടെ പക്കൽ ആകെയുള്ളത് ഈ നിമിഷം മാത്രമാണ്. അതു മാത്രമാണ് നമ്മൾ അംഗീകരിക്കേണ്ടത്. എന്താണ് ഈ നിമിഷം എന്നുള്ളത്. നാളെ എന്ത് സംഭവിക്കാം, അല്ലെങ്കിൽ കഴിഞ്ഞകാല സംഭവങ്ങൾ, അതുമല്ലെങ്കിൽ നിങ്ങളുടെ മനസ്സ് നിങ്ങൾക്കായി ഉണ്ടാക്കുന്ന സാങ്കൽപ്പിക കഥകൾ, ഇവയൊന്നും നിങ്ങൾ അംഗീകരിക്കേണ്ടതില്ല. നിങ്ങൾ ഈ നിമിഷത്തിലാണ്; അതിൽ നിന്ന് ഒളിച്ചോടാനോ അതിലേക്ക് കൂട്ടിച്ചേർക്കാനോ ശ്രമിക്കാതെ ലളിതമായി ജീവിക്കുന്നു. നിങ്ങൾ ഒരു മോശം സാഹചര്യത്തിലാണെന്ന് കരുതുക. നിങ്ങൾ അസന്തുഷ്ടനാണ്, നിങ്ങൾ വേദനിക്കുന്നു, ഭയപ്പെടുന്നു. ശരി. അങ്ങനെയിരിക്കട്ടെ. എല്ലാത്തിനുമുപരി, നിങ്ങൾ അത്തരം വികാരങ്ങളെ പ്രതിരോധിക്കുമ്പോൾ, നിങ്ങളിലെ ഭാരം ഇരട്ടിക്കുകയാണ്. തുടക്കത്തിലുള്ള അസ്വസ്ഥതയും, പിന്നെ അസ്വസ്ഥത അനുഭവിക്കാൻ അനുവദിക്കാത്തതിന്റെ അസ്വസ്ഥതയും.

സഹിക്കുന്നത് പ്രശ്നങ്ങൾ പരിഹരിക്കുമെന്നും നമുക്കുവേണ്ടി എന്തെങ്കിലും മാറ്റുമെന്നും ഉള്ള ധാരണകൾ മിഥ്യാധാരണകളാണെന്ന് ഓർക്കുക. നമ്മുടെ യഥാർത്ഥ സാഹചര്യത്തെ വ്യക്തമായും പരസ്യമായും അംഗീകരിക്കുന്നതാണ്, ക്രിയാത്മകവും ന്യായയുക്തവുമായ പരിഹാരങ്ങളുടെ സഹായത്തോടെ അതിൽ നിന്ന് മുന്നോട്ട് പോകാൻ പലപ്പോഴും നമുക്ക് തുണയാകുന്നത്. നമ്മൾ എപ്പോഴും സന്തോഷവാനായിരിക്കണമെന്നും, ആശയക്കുഴങ്ങളും ക്ഷീണവും അടിയന്തിരമായി പരിഹരിക്കേണ്ട പ്രശ്നങ്ങളാണെന്നുമുള്ള ധാരണകൾ, നാം സ്വയം ഉണ്ടാക്കുന്ന കെട്ടുകഥകൾ മാത്രമാണ്. ഇത് മനസ്സിലാക്കുന്നതിലൂടെ, ആശയക്കുഴപ്പങ്ങളും ക്ഷീണവും വേദനകളും അത്ര പ്രശ്നക്കാരല്ലെന്ന് പലപ്പോഴും വ്യക്തമാകുന്നു. പ്രതിരോധമാണ് ഏറ്റവും വേദനിപ്പിക്കുന്നത്! വിലയിരുത്തലിനും

വിധിന്യായത്തിനും വ്യാഖ്യാനത്തിനും മനസ്സിൽ ഇടം നൽകാതെ, നിങ്ങളുടെ ഈ നിമിഷത്തെ അംഗീകരിക്കാൻ ആവുന്നുണ്ടോ?

ഇത് ചെയ്യുന്നത്, മുമ്പത്തെ അധ്യായത്തിൽ പറഞ്ഞതുപോലെ "ഇടം" സൃഷ്ടിക്കുന്നതിന് തുല്യമാണ്. നമ്മുടെ അഹംബോധത്തിന്റെ ആഗ്രഹങ്ങളുമായി പൊരുത്തപ്പെടാൻ വർത്തമാന നിമിഷത്തെ നിർബന്ധിക്കുന്നതിനു പകരം, എന്താണ് സംഭവിക്കുന്നതെന്ന ജിജ്ഞാസയുണ്ടാകുന്നു. അംഗീകരിക്കാൻ പരിശീലിക്കുന്നതിലൂടെ അർത്ഥമാക്കുന്നത് നമ്മൾ നിഷ്ക്രിയരാണെന്നോ നടപടിയെടുക്കുന്നതിൽ പരാജയപ്പെടുന്നവരാണെന്നോ അല്ല. നമ്മൾ പ്രവർത്തിക്കുന്നുണ്ട്! എന്നാൽ, ഉൽക്കണ്ഠയോ നിരാശയോ അല്ല അതിന് പ്രേരണയാകുന്നത്. ഒഴിവാക്കാനോ എതിർക്കാനോ നിഷേധിക്കാനോ അല്ല നമ്മൾ പ്രവർത്തിക്കുന്നത്. എപ്പോഴും *എന്തെങ്കിലും ചെയ്യണമെന്ന* ഉൽക്കണ്ഠയെ മുറുകെ പിടിക്കുന്നത് അവസാനിപ്പിക്കുമ്പോൾ, നമുക്ക് കാര്യങ്ങൾ കൂടുതൽ വ്യക്തമായി കാണാൻ കഴിയും. നമുക്ക് സാഹചര്യം മാറ്റാൻ കഴിയുന്നതാണോ? അങ്ങനെയെങ്കിൽ, നമുക്ക് അത് ചെയ്യാം. അല്ല എങ്കിൽ, നമ്മൾ അതിനെ അംഗീകരിക്കുക. ഇതൊന്നും തോൽവിയല്ല, ഇതൊന്നും ഒരു തെറ്റുമല്ല.

ഇനി, ദൈനംദിന ജീവിതത്തിൽ ഇതെല്ലാം കൃത്യമായി എങ്ങനെ പരിശീലിക്കാം? നിങ്ങൾക്കിത് ചെയ്യാൻ ഇപ്പോൾ അവസരമുണ്ട്, ഈ നിമിഷത്തിൽ. ഒന്ന് മനസ്സിരുത്തി, ഈ നിമിഷത്തെ നോക്കൂ, നിങ്ങൾക്ക് ഈ നിമിഷത്തെ അതേപടി സ്വീകരിക്കാൻ കഴിയുമോ എന്ന് നോക്കൂ. അവിടെയുള്ളതെല്ലാം ശ്രദ്ധിക്കുക... തോൾ വേദനയാകാം, മോശം മാനസികാവസ്ഥയാകാം, സംഭവിക്കാനിരിക്കുന്ന എന്തിനെയെങ്കിലുംകുറിച്ചുള്ള പ്രതീക്ഷയാകാം, നാല് മണിക്ക് എഴുന്നേറ്റ് ചെയ്യേണ്ട കാര്യത്തെക്കുറിച്ചുള്ള ആധിയാകാം, അല്ലെങ്കിൽ അടുത്ത വീട്ടിലെ നായ്ക്കൾ കുരയ്ക്കുന്നതിനെക്കുറിച്ചുള്ള അവബോധമാവാം.

ഇനി, ഇതിൽ നിന്നെല്ലാം കഥ മെനയുന്ന നിങ്ങളുടെ തലച്ചോറിനെ ഒരു നിമിഷം വിച്ഛേദിച്ച് ഈ നിമിഷത്തിലേക്ക് വരിക. "എനിക്കൊരു പ്രശ്നവുമില്ല," അല്ലെങ്കിൽ "എന്തായാലും ശരി" എന്നൊക്കെ പറയുന്നതിലൂടെ, നിയന്ത്രിക്കാനോ നയിക്കാനോ വ്യാഖ്യാനിക്കാനോ വിധിക്കാനോ ഉള്ള ആവശ്യം ഇനി

നിങ്ങൾക്കില്ല എന്ന തോന്നൽ അവസാനിപ്പിക്കാൻ സഹായിച്ചേക്കാം. അനാവശ്യ ചിന്തകൾ ഉടലെടുക്കുകയാണെങ്കിൽ, "ശരി" എന്ന് വീണ്ടും പറയുക. നിങ്ങളുടെ പ്രതിരോധം പോലും ഈ നിമിഷത്തിന്റെ ഭാഗമാണ്. അതും അംഗീകരിക്കുക. ഒന്നും ആവശ്യപ്പെടാത്ത, പൂർണ്ണവും തികഞ്ഞതുമായ ഈ നിമിഷം അനുഭവിച്ചാൽ മാത്രം മതി.

നിങ്ങൾക്ക് എപ്പോൾ വേണമെങ്കിലും ഇത് പരിശീലിക്കാം. നിങ്ങളിലെ ഉൽക്കണ്ഠ നിയന്ത്രണാതീതമാകുമ്പോൾ, അല്ലെങ്കിൽ മാനസികാവസ്ഥ മോശമാകുമ്പോൾ, ഈ വ്യായാമം പരീക്ഷിക്കുക. ഈ നിമിഷത്തെ നിങ്ങളുടെ ഒരേയൊരു ജോലി, എല്ലാത്തിനെയും അതിന്റെ വഴിക്ക് നടക്കാൻ *അനുവദിക്കുക* മാത്രമാണെന്ന് സ്വയം ഓർമ്മിപ്പിക്കുക! എത്ര ലളിതമാണ്, അല്ലേ?

- നിങ്ങൾക്ക് എന്തെങ്കിലും കാര്യത്തെക്കുറിച്ച് അറിയില്ലെങ്കിൽ, "എനിക്കറിയില്ല" എന്ന് ലളിതമായും വ്യക്തമായും പറയുക. എല്ലാ കാര്യങ്ങളും മനസ്സിലാക്കാനോ നിയന്ത്രിക്കാനോ കഴിയണമെന്നില്ല, അതൊരു കുഴപ്പവുമല്ല.
- എല്ലാ കാര്യങ്ങളും പൂർണ്ണതയിലെത്തണമെന്നുള്ള ആഗ്രഹം തിരിച്ചറിയുകയും, അത് ഉപേക്ഷിക്കുകയും ചെയ്യുക. ഇടപെടലുകളോ മെച്ചപ്പെടുത്തലുകളോ ആഗ്രഹിക്കാതെ, ഈ നിമിഷത്തെക്കുറിച്ചുള്ള മനോഹരമായ മൂന്ന് കാര്യങ്ങൾ കണ്ടെത്താൻ ശ്രമിക്കുക.
- നിഗമനങ്ങൾ അടിച്ചേൽപ്പിക്കാനോ, അനിശ്ചിതത്വങ്ങൾ പരിഹരിക്കാൻ തിടുക്കം കൂട്ടാനോ ഉള്ള പ്രവണതയെ സൂക്ഷിക്കുക. "നാളെ എന്ത് സംഭവിക്കുമെന്ന് നമ്മൾക്കാർക്കും അറിയില്ല" എന്ന പാഠം മനസ്ഥിതമാക്കാൻ കുറച്ച് സമയം എടുത്തേക്കാം.
- ഉൽക്കണ്ഠാജനകമായ നിയന്ത്രണബോധം ഉപേക്ഷിക്കുന്നതിന് നിങ്ങൾക്ക് ചെറിയ മാർഗ്ഗങ്ങൾ പരിശീലിക്കാം. മറ്റുള്ളവരോട് സഹായം ചോദിക്കുക, എന്നിട്ട് അവർ എന്താണ് ചെയ്യുന്നതെന്ന് അവർക്ക് അറിയാമെന്ന് വിശ്വസിക്കാൻ ശ്രമിക്കുക. ചുമതലകൾ മറ്റുള്ളവരെ ഏൽപ്പിക്കുക. സ്വയം പരിപാലിക്കാൻ സമയം അനുവദിക്കുക. ആരോടെങ്കിലും

അഭിപ്രായം ചോദിക്കുകയും, അവരുടെ അഭിപ്രായം ശരിയാണെന്ന വിശ്വാസം ഉണ്ടാക്കിയെടുക്കുകയും ചെയ്യുക.

- ക്ഷമ പരിശീലിക്കുക. നിങ്ങൾ തിടുക്കപ്പെടുന്നതായി ശ്രദ്ധയിൽ പെട്ടാൽ, ഒരിടവേള നൽകുക, എന്നിട്ട് ദീർഘമായി ശ്വാസം എടുത്ത് ചിന്തിക്കുക. അത് ശരിക്കും ഒരു അടിയന്തര സാഹചര്യമാണോ, അതോ നിങ്ങളുടെ അഹംബോധം ആ സാഹചര്യത്തെ അങ്ങനെ തോന്നിപ്പിക്കുന്നതാണോ എന്ന് സ്വയം ചോദിക്കുക. എന്തായാലും, നിങ്ങളുടെ ഈ മനോഭാവം എവിടെ നിന്നുമുണ്ടായതാണ്?
- നിങ്ങളുടെ ജീവിതത്തിൽ കൂടുതൽ അയവ് കൊണ്ടുവരിക. നിങ്ങൾ ആഗ്രഹിക്കാത്ത ഒരു സാഹചര്യം നേരിടേണ്ടി വന്നാൽ, ദേഷ്യപ്പെടുന്നതിനുപകരം, അതിനെ നിരീക്ഷിച്ച്, വിശദമായി പഠിച്ച്, വ്യത്യസ്ത വീക്ഷണകോണുകളിൽ നിന്ന് നോക്കിക്കാണാൻ ശ്രമിക്കുക. തുല്യ ഫലപ്രാപ്തിയുള്ള മറ്റ് പരിഹാരങ്ങളോ, അതോ ഇതുവരെ പരിഗണിക്കപ്പെടാത്ത മാർഗ്ഗങ്ങളോ ഉണ്ടോ? നിങ്ങൾ കരുതിയതുപോലെ കാര്യങ്ങൾ നടന്നില്ലെന്ന് കരുതി അസ്വസ്ഥതപ്പെട്ടുകൊണ്ടിരുന്നാൽ, അതിലും മികച്ച മറ്റൊരു അവസരം നഷ്ടപ്പെട്ടേക്കാം!
- നിങ്ങൾ ഒരു തെറ്റ് ചെയ്താൽ, “ഞാൻ ഒരു തെറ്റ് ചെയ്തു” എന്ന് സമ്മതിച്ച്, അതിനെ കടന്നുപോകുക. നിങ്ങൾക്ക് അതിൽ നിന്നും പാഠം പഠിക്കാനാകും എന്നുള്ളത് തീർച്ചയാണ്. എന്നാൽ സ്വയം ക്ഷമിക്കുന്നത്, പിന്നീടുള്ള കാലം ആ തെറ്റിന്റെ ഭാരം വഹിക്കാതിരിക്കാനുള്ള തീരുമാനമാണ്.
- ഏറ്റവും കുറഞ്ഞത്, സ്വയം കളിയാക്കി ചിരിക്കുക. നിങ്ങൾക്ക് അഭിമാനവും അഹംഭാവവും തോന്നുമ്പോൾ, സ്വയം അപമാനിതനാകാനും ലജ്ജിതനാകാനും എളുപ്പമാണ്. അതെല്ലാം വിട്ടേക്കൂ. ഇടയ്ക്കിടെ സ്വയം കളിയാക്കുന്നതുകൊണ്ട് എല്ലാം അവസാനിക്കുമെന്ന് കരുതുന്നുണ്ടോ? വാസ്തവത്തിൽ, ഒന്ന് ചിന്തിച്ചുനോക്കൂ, അതൊരു രസമല്ലേ?
- സഹിക്കുന്നതുകൊണ്ട്, യഥാർത്ഥത്തിൽ ഒരു പ്രശ്നവും പരിഹരിക്കപ്പെടുന്നില്ലെന്ന് ഓർക്കുക. അങ്ങനെ ചെയ്യുന്നതു കൊണ്ട് ഒരിക്കലും നിങ്ങളൊരു നല്ല വ്യക്തിയാകാൻ പോകുന്നില്ല, നിങ്ങൾ ആഗ്രഹിക്കുന്നത് നിങ്ങൾക്ക് ലഭിക്കുക

യുമില്ല. അതിനാൽ, നിങ്ങൾ മറ്റുള്ളവരെ കുറ്റപ്പെടുത്തുമ്പോൾ, പരാതിപ്പെടുന്നതിനിടയിൽ സ്വയം രക്ഷപ്പെടാൻ ശ്രമിക്കാതിരിക്കുമ്പോൾ, മറ്റാരെങ്കിലും വന്ന് നിങ്ങളെ രക്ഷിക്കുമെന്നുള്ള അബോധപ്രതീക്ഷയിൽ സ്വയമറിയാതെ രക്തസാക്ഷിയാകാൻ ശ്രമിക്കുമ്പോൾ, ശ്രദ്ധിക്കുക. നിങ്ങൾക്ക് ഒരു വിഷമം തോന്നുന്നുവെങ്കിൽ, ആ അനുഭവത്തെ നിരീക്ഷിക്കുക, എന്നിട്ട് ചോദിക്കുക "ഇത് യഥാർത്ഥത്തിൽ എന്ത് നേട്ടമാണ് തരുന്നത്?" നിങ്ങൾ ശരിക്കും വിഷമം ഒരു *നേരംപോക്കായി* ആഗ്രഹിക്കുന്നുണ്ടോ?

- പലരും ഉൽക്കണ്ഠകളെ മറികടക്കാനായി, തങ്ങളുടെ ദൈവസങ്കല്പത്തിലൂടെ വെളിച്ചവും ശാന്തിയും കണ്ടെത്തുകയും, ജീവിതത്തിന്റെ ആത്മീയ വശം സ്വീകരിക്കുകയും ചെയ്യുന്നു. നിങ്ങൾക്ക് മനസ്സിലാക്കാൻ കഴിയുന്നതിലും എത്രയോ വലുതും സങ്കീർണ്ണവുമായ ഒന്നിന്റെ ഭാഗമാണ് നിങ്ങൾ എന്നറിയുന്നത്, നിങ്ങൾക്ക് അത്യധികം സമാധാനവും അവബോധവും നൽകും. നിങ്ങളുടെ വിശ്വാസത്തിനനുസരിച്ച്, നിങ്ങളിലെ നിയന്ത്രണബോധങ്ങൾ വിട്ടുകൊടുക്കാൻ നിങ്ങൾ ഇഷ്ടപ്പെടുന്ന ഏതെങ്കിലും ഒരു ശക്തിയോ വിശ്വാസമോ ഉണ്ടോയെന്ന് ചോദിക്കാനായി എന്നും അല്പനേരം ചെലവഴിക്കുക. താൽക്കാലികമായി വിട്ടുകൊടുക്കാനെങ്കിലും.
- മറ്റുള്ളവരെയും നിങ്ങളെ സ്വയവും *വിലയിരുത്തുന്നത്* നിർത്തുക. നമ്മുടെ സ്വന്തം അനുമാനങ്ങളെ തടസ്സപ്പെടുത്തുകയും യാഥാർത്ഥ്യങ്ങളെ നിയന്ത്രിക്കാൻ ശ്രമിക്കുകയും ചെയ്യുന്ന, പൊതുവായ ഒരു പ്രവണതയാണിത്. കാര്യങ്ങളെ വിലയിരുത്തുന്നതും, നല്ലതും അല്ലാത്തതും തീരുമാനിക്കുന്നതും നിങ്ങളുടെ ഉത്തരവാദിത്വമല്ലെന്ന് സ്വയം പഠിപ്പിക്കുക. ഇത് നിങ്ങളുടെ മാത്രം ജോലിയല്ല. നിങ്ങളുടെ വിധിനിർണ്ണയങ്ങളും നിയന്ത്രണവും ഇല്ലാതെതന്നെ ലോകം അതിന്റെ വഴിക്ക് മുന്നോട്ടുപോകുമെന്ന് ബോധ്യപ്പെടുക. മറ്റുള്ളവരുടെ കുറവുകളോട് നിങ്ങൾക്ക് അസഹിഷ്ണുതയും അക്ഷമയും തോന്നുന്നുവെങ്കിൽ, നിങ്ങളുടെ സ്വന്തം പോരായ്മകളെക്കുറിച്ച് സ്വയം ഓർമ്മിപ്പിക്കുക. ശേഷം മനസ്സിലാക്കുക, നിങ്ങളും ഒപ്പം മറ്റുള്ളവരും അനുകമ്പയും പരിഗണനയും അർഹിക്കുന്നുവെന്ന്.

- നിരന്തരം നന്ദിയുള്ളവരായി തുടരുക. നിങ്ങളുടെ ജീവിതം നിങ്ങൾക്ക് സൗജന്യമായി നൽകപ്പെട്ടതാണെന്നും, അതെത്ര സമൃദ്ധമാണെന്നും, നിങ്ങൾക്ക് ചിന്തിക്കാൻ പോലും കഴിയാത്തത്ര എണ്ണമറ്റ അത്ഭുതങ്ങളാൽ അത് സ്ഥിരതയോടെ പുലരുന്നുണ്ടെന്നും കൃതജ്ഞതയോടെ ഓർക്കുക. എല്ലായ്പ്പോഴും പിറുപിറുക്കുകയും തെറ്റുകൾക്കും പഴികൾക്കുമായി തിരയുകയും ചെയ്യുന്നതിനുപകരം, ജീവിതത്തെ അതേപടി സ്വീകരിച്ച്, അതിന്റെ മനോഹാരിത ആസ്വദിച്ച്, സംതൃപ്തിയും അഭിനന്ദനവും വളർത്തിയെടുക്കുന്നതിൽ ശ്രദ്ധിക്കുക. ഈ നിമിഷം മാത്രമാണ് നമ്മുടെ പക്കലുള്ളത്—അതുതന്നെ *ധാരാളവുമാണ്!*
- അവസാനമായി, ഇടയ്ക്കിടെ ഇടവേളകൾ എടുക്കുക. ജീവിതം ദുഷ്കരമായിരിക്കാം, പക്ഷേ അതിനുവേണ്ടി നമ്മൾ എപ്പോഴും യുദ്ധസജ്ജരും കഠിനഹൃദയരും ആകണമെന്നില്ല. എപ്പോഴും പ്രശ്നപരിഹാര ബുദ്ധിയോടെയിരിക്കാതെ, ചിന്തിക്കാനും വിശ്രമിക്കാനും അംഗീകരിക്കാനും, സ്വയം മൃദുവായി പെരുമാറാനും സമയം കണ്ടെത്തുക.

'ഇപ്പോഴിവിടം' നമ്മുടേതാകുന്നു

ഞാൻ നിങ്ങളെ രണ്ട് "സ്ഥലങ്ങൾ" പരിചയപ്പെടുത്താൻ ആഗ്രഹിക്കുന്നു :

ആദ്യത്തെ സ്ഥലത്തെ 'മറ്റൊരിടം' എന്നു വിളിക്കാം; ചുറ്റിലും വിശാലമായ അയൽപക്കങ്ങൾ, പ്രധാനമായി ഭൂതകാലത്തിലും ഭാവിയിലും. അസ്ഥിരമായ മനസ്സിലൂടെ നിങ്ങൾ നിരന്തരം സന്ദർശിക്കുന്ന സ്ഥലമാണിത്. ഇത് വാക്കുകളാൽ നിർമ്മിതമാണ്. ഓർമ്മകൾ, സ്വപ്നങ്ങൾ, ഭയങ്ങൾ, സങ്കല്പങ്ങൾ, വിശ്വാസങ്ങൾ, ചിന്തകൾ, വ്യവസ്ഥകൾ, ഊഹങ്ങൾ, വിവരണങ്ങൾ, വ്യാഖ്യാനങ്ങൾ, മുൻവിധികൾ, മിഥ്യകൾ, സൂചനകൾ, ആശങ്കകൾ, പ്രതീക്ഷകൾ തുടങ്ങിയ വാക്കുകളാൽ. ഈ സ്ഥലത്തിന്റെ പ്രത്യേകതയെന്തെന്നാൽ, *ഇങ്ങനൊരു സ്ഥലമില്ല* എന്നതാണ്. യഥാർത്ഥത്തിൽ ഇല്ല. ശരിക്കും പറഞ്ഞാൽ, ഈ സ്ഥലം നിർജ്ജീവമാണ്.

രണ്ടാമത്തെ സ്ഥലത്തെ 'ഇപ്പോഴിവിടം' എന്ന് വിളിക്കാം. ഇതിന് ഒരു ചെറിയ (എന്നാൽ മോഹിപ്പിക്കുന്ന വിശാലതയുള്ള) മുറി മാത്രമേയുള്ളൂ. അതിന്റെ ശാശ്വതമായ അടിസ്ഥാനം ഈ നിമിഷം മാത്രമാണ്. നിങ്ങളുടെ ശരീരം, പഞ്ചേന്ദ്രിയങ്ങൾ, എല്ലാറ്റിനുമുപരി ഈ സ്ഥലം എന്താണെന്നതിനെക്കുറിച്ചുള്ള നിങ്ങളുടെ ശാന്തവും സശ്രദ്ധവുമായ അവബോധം എന്നിവ ഉപയോഗിച്ചാണ് നിങ്ങൾ ഈ സ്ഥലം സന്ദർശിക്കുന്നത്. ഈ സ്ഥലത്തിന്റെ ഏറ്റവും വലിയ പ്രത്യേകത, ഇത് എപ്പോഴും മാറിക്കൊണ്ടിരിക്കുന്നു, ഒഴുകുന്നു, വികസിക്കുന്നു, രൂപപ്പെടുന്നു എന്നതാണ്. ഇത് ഒരേസമയം കാലങ്ങളുടെ പഴക്കമുണ്ടെങ്കിലും, എപ്പോഴും പുതുപുത്തനുമാണ്. സന്തോഷം, അർത്ഥം, ഉദ്ദേശ്യം, ബന്ധം എന്നിവയെല്ലാം ഈ സ്ഥലത്ത് സംഭവിക്കുന്നു. ശരിക്കും പറഞ്ഞാൽ, ഈ സ്ഥലം ജീവനുള്ളതാണ്. *ഇത് ജീവിതമാണ്.*

നിങ്ങൾ 'മറ്റൊരിടത്ത്' താമസിക്കുമ്പോൾ, നിങ്ങളുടേത് ഉൽക്കണ്ഠയുടെയും ചെറുത്തുനിൽപ്പിന്റെയും സംഘർഷത്തിന്റെയും അസ്തിത്വമാണ്. തലച്ചോറ് ഒരു ശക്തമായ അവയവമാണ്, അതിന് ഇഷ്ടമുള്ള എന്തും ആസൂത്രണം ചെയ്യാൻ കഴിയും. അത് സാധാരണയായി നമ്മെ കെണിയിൽ പെടുത്തുന്നതും നമ്മുടെ ശ്രദ്ധ വ്യതിചലിപ്പിക്കുന്നതുമായ സങ്കീർണ്ണ വീക്ഷണങ്ങളാണ് രൂപപ്പെടുത്തുന്നത്. ഇത് സ്വയം ഒരു ആശയം രൂപപ്പെടുത്തുകയും, അനുവദനീയമായതിനെയും അല്ലാത്തതിനെയും കുറിച്ചുള്ള കഥകൾ മെനയുകയും ചെയ്യുന്നു. ഇത് സാഹചര്യങ്ങൾക്ക് അർത്ഥം നൽകുന്നു. ഭാവിയിൽ ഭയപ്പെടേണ്ട കാര്യങ്ങളെ കുറിച്ചുള്ള കഥകൾ നെയ്യുന്നു. കഴിഞ്ഞകാല കഥകൾ മറക്കാതിരിക്കാനായി, ആവർത്തിച്ച് പറഞ്ഞുകൊണ്ടിരിക്കുന്നു.

ആളുകൾ ഉൽക്കണ്ഠാകുലരായിരിക്കുമ്പോൾ, തങ്ങളെ അലട്ടുന്നത് ജീവിതമാണെന്ന് തെറ്റിദ്ധരിക്കുന്നു. ജീവിതസാഹചര്യങ്ങൾ കഠിനവും വെല്ലുവിളി നിറഞ്ഞതുമാണെന്ന് കരുതുകയും, അതിനെ എതിർക്കുകയും ചെയ്യുന്നു. എന്നാൽ സത്യമെന്തെന്നാൽ, അവരുടെ പ്രശ്നം ജീവിതത്തോടല്ല, കാരണം, വാസ്തവത്തിൽ, അവർ ജീവിതത്തിലല്ല. അവരുടെ ബുദ്ധിമുട്ടുകൾ ജീവിതത്തോട് ഇടപഴകുന്നതിനാലല്ല, മറിച്ച് അവരുടെ മനസ്സ് അവർക്കായി വിഭാവനം ചെയ്യുന്ന ചിത്രങ്ങളോടും വാക്കുകളോടും ഇടപഴകുന്നതിനാലാണ്; അതായത്, അവർ ആദ്യത്തെ സ്ഥലമായ 'മറ്റൊരിടത്ത്' ജീവിക്കാൻ ബുദ്ധിമുട്ടു

കയാണ്. അവർ സ്വന്തം സൃഷ്ടിയുടെ പ്രശ്നങ്ങളുമായി മല്ലിടുന്നു, മാത്രമല്ല ജീവിതമാണ് പ്രശ്നമെന്ന് അനുമാനിക്കുകയും ചെയ്യുന്നു. എന്നാൽ ജീവിതം, ഈ നിമിഷത്തിൽ ശ്രദ്ധ കേന്ദ്രീകരിച്ചുകൊണ്ട് അതിന്റെ വഴിക്ക് പോകുന്നു, പൂർണ്ണമായും അവഗണിക്കപ്പെട്ടുകൊണ്ട്!

നിങ്ങൾ ഉൽക്കണ്ഠയുമായി പോരടിക്കുന്നത്, 'മറ്റൊരിടത്തെ' ദുഷ്ടതകളുമായി മല്ലിടുന്നതിന് തുല്യമാണ്. നിങ്ങൾ 'ഇപ്പോഴിവിടെ' സ്ഥിരമായും ലളിതമായും ജീവിക്കുന്നതിലൂടെ, ജീവിതയാഥാർത്ഥ്യത്തെ അതേപടി സ്വീകരിക്കുന്നു.

ഒരു ലളിതമായ ഉദാഹരണത്തിലൂടെ ഇത് വ്യക്തമാക്കാം : വളരെ പരിഹാസ്യമായ ശീലമുള്ള ഒരു സുഹൃത്ത് എനിക്കുണ്ടായിരുന്നു. മരങ്ങൾക്കിടയിലൂടെ ഞങ്ങൾ ഒരുമിച്ച് നടക്കാനിറങ്ങിയെന്ന് സങ്കല്പിക്കാം, അത് വളരെ മനോഹരമായിരുന്നു. അപ്പോൾ അവൻ പറയുന്നു, "ഓ, ദൈവമേ, എത്ര മനോഹരമാണ്, നമ്മൾ ഇടയ്ക്കിടെ ഇങ്ങനെ വരണം, അല്ലേ? അല്ലെങ്കിൽ നല്ലൊരു ഹൈക്കിംഗും ക്യാമ്പിംഗും നടത്തണം. പക്ഷേ എപ്പോഴാണ്? ഒരു ദിവസം, നമുക്ക് മലമുകളിലോ മറ്റോ ദൈർഘ്യമേറിയ ഒരു ക്യാമ്പ് നടത്താം. ശൈത്യം വൈകാതെയെത്തും, പിന്നെ സൂര്യനെ കാണാൻ കിട്ടില്ല, അതിനാൽ ഉടൻ തന്നെ ഒരു പദ്ധതി തയ്യാറാക്കുന്നതാണ് നല്ലത്..."

ഇത് ഒരു പരിഹാസ്യമായ ശീലമാണെന്ന് ഞാൻ പറയാൻ കാരണം, അവൻ സംസാരിക്കുമ്പോഴെല്ലാം ഒരു കാര്യം മറക്കുന്നു, *ഞങ്ങൾ അപ്പോഴും മനോഹരമായ നിമിഷങ്ങളിലായിരുന്നു!* ഭാവിയിൽ സംഭവിക്കാവുന്നതും സംഭവിക്കേണ്ടതുമായ കാര്യങ്ങളെക്കുറിച്ചുള്ള ആശയങ്ങളിൽ അവൻ കുടുങ്ങിപ്പോയതിനാൽ, അവനെ കടന്നുപോയ മനോഹരവും സന്തോഷപൂർണ്ണവുമായ ഈ നിമിഷത്തെ അവൻ ശ്രദ്ധിക്കുന്നില്ല, അവനതിനെ വാസ്തവത്തിൽ വിസ്മരിക്കുകയായിരുന്നു.

മനസ്സ് എത്ര ശക്തമാണെന്ന് ഇത് തെളിയിക്കുന്നു—നിങ്ങളുടെ തലച്ചോറ് നിങ്ങളിലൂടെ സൃഷ്ടിച്ചെടുക്കാൻ ശ്രമിച്ചതാണ് ആ നിമിഷമെങ്കിൽ പോലും ആ നിമിഷത്തിൽ നിന്നും നിങ്ങളെ പൂർണ്ണമായും അകറ്റാൻ മാത്രം ശക്തമാണ് മനസ്സ്. "ജീവിതം തങ്ങളെ കടന്നുപോകുന്നു" എന്ന ഒരു യാഥാർത്ഥ്യബോധം എന്റെ സുഹൃത്ത് സ്വയം സൃഷ്ടിച്ചുവെന്നോ, സമയം അതിക്രമിച്ചിരിക്കുന്നു എന്ന തോന്നലുണ്ടാക്കിയെന്നോ തന്നെയാണ് ഞാൻ കരുതുന്നത്.

പക്ഷേ അവന്റെ തോന്നലുകൾ ഒരിക്കലും യാഥാർത്ഥ്യ ബോധത്തിൽ ഊന്നിയായിരുന്നില്ല. അവൻ 'മറ്റൊരിടത്ത്'' ജീവിക്കുകയായിരുന്നു.

എന്റെ സുഹൃത്തിന്റെ കാര്യത്തിൽ, ഈ ശീലം താരതമ്യേന നിരുപദ്രവകരമാണ്. എന്നാൽ അത് എല്ലായ്പ്പോഴും അങ്ങനെയാവണമെന്നില്ല. നമ്മളിൽ എത്രപേരാണ് ഈ 'മറ്റൊരിടത്ത്'' *സ്ഥിരതാമസമാക്കുന്നത്?* നമ്മൾ പറയാറുണ്ട് : "എനിക്ക് അത് ചെയ്യാൻ കഴിയില്ല; ഞാൻ അത്തരത്തിലുള്ള ആളല്ല," കാരണം, വർത്തമാനകാലത്ത് നമ്മൾ ആരാണെന്ന വസ്തുതയെ അഭിമുഖീകരിക്കുന്നതിനുപകരം നമ്മൾ എങ്ങനെയുള്ളവരാണെന്നതിന്റെ ഓർമ്മകൾ മുറുകെ പിടിക്കുന്നു. നമ്മൾ ഇഷ്ടമില്ലാത്ത ജോലികളുടെ അടിമകളായി മാറുന്നു, വർത്തമാന നിമിഷങ്ങളെയെല്ലാം വലിച്ചെറിയുന്നു, കാരണം നമുക്ക് അയാഥാർത്ഥ്യവും മിഥ്യയുമായ ഭാവിയിലെ നല്ല വിശ്രമജീവിതത്തെക്കുറിച്ച് ചിന്തിക്കുന്നത് നിർത്താൻ കഴിയുന്നില്ല.

അതിരുകടന്ന ഭൂതകാലസ്മരണകളും ഭാവിയെക്കുറിച്ചുള്ള ആകുലതകളും ഉപയോഗിച്ച് മനുഷ്യർ സ്വയം പീഡിപ്പിക്കാൻ ശ്രമിക്കുന്നത് എത്ര വിചിത്രമാണല്ലേ? തന്നെ ഭീതിയിലാഴ്ത്തുമെന്നറിഞ്ഞുകൊണ്ടു തന്നെ ഒരു വ്യക്തി എല്ലാ ദിവസവും വൈകുന്നേരങ്ങളിൽ മനഃപൂർവം ഭയാനകമായ ഒരു ഹൊറർ സിനിമ ആവർത്തിച്ചു കാണുന്നത് നിങ്ങൾക്ക് വിചിത്രമായി തോന്നും. പക്ഷേ, ഭാവിയെക്കുറിച്ചുള്ള അനാവശ്യ പ്രതികൂല ചിന്തകളോട് അങ്ങനെ തോന്നുന്നില്ല? നിങ്ങളുടെ സ്വീകരണമുറിയിൽ, സുഖമായി സോഫയിൽ ഇരിക്കുകയായിരുന്നിരിക്കും. എന്നാലും നിങ്ങൾ ആ ഭയം അനുഭവിക്കുകയാവും. സ്ക്രീനിൽ ചലിക്കുന്ന ചിത്രങ്ങളും വാക്കുകളും യാഥാർത്ഥ്യമല്ലെന്ന് ആളുകൾക്ക് അറിയാം, എന്നിട്ടും ചലിക്കുന്ന ചിത്രങ്ങളും വാക്കുകളും യാഥാർത്ഥ്യമാണെന്ന മട്ടിൽ നാം നമ്മുടെ തലയ്ക്കകത്ത് കയറ്റുന്നില്ലേ?

ഈ ആശയത്തെ മറ്റൊരു കോണിൽ നിന്ന് നോക്കാം. ഒരു ആഡംബര പഞ്ചനക്ഷത്ര ഹോട്ടലിൽ നിന്നുള്ള രുചികരമായ ഭക്ഷണം മനസ്സിൽ ചിത്രീകരിക്കുക. നിങ്ങൾക്ക് അവിടെയിരുന്ന് അത് രുചി ആസ്വദിക്കാതെതന്നെ കഴിക്കാം, പകരം നിങ്ങൾക്ക് ആറ് വയസ്സുള്ളപ്പോൾ, ഒരിക്കൽ കഴിച്ച ഒരു അറപ്പുളവാക്കുന്ന ഭക്ഷണത്തിന്റെ ഓർമ്മയെ അയവിറക്കാം. വായിൽ നിറയെ

രുചികരമായ ഭക്ഷണവുമായി നിങ്ങൾക്ക് അവിടെയിരുന്ന് ചിന്തിക്കാം, "എനിക്ക് ഒരിക്കലും നല്ലതൊന്നും സംഭവിക്കുന്നില്ല," "അല്ലെങ്കിലും, എന്താണ് ആ വെയിറ്ററുടെ പ്രശ്നം?" "ഇതുപോലുള്ള ആഡംബര ഭക്ഷണത്തിനായി പണം പാഴാക്കുന്നവർ വിഡ്ഢികളാണ്" എന്നൊക്കെ.

അല്ലെങ്കിൽ... ഇപ്പോഴിവിടെത്തന്നെ വച്ച് നിങ്ങൾക്ക് ഭക്ഷണം ആസ്വദിക്കാം. അതിന്റെ ഓരോ രുചിയും. കാരണം ഭക്ഷണം നിലനിൽക്കുന്ന ഒരേയൊരു സ്ഥലമാണിത്—ഇപ്പോഴിവിടെത്തന്നെ.

"മറ്റെവിടെയെങ്കിലും?" എന്നത് ആശങ്കയുടെയും അഭ്യൂഹത്തിന്റെയും നിഷേധത്തിന്റെയും അനന്തമായ ചിന്തകളുടെയും മേഖലയാണ്. പ്രശ്നങ്ങളുടെ മേഖല.

ഇപ്പോൾ തന്നെ ഇത് പരീക്ഷിക്കുക. ഈ നിമിഷം തന്നെ. അതെ, ഇപ്പോൾ തന്നെ! നിങ്ങളുടെ ജീവിതത്തിൽ എന്തെങ്കിലും കുഴപ്പമുണ്ടോ എന്ന് ആത്മാർഥമായി സ്വയം ചോദിക്കുക. ശരിക്കും എന്താണ് നഷ്ടമായിരിക്കുന്നത്? പ്രശ്നങ്ങളുടെ ഒരു പർവ്വതം തന്നെയുണ്ടെന്ന് തോന്നിയേക്കാം, പക്ഷേ അതിൽ എത്രയെണ്ണം *ജീവിതത്തെക്കുറിച്ചുള്ള ചിന്തകൾ* മാത്രമാണ്, അല്ലാതെ ജീവിതമല്ലല്ലോ എന്ന് സത്യസന്ധമായി ചോദിക്കുക. നിങ്ങൾ അവയെ വെട്ടിമാറ്റി വർത്തമാനകാലത്തേക്ക് ശ്രദ്ധിക്കൂ, എത്ര മനോഹരമാണ്, അല്ലേ? നിങ്ങളുടെ തലച്ചോറ് കാര്യങ്ങൾ സങ്കല്പിക്കുന്നു, അവ യാഥാർത്ഥ്യവും നിലവിലുള്ളതുമാണെന്ന് തോന്നുന്നു. എന്നാൽ ആണോ? എന്താണ് *യഥാർത്ഥത്തിൽ ഈ നിമിഷം നിലവിലുള്ളത്?* നിങ്ങളും നിമിഷവും മാത്രം.

നമുക്ക് 'ഇപ്പോഴിവിടെ' സുഖമായി കഴിയാം. ഇവിടെ ജീവിക്കുമ്പോൾ ജീവിതം എങ്ങനെയായിരിക്കുമെന്ന് നോക്കാം, 'മറ്റൊരിടത്തല്ല'.

വേദനയും സഹനവും തമ്മിൽ

ശരി, നിങ്ങളുടെ ഇപ്പോഴത്തെ ഈ നിമിഷത്തിൽ നിങ്ങൾ പനി കാരണം കഷ്ടപ്പെടുകയാണെന്ന് കരുതുക. ശരി. നിങ്ങൾക്ക് തലവേദനയുണ്ട്, നിങ്ങൾ അസ്വസ്ഥനാണ്, നിങ്ങളുടെ തൊണ്ട വേദനിക്കുന്നു. ഇതാണ് വേദന.

നിങ്ങൾ രോഗിയാണെന്ന വസ്തുതയോട് വെറുപ്പും രോഷവും പ്രകടിപ്പിക്കുകയും, അനാവശ്യ ചിന്തകൾ നെയ്യുകയും, വർത്തമാന കാലത്തെ എതിർക്കാൻ തുടങ്ങുകയും, യാഥാർത്ഥ്യത്തോട് വാദിക്കുകയും, അല്ലെങ്കിൽ അസുഖം വരാതിരിക്കാൻ എന്താണ് ചെയ്യേണ്ടിയിരുന്നത് എന്ന് ചിന്തിക്കുകയും ചെയ്യുന്നുവെങ്കിൽ— അതാണ് സഹനം.

വേദന സ്വാഭാവികവും ഒഴിവാക്കാനാകാത്തതുമായ ജീവിത ഭാഗമാണ്. അത് സംഭവിക്കുന്നത് വർത്തമാനകാലത്തിലാണ്. അത് ക്ഷണികമാണ്. സഹനം ഒഴിവാക്കാവുന്നതും നാം സ്വയം ഉണ്ടാക്കുന്നതുമാണ്. വർത്തമാനകാലത്തിലൊഴികെ മറ്റെല്ലായിടത്തും ഇത് സംഭവിക്കുന്നു. വേദന ഇല്ലാതായ ശേഷവും ഇത് നിലനില്ക്കും.

ഈ നിമിഷത്തെ അംഗീകരിക്കാതിരിക്കുകയോ, സത്യത്തെ മുറുകെ പിടിക്കുകയോ അതിൽ നിന്ന് രക്ഷപെടുകയോ ചെയ്യുന്നതാണ് സഹനം. സഹനം വേദനയെക്കുറിച്ചുള്ള കഥയാകുന്നു.

നിങ്ങൾക്ക് പനി ഉണ്ടെങ്കിൽ, നിങ്ങൾ വേദനയിലാണ്. "പനി പിടിക്കാൻ കാരണം മഴ നനഞ്ഞതാണ്, ആ മണ്ടത്തരം കാണിച്ചതിന് ഇത് അർഹിക്കുന്നു" എന്ന് നിങ്ങൾ പറയുമ്പോൾ, നിങ്ങൾക്ക് വേദനയോടൊപ്പം, സഹനം എന്ന അധികഭാരവും പേറേണ്ടി വരുന്നു. നിങ്ങളുടെ പാവം തലച്ചോറ്, ഈ വിശദീകരണങ്ങളെയും വിലയിരുത്തലുകളെയും നിയന്ത്രണങ്ങളെയുമെല്ലാം സഹിക്കുന്നു. അത് ഭാവി പ്രവചിക്കാനും, സ്ഥിരതയുള്ള സ്വയംബോധത്തോടെ, പഠിക്കാനും പ്രവർത്തിക്കാനും ആഗ്രഹിക്കുന്നു. അത് ചുമതല ഏറ്റെടുക്കാൻ ആഗ്രഹിക്കുന്നു! എന്നാൽ ചിലപ്പോൾ അത് സ്വയം സഹനങ്ങൾ സൃഷ്ടിക്കാനും സാധ്യതയുണ്ട്.

നിങ്ങൾ വർത്തമാനകാലത്തെ ഒഴിവാക്കുകയോ, കടന്നുപോവുകയോ, അതിനെ എതിർക്കുകയോ, അല്ലെങ്കിൽ കഴിഞ്ഞ കാലത്തെയോ ഭാവിയെയോ കുറിച്ച് ദിവാസ്വപ്നം കാണുകയോ ചെയ്താൽ, ഈ നിമിഷത്തിന്റെ പൂർണ്ണവും സമ്പന്നവുമായ സൗന്ദര്യം നിങ്ങൾക്ക് നഷ്ടമാകും. നിങ്ങളുടെ ജീവിതം എങ്ങനെ കൂടുതൽ സംതൃപ്തമാക്കാം എന്ന പരിഭ്രാന്തിയിൽ നെട്ടോട്ടമോടുന്നതിനിടയിൽ, നിങ്ങളുടെ കൺമുന്നിലുള്ള എല്ലാ പൂർണ്ണതയും സംതൃപ്തിയും നിങ്ങൾക്ക് നഷ്ടപ്പെടുന്നു. നിങ്ങൾ ഈ നിമിഷത്തെ ഒരു കാത്തിരിപ്പ് മുറി

പോലെയോ, അല്ലെങ്കിൽ ഭാവി എത്തിച്ചേരുന്നതുവരെ ജീവിച്ചുതീർക്കാനുള്ള സമയംകൊല്ലിയോ ആയാണ് കാണുന്നത്. നിങ്ങൾ പറയുന്നു, "ഇന്നിന്ന കാര്യങ്ങൾ സംഭവിച്ചാൽ, ഞാൻ സന്തുഷ്ടനാകും." ഈ നിമിഷം എല്ലായ്പ്പോഴും അപര്യാപ്തമാണ്, *മറ്റൊരിടം* എന്ന താരതമ്യേന മികച്ച ഇടത്തേക്ക് എത്തിപ്പെടാനുള്ള ചവിട്ടുപടിയാണ്. നിങ്ങളും ഈ നിമിഷവും അതൃപ്തമാണ്. അന്ത്യത്തിലേക്കുള്ള പ്രയാണം മാത്രമാണ് ജീവിതം. ഭാവി/ഭൂതകാലത്തിനു വേണ്ടി ജീവിതത്തെ മുഴുവൻ പാഴാക്കുന്നത് എത്ര വലിയ മണ്ടത്തരമാണെന്ന് മനസ്സിലാകുന്നുണ്ടോ. വെറും ഒരു ചിന്ത മാത്രമാണവ : നിങ്ങളുടെ തലച്ചോറിൽ ഉണ്ടാകുന്ന ഒരു ചെറിയ ചലനം മാത്രം.

"ഞാൻ വിരമിച്ച ശേഷം ഞാൻ എപ്പോഴും ആഗ്രഹിച്ചിരുന്ന ജീവിതമായിരിക്കും നയിക്കുക."

"ഞാൻ കൂടുതൽ പഠിക്കണമായിരുന്നു; എങ്കിൽ എന്റെ ജീവിതം മാറിമറിഞ്ഞേനെ."

"ഞാൻ പൊരുത്തപ്പെട്ടോളാം... നമ്മൾ വീട് മാറിയ ഉടൻ തന്നെ."

വസ്ത്രം അണിഞ്ഞ് അളവ് ശരിയാണോ എന്ന് നോക്കുന്നതുപോലെയല്ല ജീവിതം. അത് ശരിക്കും സംഭവിക്കുന്നതാണ്; *ഈ നിമിഷത്തിൽ സംഭവിക്കുന്നത്.*

ശരീരം : വർത്തമാനകാലത്ത് നിങ്ങളുടെ അടിത്തറ

എങ്ങനെയാണ് ഒരാൾ ഈ നിമിഷത്തിൽ ജീവിക്കുന്നത്?

മനസ്സിലൂടെയാണ് 'മറ്റൊരിടത്തേക്ക്' സഞ്ചരിക്കുന്നത് എന്ന് ഓർക്കുന്നില്ലേ—നമ്മുടെ ചിന്തകളും ആശയങ്ങളും ഉപയോഗിച്ച് നമ്മൾ ഭൂതകാലത്തിലേക്കോ ഭാവിയിലേക്കോ സാങ്കല്പികവും കാല്പനികവുമായ ഒരു വർത്തമാനകാലത്തേക്ക് സഞ്ചരിക്കുന്നു.

എന്നാൽ, 'ഇപ്പോഴിവിടത്തേക്ക്' സഞ്ചരിക്കാൻ ഒരേയൊരു വഴി മാത്രമേയുള്ളൂ—ശരീരത്തിലൂടെ.

നിങ്ങളുടെ ശരീരം എല്ലായ്പ്പോഴും ഈ നിമിഷത്തിൽ മാത്രമാണെന്ന് മനസ്സിലാക്കുന്നത് ശരിക്കും അതിശയകരമായ ഒരു തിരിച്ചറിവാണ്, അതിനോട് പൊരുത്തപ്പെട്ടു കഴിഞ്ഞാൽ,

നിങ്ങൾക്കും ശരീരത്തോടൊപ്പം ഈ നിമിഷത്തിൽ നിലനില്ക്കാൻ കഴിയും. ഈ നിമിഷമെന്ന യാഥാർത്ഥ്യത്തോടും അതിന്റെ ചുറ്റുപാടു കളോടും നിങ്ങളെ ബന്ധിപ്പിച്ചു നിർത്തുന്ന ഭാഗമാണ് നിങ്ങളുടെ പഞ്ചേന്ദ്രിയങ്ങൾ. ഇന്ദ്രിയങ്ങളിലൂടെ, ഈ നിമിഷത്തിന് എത്രമാത്രം സമ്പന്നതയും ആഴവും ഉണ്ടെന്ന് നിങ്ങൾ മനസ്സിലാക്കുന്നു. മനസ്സിന്റെ അമൂർത്തവും അയാഥാർത്ഥ്യവുമായ ലോകത്തോട് ഒരിക്കലും മോഹം തോന്നാത്തവിധം കാണാനും നുകരാനും കേൾക്കാനും സ്പർശിക്കാനും ഉള്ളവയുണ്ടിവിടെ.

ഈ മാനം യഥാർത്ഥവും മാനസികമായി ഒരിക്കലും സാധിക്കാത്ത വിധം സജീവവുമാണ്. ഇവിടെ, നമ്മൾ ജീവിക്കുന്നു. ചിന്തകളിലാണ് നമ്മളെങ്കിൽ, ജീവിതത്തിന്റെ ചിത്രങ്ങളും ആശയങ്ങളും ഉപയോഗിച്ച് ജീവിക്കുന്നതായി ചിന്തിക്കുകയും ഭാവിക്കുകയുമാണ് ചെയ്യുന്നത്. അത് യഥാർത്ഥത്തിൽ ഭക്ഷണത്തിനു പകരം "ഭക്ഷണം" എന്ന വാക്കിനെ കഴിക്കാൻ ശ്രമിക്കുന്നത് പോലെയാണ്.

നിങ്ങൾക്ക് എങ്ങനെയാണ് ഈ നിമിഷത്തിൽ ജീവിക്കാനാവുന്നത്? നിങ്ങളുടെ ഉൽക്കണ്ഠാകുലമായ മനസ്സിനെ വഴിയിൽ നിന്ന് മാറ്റുക; നിങ്ങളുടെ ശരീരത്തെ അതിനറിയാവുന്ന പ്രവർത്തി ചെയ്യാൻ അനുവദിക്കുക.

മുൻധാരണകളില്ലാതെ നിങ്ങൾക്ക് നോക്കാനും കാണാനും കഴിയുമോ?

നിങ്ങളുടെ ശരീരം പ്രവർത്തിപ്പിക്കുക, മനസ്സിനെ നിശ്ചലമാക്കുക

പല പ്രമുഖ വൈദ്യശാസ്ത്രജ്ഞരും സൈദ്ധാന്തികരും ഇപ്പോൾ വിശ്വസിക്കുന്നത്, ശരീരത്തിൽ *കുടുങ്ങിക്കിടക്കുന്ന* ഉൽക്കണ്ഠയാണ് മാനസികാഘാതം എന്നാണ്. നാം ഭയപ്പെടുകയോ അപകടത്തെ അഭിമുഖീകരിക്കുകയോ ഭീഷണിക്കിരയാവുകയോ ചെയ്യുമ്പോൾ, സ്വാഭാവികവും ആരോഗ്യകരവുമായ പ്രതികരണങ്ങൾക്കുവേണ്ടി ശ്രമിക്കും. തിരിച്ചടിക്കുക, ഓടിപ്പോകുക, അല്ലെങ്കിൽ പ്രശ്നത്തിന്റെ ആഘാതം കുറയ്ക്കുന്നതിന് വഴി കണ്ടെത്തുക അങ്ങനെയൊക്കെ. നമ്മുടെ ശരീരത്തിന്റെ നിയന്ത്രണമേറ്റെടുത്ത് അതിനെ പ്രവർത്തിക്കുന്നതിൽ നിന്നും തടഞ്ഞാൽ, ഉൽക്കണ്ഠ നമ്മുടെ

ശരീരത്തിൽ അവശേഷിക്കപ്പെടും. ഫലപ്രദമായ പ്രവർത്തനത്തെ ശക്തിപ്പെടുത്താൻ കഴിഞ്ഞില്ല എങ്കിൽ, ആ ഉൽക്കണ്ഠയുടെ ശക്തിയാൽ നമുക്കുള്ളിൽ നാശം വിതയ്ക്കും. നമ്മൾ ഭൂതകാലത്തിൽ കുടുങ്ങിക്കിടക്കുന്ന, പഴയ ഓർമ്മകൾ വീണ്ടും കുത്തിപ്പൊക്കുന്ന, ഒരിക്കലും സമ്മർദ്ദത്തെ മറികടന്ന് മുന്നോട്ടുപോകാൻ കഴിയുന്നില്ല.

അക്ഷരാർത്ഥത്തിൽ ശാരീരികമായി നിങ്ങളിൽ നിന്ന് അത് നീക്കം ചെയ്യുക എന്നത് ശരീരത്തിൽനിന്ന് മാനസികാഘാതവും സമ്മർദ്ദവും ഒഴിവാക്കാനുള്ള ഒരു മികച്ച മാർഗ്ഗമാണ്. ഉൽക്കണ്ഠയെക്കുറിച്ചുള്ള അമൂർത്തമായ ആശയങ്ങളെയും ചിന്തകളെയും *കുറിച്ച്* സംസാരിക്കാതിരിക്കുക. അവ അനാവശ്യവും അമിതവുമായ ചിന്തകളുടെയും ഉൽക്കണ്ഠകളുടെയും അമിതഭാരം മാത്രമാണ്. പകരം, നിങ്ങളുടെ ശരീരത്തെ മുന്നോട്ടു പോകാൻ അനുവദിക്കുക. ഉൽക്കണ്ഠ കൈകാര്യം ചെയ്യുന്നതിൽ ശരീരത്തെ ഉൾപ്പെടുത്താൻ രണ്ട് വഴികളുണ്ട് :

ആദ്യത്തേത് ഒരു **ഹ്രസ്വകാല** സമീപനമാണ് : നിങ്ങൾ സമ്മർദ്ദത്തിലാകുകയോ, പരിഭ്രാന്തരാകുകയോ, ആശങ്കപ്പെടുകയോ ആണെങ്കിൽ, ഈ വസ്തുതയെക്കുറിച്ച് ബോധവാന്മാരാകുകയും സമ്മർദ്ദം ഒഴിവാക്കാൻ ബോധപൂർവ്വം ശ്രമിക്കുകയും ചെയ്യുക. പുറത്തിറങ്ങി, ദീർഘദൂര ഓട്ടത്തിന് പോകുക. നിങ്ങളുടെ സ്വീകരണമുറിയിൽ, പ്രിയപ്പെട്ട പാട്ടിന് ഊർജ്ജസ്വലമായി നൃത്തം വെക്കുക. മുട്ടുകുത്തിയിരുന്ന് നിങ്ങളുടെ കുളിമുറി വൃത്തിയാക്കുക. പേശികൾക്ക് അയവ് കിട്ടാനും കഴുത്തിലെയും ഇടുപ്പിലെയും പിരിമുറുക്കം ഒഴിവാക്കാനും അല്പം യോഗ പരിശീലിക്കുക. ആവശ്യമെങ്കിൽ, വാതിൽ അടച്ച്, തലയിണയിൽ ഇടിക്കുക! നിങ്ങൾക്ക് ഇത് അല്പം ദൃശ്യവൽക്കരണവുമായി സംയോജിപ്പിക്കാം. നിങ്ങൾ മുന്നോട്ടു നീങ്ങുന്നതിനൊപ്പം, സമ്മർദ്ദവും ഉൽക്കണ്ഠയും നിങ്ങളുടെ ശരീരത്തിൽ നിന്ന് പുറത്തുപോകുന്നതായി സങ്കല്പിക്കുക.

ഉൽക്കണ്ഠയെയും മാനസിക പിരിമുറുക്കത്തെയും അടക്കിച്ചേർത്ത ഊർജ്ജമാണെന്ന് സങ്കല്പിക്കുക—കൃത്യമായി പ്രാവർത്തികമാക്കിയാൽ, മൂല്യവും പ്രയോജനപ്രദവുമാകുന്ന ഊർജ്ജം. ചിലപ്പോൾ, ഈ പരിശീലനം തുടരുന്നതിനിടയിൽ, കാര്യങ്ങൾ ആന്തരികമായി "മാറുന്നത്" പോലെ നിങ്ങൾക്ക് അനുഭവപ്പെടും, നിങ്ങൾക്ക് പെട്ടെന്ന് ഒരു ഉൾക്കാഴ്ചയോ, പ്രവർത്തിക്കാനുള്ള പ്രേരണയോ,

അല്ലെങ്കിൽ ഒരു പ്രശ്നം പരിഹരിക്കാനുള്ള വഴിയെക്കുറിച്ചോ ഒരു ആശയവും ഉണ്ടാകും.

രണ്ടാമത്തേത് ഒരു **ദീർഘകാല** സമീപനമാണ് : ഉൽക്കണ്ഠയും അമിതചിന്തയും വിട്ടുമാറാത്ത പ്രശ്നമാണെങ്കിൽ, നിങ്ങളുടെ കഴുത്തിന് താഴെയുള്ള ഭാഗത്തെ പതിവായി പരിശോധിക്കുന്നുണ്ടെന്ന് ഉറപ്പാക്കുന്നത് നന്നായിരിക്കും! വേവലാതിക്കാരും അമിതചിന്തകരും അവരുടെ ചിന്തകളിലാണ് ജീവിക്കുന്നത്. ശരീരവുമായി വീണ്ടും ബന്ധിപ്പിക്കുക എന്നതാണ് അതിനുള്ള മറുമരുന്ന്. നിങ്ങളുടെ ശരീരത്തിന് ബുദ്ധിയുണ്ട്. നിങ്ങളുടെ ബോധപൂർവ്വമായ, യുക്തിസഹമായ മനസ്സിന്റെ ഇടപെടലില്ലാതെ തന്നെ അതിന് അതിന്റേതായ സന്തുലിതാവസ്ഥ കണ്ടെത്താൻ കഴിയും!

വിട്ടുമാറാത്ത ഉൽക്കണ്ഠ മാറ്റുന്നതിനായി, നിങ്ങളുടെ ശരീരത്തെ കഴിയുന്നത്ര രീതിയിൽ പതിവായി ഉൾപ്പെടുത്തുന്നുണ്ടെന്ന് ഉറപ്പാക്കുക. ജീവിതത്തെക്കുറിച്ച് ചിന്തിക്കുന്നതിനു പകരം, *ജീവിക്കുക*. എല്ലാ മാസവും മസാജിന് പോവുക (സർവ്വപ്രധാനമായ കീഴടങ്ങൽ ബോധം വളർത്തിയെടുക്കാൻ ഇത് നിങ്ങളെ സഹായിക്കും!). പതിവായി നൃത്ത പരിശീലനം നടത്തുക, തായ്-ചിയോ യോഗയോ പരിശീലിക്കുക, അല്ലെങ്കിൽ ആയോധന കലകൾ, സ്പോർട്സ്, ലളിതമായ എയ്റോബിക്സ് എന്നിവയിലൂടെ നിങ്ങളുടെ ശരീരവും മനസ്സും തമ്മിലുള്ള ബന്ധം മെച്ചപ്പെടുത്തുക. ചെറുപ്പത്തിലേതെന്നപോലെ മരത്തിൽ കയറുക. അത് നിങ്ങളുടെ ശരീരത്തെ ഊർജ്ജസ്വലമാക്കുകയും നിങ്ങളെ സന്തോഷിപ്പിക്കുകയും ചെയ്യുന്നുവെങ്കിൽ, അത് പതിവായി തുടരുക.

ഇന്ദ്രിയധ്യാനം

നിങ്ങളുടെ അസ്തിത്വത്തെ ഒരു സമയം ഒരു സ്റ്റേഷനിലേക്ക് മാത്രം ട്യൂൺ ചെയ്യാൻ കഴിയുന്ന ഒരു റേഡിയോ ആയി സങ്കല്പിക്കുക. ഒന്നുകിൽ അമിതചിന്തകളിലൂടെ അലയുന്ന മനസ്സ്, അല്ലെങ്കിൽ ഇന്ദ്രിയങ്ങളിലൂടെ കടന്നുവരുന്ന ജീവിതത്തിന്റെ ഒഴുക്കിനെ മനസ്സിലാക്കുന്ന ഒരു വർത്തമാനകാല ബോധം. രണ്ടിൽ ഏതെങ്കിലുമൊന്ന്. നിങ്ങൾ ഇനിപ്പറയുന്ന ഇന്ദ്രിയധ്യാനം ചെയ്യുമ്പോൾ, അമിതമായി ചിന്തിക്കുന്ന മനസ്സിനെ ശാന്തമാക്കുകയും, മനോഹരവും സദാ വെളിപ്പെടുന്നതുമായ ഈ

നിമിഷത്തിൽ ജീവിക്കുന്ന നിങ്ങളുടെ ഭാഗത്തെ ശക്തിപ്പെടുത്തുകയും ചെയ്യുന്നു. അത് ചെയ്യേണ്ടത് ഇങ്ങനെയാണ്.

ഒരു ദിവസത്തിൽ ഒരിക്കൽ (അല്ലെങ്കിൽ നിങ്ങൾക്ക് കഴിയുന്നത്ര തവണ), ഒരു ഇന്ദ്രിയാനുഭവത്തിൽ മുഴുവനായി ശ്രദ്ധ കേന്ദ്രീകരിക്കാനുള്ള അവസരം സ്വയമുണ്ടാക്കുക. ഏത് ഇന്ദ്രിയമോ ആയിക്കൊള്ളട്ടെ. പഴുത്തുതുടുത്ത ഒരു മാമ്പഴമെടുത്ത്, അതിന്റെ രുചിയും നനവും സസൂക്ഷ്മം ആസ്വദിച്ച് കഴിക്കാം. കണ്ണുകൾ അടച്ച്, മനോഹരവും ഹൃദയസ്പർശിയുമായ ഒരു സംഗീതശകലത്തിലേക്ക് നിങ്ങളുടെ മനസ്സിനെ ആഴ്ത്താം. നിശ്ശബ്ദമായിരുന്ന്, ശ്വാസകോശത്തിലേക്കും അവിടെ നിന്നും പുറത്തേക്കും സഞ്ചരിക്കുന്ന ശ്വാസത്തിന്റെ സംവേദനങ്ങൾ അനുഭവിക്കാം.

നിങ്ങൾക്ക് ഇഷ്ടമുള്ളതോ താത്പര്യമുള്ളതോ ആയ എന്തെങ്കിലും കണ്ടെത്തി, അതിനായി സമയം ചെലവഴിക്കുക. നിങ്ങളുടെ ഇന്ദ്രിയങ്ങളിൽ പൂർണ്ണമായും ശ്രദ്ധ പതിപ്പിക്കുക, മറ്റൊന്നും ചെയ്യാതെ. ആവശ്യത്തിനു സമയമെടുക്കുക. ചെയ്യുന്ന കാര്യത്തിൽ ശരിക്കും ശ്രദ്ധിക്കുക. നിങ്ങൾ ഈ സാധാരണ, ദൈനംദിന കാര്യം ആദ്യമായി ചെയ്യുകയാണെന്ന് സങ്കല്പിക്കുക, അല്ലെങ്കിൽ നിങ്ങൾ ഒരു നവജാത ശിശുവാണെന്നും, മുമ്പ് നിങ്ങളുടെ ഇന്ദ്രിയങ്ങൾ ഒരിക്കൽ പോലും ഉപയോഗിച്ചിട്ടില്ലെന്നും കരുതുക.

കാലക്രമേണ, ഈ പരിശീലനം ഈ നിമിഷം എത്ര അനന്തവും അതിരില്ലാത്തതുമാണെന്ന് നിങ്ങളെ ബോധ്യപ്പെടുത്തും. അതിനുള്ളിൽ തങ്ങിനിൽക്കുകയും അതിന്റെ എല്ലാ വശങ്ങളും അനുഭവിക്കുകയും ചെയ്യുന്നത് എത്ര ആഴമേറിയതും ആകർഷകവുമാണെന്ന് ബോധ്യപ്പെടുത്തും. നമ്മുടെ മനസ്സ് തിരക്കുകളോടും ഉൽക്കണ്ഠകളോടും താദാത്മ്യം പ്രാപിക്കുമ്പോൾ, ഈ നിമിഷത്തെ നിസ്സാരവും വിരസവുമായി തോന്നുന്നു. ഇതുപോലെയുള്ള ഇന്ദ്രിയ അവബോധം പരിശീലിക്കുന്നത്, നമുക്ക് ചുറ്റുമുള്ള മനോഹരമായ സമ്പത്തിനെക്കുറിച്ച് നമ്മെ ഓർമ്മിപ്പിക്കുന്നു. നാം നീണ്ട ഇടവേളകളെടുത്ത് ശ്രമിച്ചാൽ മാത്രമേ, അത് ശരിക്കും മനസ്സിലാക്കാൻ കഴിയുകയുള്ളൂ. അത് നിങ്ങളിൽ ശാന്തതയും പ്രശാന്തതയും സൃഷ്ടിക്കും, തിരക്കുകളും സമ്മർദ്ദങ്ങളും നിറഞ്ഞ മനസ്സിനെ ശാന്തമാക്കും.

പ്രധാന ഭാഗങ്ങൾ :

- പരിഭ്രാന്തി, വേവലാതി, അനാവശ്യ ചിന്ത, ഉൽക്കണ്ഠ, അമിതചിന്ത എന്നിവ ജീവിതത്തെക്കുറിച്ചുള്ള ആന്തരിക മാനസിക സംഭാഷണങ്ങളും വിവരണങ്ങളും അമിതമായി തിരിച്ചറിയുന്നതിൽ നിന്ന് ഉടലെടുക്കുന്നു, അവ പലപ്പോഴും വൈജ്ഞാനിക വികലതകൾ, പക്ഷപാതങ്ങൾ, മിഥ്യാധാരണകൾ, ഭയം, യുക്തിഹീനത എന്നിവയാൽ നിറഞ്ഞിരിക്കുന്നു. നമ്മുടെ തലച്ചോറിന് ഭൂതകാലത്തിലോ ഭാവിയിലോ സമ്മർദ്ദം നിറഞ്ഞ മാനസികപ്രവർത്തനങ്ങൾ നടത്താൻ കഴിയും, എന്നാൽ ശാന്തതയും പ്രശാന്തതയും ഒരിടത്ത് മാത്രമേ ഉണ്ടാകൂ : വർത്തമാനകാലത്തിൽ മാത്രം.
- ഈ നിമിഷം മാത്രമാണ് നമ്മുടെ പക്കലുള്ളത്. കീഴടങ്ങൽ, അംഗീകരിക്കൽ, ശാന്തമായ അവബോധം എന്നിവകൊണ്ട് അർത്ഥമാക്കുന്നത്, വർത്തമാനകാലത്ത് നമ്മൾ നിഷ്ക്രിയരാണെന്നോ തോറ്റുകൊടുക്കുന്നവരാണെന്നോ അല്ല. നമുക്ക് പ്രവർത്തിക്കാൻ കഴിയുമെങ്കിൽ, നമ്മൾ പ്രവർത്തിക്കും. അഥവാ കഴിയുന്നില്ലെങ്കിൽ, നമ്മൾ അത് അംഗീകരിക്കും. ഉൽക്കണ്ഠയോ അമിതചിന്തയോ ആവശ്യമില്ല. തിരക്കുകൂട്ടണമെന്നോ എല്ലാത്തിന്റെയും നിയന്ത്രണം കൈയിലെടുക്കണമെന്നോ നമ്മുടെ മനസ്സ് നിർബന്ധിച്ചു പറഞ്ഞാലും ഒന്ന് ഓർക്കുക; ഉൽക്കണ്ഠയും അമിതചിന്തയും യഥാർത്ഥത്തിൽ നമ്മുടെ പ്രശ്നങ്ങൾ പരിഹരിക്കുകയോ ഏതെങ്കിലും വിധത്തിൽ നമ്മെ സഹായിക്കുകയോ ചെയ്യുന്നില്ല.
- വർത്തമാന നിമിഷത്തിൽ സുഖമായിരിക്കുക എന്നതിനർത്ഥം ക്ഷമ, വിനയം, നർമ്മം, അനിശ്ചിതത്വത്തോട് സഹിഷ്ണുത എന്നിവയാണ്; കൂടാതെ ഈ നിമിഷത്തോട് പ്രതികരിക്കുന്നതിനോ ചെറുക്കുന്നതിനോ പകരം സംവദിക്കാനുള്ള വഴക്കം.
- വേദന ഒഴിച്ചുകൂടാനാവാത്തതും ക്ഷണികവുമാണ്. എന്നാൽ വേദനയോടുള്ള നമ്മുടെ പ്രതികരണമാണ് സഹനം, അത് ഒഴിവാക്കാവുന്നതുമാണ്. വേദനയെ എതിർക്കുകയോ, അതിനെക്കുറിച്ചുള്ള കഥകൾ പറയുകയോ, ഭൂതകാലത്തിൽ നിന്നും വേദനയെ ഈ നിമിഷത്തിലേക്ക് വീണ്ടും വീണ്ടും വലിച്ചിടുകയോ ചെയ്യുന്നതിലൂടെ, നാം സ്വയം സഹനങ്ങൾ

സൃഷ്ടിക്കുന്നു. ശാന്തരും ഊർജ്ജസ്വലരുമായ ആളുകൾ, വേദനയെ അംഗീകരിക്കുകയും അതിനെ കടന്നുപോകാൻ അനുവദിക്കുകയും ചെയ്യുന്നതിലൂടെ, അനാവശ്യമായ സഹനങ്ങളിൽ സ്വയം അകപ്പെടാതിരിക്കാൻ ശ്രദ്ധിക്കുന്നു.

- നിങ്ങളുടെ ഭൗതികശരീരം, പഞ്ചേന്ദ്രിയങ്ങൾ, അവബോധം എന്നിവ ഈ നിമിഷത്തിൽ നങ്കൂരമിടുന്നു. നിങ്ങൾ ശരീരത്തിലൂടെ ഈ നിമിഷത്തിലേക്ക് നങ്കൂരമിടുമ്പോഴെല്ലാം നിങ്ങൾ 'ഇപ്പോഴിവിടെ' ജീവിക്കുന്നു, 'മറ്റൊരിടത്തിന്റെ' ആവശ്യം വരുന്നില്ല. ശരീരമുപയോഗിച്ചോ (വ്യായാമം പോലുള്ളവ), ഇന്ദ്രിയ ധ്യാനത്തിലൂടെയോ, മനസ്സിനെ ശാന്തമാക്കി ഈ നിമിഷവുമായി ബന്ധിപ്പിക്കുക.

അധ്യായം 5

ഒന്നുകിൽ അങ്ങേയറ്റം അല്ലെങ്കിൽ ഇങ്ങേയറ്റം എന്നൊന്നില്ല

ഈ അധ്യായത്തിൽ, അല്പനേരം നമ്മുടെ ശ്രദ്ധ, ചിലർക്കെങ്കിലും കൈയ്യേറിയ പരിചയാനുഭവം നൽകിയിട്ടുണ്ടായേക്കാവുന്ന അമിതചിന്തയിലേക്ക് തിരിക്കാം. മുൻവിധികളോ മുൻധാരണകളോ വ്യാഖ്യാനങ്ങളോ ഇല്ലാതെ, ബോധപൂർവ്വം ഈ നിമിഷത്തിലേക്ക് വരുന്നതിനെപ്പറ്റി ഒരുപാട് ചർച്ച ചെയ്തു. ഉൽക്കണ്ഠയ്ക്ക് തീർച്ചയായും, ഭാവിയെക്കുറിച്ചുള്ള ആകുലതയുടെയോ ഭൂതകാലത്തെക്കുറിച്ചുള്ള ഖേദത്തിന്റെയോ രൂപമെടുക്കാൻ സാധിക്കും, എന്നാൽ നമ്മിൽ ചിലരെ സംബന്ധിച്ചിടത്തോളം, നമ്മുടെ അനാവശ്യമായ അമിത ചിന്ത ഒരു പ്രത്യേകതരം വൈജ്ഞാനിക വികലതയിലേക്കാണ് വിരൽ ചൂണ്ടുന്നത് : മുൻവിധിയിലേക്ക്.

മുൻവിധി നമ്മളെക്കുറിച്ച് തന്നെയോ അതോ മറ്റുള്ളവരെക്കുറിച്ചോ? ഏതായാലും, അവ രണ്ടും ഒന്നുതന്നെയാണ്!

മുൻവിധി ലളിതമാണ് : ഏതെങ്കിലും സമയത്ത് നമ്മൾ **എന്താണ്, എന്തായിരിക്കണം** എന്ന് നോക്കുകയും ഒരു താരതമ്യം നടത്തുകയും ചെയ്യുന്നു. ശേഷം അതിന്റെ യാഥാർത്ഥ്യത്തെയും നമ്മുടെ ധാരണയെയും തമ്മിൽ താരതമ്യം ചെയ്യുന്നു. ഇത് തന്നെയാണ് നേരത്തെ ചർച്ചചെയ്ത അവഗണിക്കൽ, അംഗീകരിക്കാനുള്ള മടി, യാഥാർത്ഥ്യത്തെ എതിർക്കൽ എന്ന് മനസ്സിലാക്കാൻ കഴിയും. നമുക്ക് ഇതിനെ നമ്മുടെ നേർക്ക് തിരിച്ചുവിടാം ("ഞാൻ

ബുദ്ധിമുട്ടുകയാണ്. എനിക്കിങ്ങനെ കഷ്ടപ്പെടേണ്ട ആവശ്യമില്ല. ഇത് പ്രശ്നമാണ്. അതിനർത്ഥം, ഞാൻ ഒരു മോശം വ്യക്തിയാണ്"), അല്ലെങ്കിൽ മറ്റുള്ളവരിലേക്ക് തിരിച്ചുവിടാം ("അവർ എന്നോട് മോശമായാണ് പെരുമാറിയത്, അത് ശരിയല്ല. അത് പ്രശ്നമാണ്, അവരാണ് പ്രശ്നം").

നാം മുൻവിധിയോടെ കാണുമ്പോൾ, നമ്മോടും മറ്റുള്ളവരോടും അംഗീകാരവും സ്നേഹവും അനുകമ്പയും പ്രകടിപ്പിക്കാനുള്ള നമ്മുടെ കഴിവിനെ ബാധിക്കുന്നു. അത് നമ്മുടെ വീക്ഷണത്തെ ചുരുക്കുകയും, നമ്മെ ഉൽക്കണ്ഠാകുലരാക്കുകയും, പ്രതികൂല ചിന്തകൾ വർദ്ധിപ്പിക്കുകയും ചെയ്യുന്നു. മുൻവിധിയെ ആധാരമാക്കി വലിയൊരു കഥയുമായി നമ്മുടെ അഹംബോധത്തെ ഉൾപ്പെടുത്തിയാൽ, ചില സമയങ്ങളിൽ നമ്മുടെ ചിന്തകളും പ്രവർത്തികളും യാഥാർത്ഥ്യവുമായി പൊരുത്തപ്പെടാതെപോകും. ഉദാഹരണത്തിന്, ഒരിക്കൽ ഒരാൾ നമ്മോട് മോശമായി പെരുമാറിയാൽ, അവർ എന്നും ആ തരത്തിലായിരിക്കും പെരുമാറുക എന്ന നിഗമനത്തിൽ നിങ്ങളെത്തും. മറ്റു പല സാധ്യതകളുമുള്ള ഈ നിമിഷവുമായി അവരെ ബന്ധിപ്പിക്കാതെ, അവരെക്കുറിച്ച് നിങ്ങളുടെ മനസ്സിലുള്ള *കഥകളുമായോ* ഓർമ്മകളുമായോ നമ്മൾ അവർക്കു നൽകിയ കഥാപാത്രമായോ അവരെ ബന്ധപ്പെടുത്തി ചിത്രീകരിക്കും. നമ്മുടെ ഈ പ്രവർത്തിയെ നമ്മൾ കാണാതെ പോകുകയും, ധാരണകൾ തിരുത്തുന്നതിൽ പരാജപ്പെടുകയും ചെയ്യുന്നു!

എന്നാൽ നമ്മൾ പറഞ്ഞതുപോലെ, മുൻവിധിയില്ലാത്ത പൂർണ്ണമായ ശ്രദ്ധയും അവബോധവുമാണ് ശാന്തതയ്ക്കും സംതൃപ്തിയിലേക്കുമുള്ള താക്കോൽ. ഇത് നിങ്ങളെ, മറ്റുള്ളവരാൽ അംഗീകരിക്കപ്പെടാനും, അതിലുപരി സ്വയം അംഗീകരിക്കാനും സഹായിക്കുന്നു!

മുൻധാരണകൾ എങ്ങനെ കുറയ്ക്കാം

മുൻധാരണകൾ ഉപേക്ഷിക്കുന്നത് മറ്റുള്ളവരോട് നല്ല രീതിയിൽ പെരുമാറാൻ വേണ്ടി മാത്രം ചെയ്യുന്ന ഒന്നല്ല. നമുക്കും നമ്മുടെ ആരോഗ്യത്തിനും മനസ്സമാധാനത്തിനും വേണ്ടിയാണ് ഇത് ചെയ്യുന്നത്. നമ്മൾ മറ്റുള്ളവരെ വിലയിരുത്തുന്നതിലൂടെ, അതേ മനോഭാവം നമ്മുടെ നേർക്ക് തിരിയുകയും, അസന്തോഷവും സമ്മർദ്ദവും അസംതൃപ്തിയും ഉണ്ടാക്കുകയും ചെയ്യുന്നു.

നാം ശാന്തമായി ഈ നിമിഷത്തെ അതേപടി അംഗീകരിക്കാൻ ശ്രമിക്കുന്നതിലൂടെ, ഓരോ പുതിയ അനുഭവത്തേയും സ്വീകരിക്കുന്നു; നമ്മളവയോട് പറയുന്നു, "നമസ്കാരം! നിങ്ങൾ ആരാണ്? നിങ്ങൾ കൊള്ളാമല്ലോ. സ്വാഗതം. വരൂ." ആ അനുഭവത്തെ വിശകലനം ചെയ്യാനോ തരംതിരിക്കാനോ, അല്ലെങ്കിൽ അത് നല്ലതാണോ ചീത്തയാണോ എന്ന് തീരുമാനിക്കാനോ, നമ്മൾ ഇഷ്ടപ്പെടുന്ന താണോ അല്ലയോ എന്ന് വിലയിരുത്താനോ, അതിന്റെ അർത്ഥമോ ഉദ്ദേശ്യമോ ആവശ്യകതയോ നോക്കാനോ നമ്മൾ ശ്രമിക്കുന്നില്ല.

മുൻധാരണകൾ ഉപേക്ഷിക്കുന്നതിലൂടെ, *നമ്മളോടും മറ്റുള്ളവരോടും* ഇതേ രീതിയിൽ പെരുമാറാൻ നാം സ്വയം അവസരം നൽകുക യാണ്. ഒരാളെ കണ്ടുമുട്ടുമ്പോൾ, നമുക്ക് അതേപോലെ സ്വീകരിക്കാൻ കഴിയും, "നമസ്കാരം! നിങ്ങൾ ആരാണ്? നിങ്ങൾ കൊള്ളാമല്ലോ. സ്വാഗതം. വരൂ." ഇരുപത് വർഷമായി പരിചയമുള്ള ആളാണോ, അല്പനേരംമുമ്പ് കണ്ടുമുട്ടിയ ആളാണോ എന്നത് പ്രസക്തമല്ല. അവർ നമ്മുടെ കാഴ്ചപ്പാടുമായി യോജിക്കുന്നുണ്ടോ എന്ന് അറിയേണ്ടതില്ല, അവരുടെ വസ്ത്രധാരണമോ വാക്കുകളോ പ്രവർത്തികളോ നോക്കേണ്ടതില്ല, അവർക്ക് നമ്മെക്കുറിച്ചുള്ള അഭിപ്രായം അന്വേഷിക്കേണ്ടതില്ല. അവർ ഈ നിമിഷത്തിൽ എങ്ങനെയാണോ, അതേപടി അംഗീകരിക്കുക. നമ്മുടെ അഹംബോധത്തിന്റെ ഇഷ്ടത്തിനു അനുസരിച്ചുള്ള മുൻധാരണകൾ ഒഴിവാക്കുക.

"ഇപ്പോഴിവിടത്തെ" നമ്മളെ നമ്മൾ സ്വയം അഭിമുഖീകരിക്കുമ്പോഴും, ഇതുതന്നെ പറയുക, "നമസ്കാരം! ഇന്ന് നിങ്ങൾ ആരാണ്?" ഇന്നലെ നടന്നതെല്ലാം മറന്നേക്കൂ. നിങ്ങൾ സ്വയം വിലയിരുത്തരുത്. ഇന്നലെ നിങ്ങൾ പരാജയപ്പെട്ടെന്ന് കരുതി, ഇന്നും അങ്ങനെ സംഭവിക്കണമെന്ന് അനുമാനിക്കരുത്. നിങ്ങളുടെ കഴിവുകളേയും കഴിവുകേടുകളേയും കുറിച്ചുള്ള കഥകളും നിഗമനങ്ങളും ഉപേക്ഷിക്കൂ. നിങ്ങളെക്കുറിച്ചുള്ള പഴങ്കഥകളോ കഥാപാത്ര നിരൂപണങ്ങളോ ഒഴിവാക്കൂ. നിങ്ങളെന്ന യാഥാർത്ഥ്യത്തെയാണ് നിങ്ങൾ അഭിമുഖീകരിക്കുന്നത്, ഈ നിമിഷത്തെ, ജീവസ്സുറ്റ നിങ്ങളെ.

നമ്മൾ നമ്മളെത്തന്നെയോ മറ്റുള്ളവരെയോ അഭിമുഖീകരിക്കു മ്പോൾ, നമ്മുടെ മനസ്സിലെ അനാവശ്യ ചിന്തകളുടെ ഇഷ്ടപ്രകാരം പലപ്പോഴും അവരെന്ന യാഥാർത്ഥ്യത്തെ കാണാതെ പോയേക്കാം :

അവരുടെ താൽക്കാലിക പെരുമാറ്റത്തെയും യഥാർത്ഥ സ്വഭാവത്തെയും നമ്മൾ കൂട്ടിക്കുഴയ്ക്കുന്നു. ("വഴിയിൽവെച്ച് എന്നെ ചീത്ത വിളിച്ചവൻ, എന്നും ഇതുപോലെയാണെന്ന് തോന്നുന്നു.")

അവരുടെ വിഭാഗങ്ങളും തരങ്ങളും നോക്കിയാവാം നമ്മൾ അവരെ വിലയിരുത്തുന്നത്. ("ഓ, അവൻ സ്വീഡൻകാരനാണ്. അവൻ നല്ല കാര്യക്ഷമതയുള്ളവനും സംഘടിത സ്വഭാവമുള്ളവനു മായിരിക്കും.")

നമുക്ക് അവരോട് ഒരു വൈകാരിക സമീപനം ഉണ്ടായിരിക്കാം, ആ കണ്ണിലൂടെയാവും നമ്മൾ അവരെ എന്നും നോക്കിക്കാണുക. ("എന്റെ കുട്ടിക്കാലം മുഴുവൻ അച്ഛൻ എന്നെ ഉപദ്രവിക്കുമായിരുന്നു. അദ്ദേഹത്തിന് ഇപ്പോൾ എന്താണ് പറയാനുള്ളത് എന്നൊന്നും കേൾക്കാൻ എനിക്ക് താത്പര്യമില്ല; എനിക്കങ്ങനെ ഒരച്ഛൻ വേണ്ട.")

നാമറിയാതെതന്നെ നമ്മുടെ മനസ്സ് അവരെ ഒരു നിശ്ചിത സ്വഭാവമുള്ളവരായി കാണാൻ സ്ഥിരമായി നിർബന്ധിക്കുന്നു. ("എന്റെ ചെറിയ സഹോദരി കുടുംബത്തിലെ കുണ്ണിലുണ്ണിയാണ്! അവൾക്കിപ്പോൾ മുപ്പത്തിയൊൻപത് വയസ്സ് പ്രായമുണ്ടെന്നും ഒരു അമ്മയാണെന്നും എനിക്കറിയാം, പക്ഷേ ഞാൻ അവളെ കാണുമ്പോൾ, അവളുടെ ബാല്യകാല വിളിപ്പേരിലല്ലാതെ വിളിക്കാൻ എനിക്ക് കഴിയില്ല.")

വ്യത്യാസമോ അപരിചിതത്വമോ തെറ്റാണെന്നും ഭീഷണിയാ ണെന്നും തോന്നിയേക്കാം. ("അവൾ ആ വിചിത്രമായ മതം പിന്തുടരുന്നു. അവൾക്ക് ഭ്രാന്താണ്, എനിക്കവളെ വിശ്വാസമില്ല.")

എന്നാൽ, ഇത്തരം ധാരണകളും അനുമാനങ്ങളും ഉപേക്ഷിച്ച്, നമുക്ക് മറ്റൊന്ന് ചെയ്യാൻ കഴിയും : നമ്മുടെ മുന്നിലുള്ളത് എന്താണെന്ന് മനസ്സിലാക്കുക. മുൻവിധികൾ ഉണ്ടാകുന്നത് മനസ്സിൽ നിന്നുമാണ്. അതേസമയം, നാം പൂർണ്ണബോധത്തോടെ ഈ നിമിഷത്തിലിരി ക്കുമ്പോൾ മുൻവിധികൾക്കു പകരം ഉണ്ടാകുന്നത് അനുഭവങ്ങളാ യിരിക്കും. ആളുകൾ സങ്കീർണ്ണസ്വഭാവമുള്ളവരും ഊർജ്ജസ്വലരും അതിലുപരി സ്നേഹസമ്പന്നരുമാണെന്ന് നമ്മൾ മനസ്സിലാക്കുന്നു! നിങ്ങൾ സ്വയമോ അല്ലെങ്കിൽ മറ്റുള്ളവരെയോ മുൻവിധിയോടെയാണ് നിരന്തരം നോക്കുന്നതെങ്കിൽ, ഈ നിമിഷത്തെ യാഥാർത്ഥ്യത്തോട് നിങ്ങൾ അന്ധത നടിക്കുകയാണ്. ഈ വീക്ഷണത്തിലൂടെ,

നിങ്ങൾക്ക് എങ്ങനെ യഥാർത്ഥ ബന്ധങ്ങൾ ഉണ്ടാക്കാനും, നിങ്ങളോടുതന്നെ സമാധാനപരമായ ബന്ധം സ്ഥാപിക്കാനും കഴിയും?

നമ്മളിൽ പലർക്കും നിരന്തരമായ എതിർപ്പുകൾ ഉള്ളത് ആളുകളോടല്ല, അവരെക്കുറിച്ചുള്ള നമ്മുടെ ധാരണകളോടും ചിന്തകളോടുമാണ്. നമ്മൾ ആരായിരിക്കണമെന്ന ആഗ്രഹമോ അനുമാനമോ പ്രതീക്ഷയോ ആണ് നമ്മുടെ തലയ്ക്കകത്തെപ്പോഴും, അതിനാൽത്തന്നെ ഈ നിമിഷത്തെ നമ്മളെന്ന മനോഹര യാഥാർത്ഥ്യത്തെ നാം കാണാതെ പോകുന്നു. തൽഫലമായി, മുഖംമൂടികളാണ് പരസ്പരം സംവദിക്കുന്നത്, മുഖംമൂടികൾക്ക് പിന്നിലുള്ള മനുഷ്യരെ പരസ്പരം കാണുകയോ അറിയുകയോ ചെയ്യുന്നില്ല.

നമ്മൾ മെനയുന്ന കഥകൾക്കൊപ്പം സംഘർഷങ്ങളും പ്രശ്നങ്ങളും കൂട്ടുവരുന്നു. നമ്മുടെ വ്യാഖ്യാനങ്ങളും വിലയിരുത്തലുകളും യാന്ത്രികമാണ്, അവ ലോകത്തെയും നമ്മളെ തന്നെയും മറ്റ് ആളുകളെയും മനസ്സിലാക്കാൻ സഹായിക്കുന്നു. എന്നാൽ അതേസമയം, അവയിൽ നിന്നുമെല്ലാം നമ്മളെ അകറ്റുന്നതും ഇതുതന്നെയാണ്! കാരണം, ആളുകളെക്കുറിച്ചുള്ള നമ്മുടെ ചിന്തകളല്ല, യഥാർത്ഥത്തിൽ അവർ. അവർ യഥാർത്ഥവും, ജീവസ്സുറ്റതും, സദാ മാറിക്കൊണ്ടിരിക്കുന്നതും, അതിശയകരമാം വിധം സങ്കീർണ്ണവുമായ ജീവികളാണ്. നിങ്ങളെപ്പോലെ!

വസ്തുതകളെ അംഗീകരിക്കുക എന്നതാണ് മറ്റാളുകളെക്കുറിച്ചുള്ള (പ്രത്യേകിച്ച്, നിങ്ങളെക്കുറിച്ച്) മുൻധാരണകൾ കുറയ്ക്കാനുള്ള ഒരു മികച്ച പോംവഴി. വ്യാഖ്യാനങ്ങളോ വിലയിരുത്തലുകളോ വർഗ്ഗീകരണങ്ങളോ പ്രതികരണങ്ങളോ അല്ല. വസ്തുതകൾ മാത്രം. അവരുടെ ഈ നിമിഷത്തെ കാര്യങ്ങൾ മാത്രം. ഇപ്പോഴിവിടെയുള്ള യഥാർത്ഥ മനുഷ്യർ മാത്രം.

ഒരു ഉദാഹരണം നോക്കാം. നിങ്ങൾ തെരുവിലൂടെ നടക്കുമ്പോൾ, നിങ്ങൾക്കു മുന്നിൽ നടക്കുന്ന ഒരാൾ ഒരു മിഠായിക്കടലാസ് നിലത്തേക്ക് വലിച്ചെറിഞ്ഞ് നടന്നുപോകുന്നു. നിങ്ങൾ ഉടൻതന്നെ ദേഷ്യപ്പെട്ടുകയും, വിലയിരുത്താൻ ആരംഭിക്കുകയും ചെയ്യുന്നു. “എത്ര വൃത്തികെട്ടവനാണവൻ! ഒരു ബഹുമാനവുമില്ല. മാലിന്യം തള്ളുന്നവരോട് എനിക്ക് വെറുപ്പാണ്; അതെത്ര മോശമാണ്.” ശരി,

നിങ്ങളിപ്പോൾ ഒരു വില്ലനും ഒരു നായകനുമുള്ള (നിങ്ങൾതന്നെ) നല്ലൊരു ചെറുകഥ പറഞ്ഞു. നിങ്ങൾ കണ്ട അനീതി നിങ്ങളെ രോഷത്തിലാഴ്ത്തിയിരിക്കുകയാണ്. തീർന്നില്ല, നിങ്ങൾ വീണ്ടും തുടരുന്നു. “ഇന്നത്തെ മനുഷ്യർക്ക് ഒരു മര്യാദയും ഇല്ല. ലോകം നശിക്കാൻ പോകുന്നു. എനിക്ക് മടുത്തു. വിദ്യാഭ്യാസത്തിന്റെയും മറ്റും കുറവാണ്. സത്യത്തിൽ, വെറുതെയല്ല ലോകം ഇങ്ങനെ നശിക്കുന്നത്–ഒരാൾക്കും ശ്രദ്ധയില്ല! ആരും അതിന് തയ്യാറാകുന്നില്ല.”

ആഹാ! എന്തുനല്ല കഥ. നമുക്കൊന്ന് വിശദമായി നോക്കാം. എന്താണ് യഥാർത്ഥത്തിൽ സംഭവിച്ചത്? *വസ്തുതകൾ മാത്രമാണോ?*

ആരോ ഒരു മിഠായിക്കടലാസ് തെരുവിൽ ഉപേക്ഷിച്ചു. അത്രയേയുള്ളൂ. ബാക്കി? വിലയിരുത്തൽ. യാഥാർത്ഥ്യവുമായുള്ള വിയോജിപ്പ് മാത്രം. നമ്മുടെ അഹംബോധമുണ്ടാക്കിയ മുൻവിധികളെക്കുറിച്ചുള്ള വ്യാഖ്യാനങ്ങൾ. മാത്രമല്ല, ഉൽക്കണ്ഠകളുടെ ഒരു ഘോഷയാത്രയും!

ഒരു നിമിഷം സംയമനം വീണ്ടെടുക്കുക, എന്നിട്ട് ഓർക്കുക, ഈ പ്രപഞ്ചത്തിന്റെ നടത്തിപ്പുകാരൻ നിങ്ങളല്ല എന്ന് സ്വയം പഠിപ്പിക്കുക. നിങ്ങൾക്ക് ഈ നിമിഷത്തെയും, അതിലെ യാഥാർത്ഥ്യത്തെയും, ഈ നിമിഷം നിങ്ങളോടൊപ്പമുള്ള വ്യക്തിയെയും അവഗണിക്കാം, അല്ലെങ്കിൽ അവർ ആരാണെന്നും എന്താണെന്നുമുള്ള യാഥാർത്ഥ്യം നിങ്ങൾക്ക് അംഗീകരിക്കാം. തെരുവിൽ ഒരു മിഠായിക്കടലാസ് കിടക്കുന്നുണ്ട്. നിങ്ങളുടെ മനസ്സ് അതിനെ തിന്മയും മടിയും സ്വാർത്ഥതയുമായി മുദ്രകുത്താൻ തീരുമാനിക്കുന്നു. ഇങ്ങനെ മുദ്രകുത്തുന്നതുകൊണ്ട് മിഠായിക്കടലാസിന് ഒന്നും സംഭവിക്കുന്നില്ല, നിങ്ങളിലാണ് ഉൽക്കണ്ഠയും അസന്തോഷവും നിറയുന്നത്.

ഈ ചെറിയ നിമിഷം കൊണ്ട്, നിങ്ങൾ ഒരു സഹജീവിയുമായി യുദ്ധത്തിന് പുറപ്പെട്ടിരിക്കുകയാണ്. നിങ്ങൾ അവർക്കെതിരെ വെറുപ്പിന്റെയും അനീതിയുടെയും വികാരങ്ങളെ പട നിരത്തി. നിങ്ങൾ ഇപ്പോൾ ഈ നിമിഷത്തിലില്ല, നിങ്ങൾ മെനഞ്ഞുണ്ടാക്കിയ കഥയിലാണ് ഉള്ളത്; ഒരു വൃത്തികെട്ട കഥയിൽ. മനസ്സ്, സഹായിക്കാൻ ശ്രമിക്കുകയാണെന്ന് കരുതി, എല്ലാത്തിനെയും വിലയിരുത്തുന്നതും വർഗ്ഗീകരിക്കുന്നതും ആവശ്യമാണെന്ന് നിർദ്ദേശിക്കുന്നു. എന്നാൽ ചിന്തിക്കുക, ജീവിതത്തിലെ നല്ലവരും അല്ലാത്തവരും ആരൊക്കെയാണെന്ന് തീരുമാനിക്കുന്നത്

അടിയന്തിര പ്രാധാന്യമുള്ള കാര്യമാണോ? *നിങ്ങൾ* നല്ലവനാണെന്നോ അല്ലായെന്നോ തീരുമാനിക്കുന്നത് ഏതെങ്കിലും വിധത്തിൽ നിങ്ങളെ സഹായിക്കുന്നുണ്ടോ? നമ്മുടെ വിചാരം, നമ്മുടെ വിലയിരുത്തലുകളാണ് ലോകത്തെ മുന്നോട്ടു നയിക്കുന്നതെന്നാണ്. വിവേചനാധികാരം എന്നതിനർത്ഥം അഭിരുചിയോ അഭിപ്രായങ്ങളോ വ്യക്തിത്വമോ ഉണ്ടായിരിക്കുന്നതാണ് എന്നാണ് നമ്മൾ കരുതുന്നത്. ചിലപ്പോൾ, നമ്മൾ ആരേക്കാൾ മികച്ചവരാണെന്നോ ആരോടൊക്കെ നമ്മൾ വിയോജിക്കുന്നുവെന്നോ അറിയില്ലെങ്കിൽ നമ്മുടെ അസ്ഥിത്വം തന്നെ ഇല്ലാതാകുമെന്ന് നാം കരുതുന്നു!

പ്രശ്നം എന്തെന്നാൽ, ഇതിനെല്ലാം ഒരു വിലയുണ്ട്. ഇത് നമ്മിൽ ഉൽക്കണ്ഠയും അസന്തുഷ്ടിയും സൃഷ്ടിക്കുന്നു.

അടുത്ത തവണ നിങ്ങൾ മറ്റൊരാളെ അഭിമുഖീകരിക്കുമ്പോൾ, *വസ്തുതകളിൽ മാത്രം* ശ്രദ്ധ കേന്ദ്രീകരിക്കാൻ ശ്രമിക്കുക. ആ വ്യക്തി പറയുന്ന വാക്കുകൾ ശ്രദ്ധിക്കുക. അവരുടെ മുഖത്തേക്ക് നോക്കുക. അവരോടൊപ്പമുള്ള ആ നിമിഷം അനുഭവിക്കുക. നിങ്ങൾ അവരെ മുമ്പ് കണ്ടിട്ടില്ലെന്നും, ഇതാദ്യമായാണ് നിങ്ങൾ അവരെ അറിയുന്നതെന്നും സങ്കല്പിക്കുക. വാസ്തവത്തിൽ, നിങ്ങൾ പൂർണ്ണമായും ഈ നിമിഷത്തിലാണെങ്കിൽ, അവരോടൊപ്പമുള്ള ഓരോ സെക്കന്റിലും അവർ നിങ്ങൾക്ക് അപരിചിതരാണ്!

മുൻവിധികൾ പ്രത്യക്ഷപ്പെടുന്നുവെങ്കിൽ, അവയെ ദൂരെനിന്നും നോക്കിക്കാണുക. ഈ നിമിഷത്തെ നിങ്ങളുടെ കാഴ്ചപ്പാടിന് ഒരു തടസ്സമാകുന്നുണ്ടോ എന്ന് നോക്കുക.

"അയാളൊരു വൃദ്ധനാണ്. അയാളുടെ തലമുറയിലെ എല്ലാവരും അങ്ങനെയാണ്. എത്ര വിരസം!"

"മണ്ടിയായ സുന്ദരി."

"അവന് സമ്പന്നരായ മാതാപിതാക്കളുണ്ട്; എന്നെപ്പോലെ അയാൾക്ക് ഒരിക്കലും കഠിനാധ്വാനം ചെയ്യേണ്ടി വന്നിട്ടില്ല."

"അവൾ യഥാർത്ഥത്തിൽ ഒരു വലിയ വംശീയവാദിയാണ്, അത്തരം ആളുകൾക്കായി കളയാൻ എനിക്ക് സമയമില്ല."

"അവർ കൊണ്ടുവന്ന സമ്മാനം കണ്ടോ? ഓ, എന്റെ ദൈവമേ. ഞാൻ ഞെട്ടിപ്പോയി."

ഒന്ന് ശ്രദ്ധിക്കൂ. ഈ നിമിഷത്തെ ഒരു വ്യക്തിയുടെ യാഥാർത്ഥ്യവും അയാളെക്കുറിച്ചുള്ള കഥയും എത്ര വ്യത്യസ്തമാണെന്ന് നോക്കൂ. ബോധപൂർവ്വം ആ കഥയെ ഒരു നിമിഷം മാറ്റിവെച്ച്, ഒരിക്കൽകൂടി ഈ നിമിഷത്തെ വ്യക്തിയോടൊപ്പം ഇരിക്കാൻ നിങ്ങൾക്ക് കഴിയുമോ എന്ന് നോക്കുക. ഇന്നത്തെ ലോകം, ഭിന്നിപ്പുകളും "നമ്മളും അവരും" എന്ന ചിന്തയിൽ ഏർപ്പെടാനുള്ള ക്ഷണങ്ങളും നിറഞ്ഞതാണ്. കൂടുതൽ ഉൽക്കണ്ഠയിലേക്കും അസന്തുഷ്ടിയിലേക്കും ഉള്ള വാതിൽ മാത്രമാണിവ.

ഇനി, ഒരു ഇടപെടലിന് ചുറ്റും നിങ്ങൾക്ക് യഥാർത്ഥവും വർത്തമാനകാലത്തിൽ അധിഷ്ഠിതവുമായ വികാരങ്ങൾ ഉണ്ടാകില്ലെന്ന് പറയേണ്ട കാര്യമില്ല. ഇപ്പോൾ ആരെങ്കിലും നിങ്ങളോട് മോശമായി പെരുമാറുന്നുവെങ്കിൽ, അത് ശ്രദ്ധിക്കുക. പക്ഷേ അതിനുമുകളിൽ നിങ്ങൾ പണിതുയർത്തുന്ന കഥകളെ സൂക്ഷിക്കുക :

അനുമാനം വേണ്ട. നിങ്ങൾ നഷ്ടമായ ഭാഗങ്ങൾ പൂരിപ്പിക്കുമ്പോൾ, നിങ്ങളുടെ സ്വന്തം പക്ഷപാതചിന്തകൾ അതിനോട് തുന്നിച്ചേർക്കുന്നു. യാഥാർത്ഥ്യത്തെ മാത്രം നോക്കുക. അവർ ചിരിച്ചു. അതൊരു വസ്തുതയാണ്. പക്ഷേ അവർ നിങ്ങളെ കളിയാക്കിയാണ് ചിരിച്ചത് എന്നുള്ളത് നിങ്ങളുടെ അനുമാനമാണ്.

വ്യാഖ്യാനം വേണ്ട. എന്തുകൊണ്ടാണ് ഇങ്ങനെയൊക്കെ സംഭവിക്കുന്നതെന്ന് നിങ്ങൾക്ക് ശരിക്കും അറിയില്ല. അവർ നിങ്ങളെ അറിയിച്ചില്ല. അത്രയേയുള്ളൂ. അതിന്റെ "അർത്ഥം" അതായിരിക്കാം ഇതായിരിക്കാം എന്നൊക്കെ നിങ്ങളെ വിശ്വസിപ്പിക്കുന്നത് നിങ്ങളുടെ തന്നെ വ്യാഖ്യാനമാണ്, നിങ്ങളുടെ മുന്നിലുള്ള സാഹചര്യമല്ല.

പ്രതിരോധം വേണ്ട. പകരം, എല്ലാവരും തങ്ങളാൽ കഴിയുന്നപോലെ നല്ലരീതിയിൽ ജീവിക്കുന്നുവെന്ന് കരുതുക. ലോകത്തിന്റെയോ മറ്റുള്ളവരുടെയോ നിങ്ങളുടെ തന്നെയോ ശത്രുവായി മാറരുതെന്ന് കരുതുക. നിങ്ങൾ പ്രതിരോധത്തിലായിരിക്കുമ്പോൾ, നിങ്ങൾ എല്ലായിടത്തും കാണുന്നത് ഭീഷണികളായിരിക്കും.

പ്രതീക്ഷ വേണ്ട. എന്ത് സംഭവിക്കുമെന്ന് നിങ്ങൾ മുൻകൂട്ടി കാണുകയോ പ്രവചനങ്ങൾ നടത്തുകയോ ഒരു പ്രത്യേക ഫലത്തിനായി കാത്തിരിക്കുകയോ ചെയ്യുകയാണെങ്കിൽ, നിങ്ങൾ

ഈ നിമിഷത്തിലല്ല. മുൻകൂട്ടി കണ്ട ഒരു നിഗമനത്തിലേക്കാണ് നിങ്ങൾ ഈ നിമിഷത്തെ ധൃതിപ്പെട്ട് കൊണ്ടുപോകുന്നത്. നിങ്ങൾ ജീവിതനാടകത്തിന്റെ സംവിധായകനല്ല! അത് മറനീക്കി വരട്ടെ. നിങ്ങളെ അത്ഭുതപ്പെടുത്തട്ടെ.

മനസ്സ്-വായന വേണ്ട. ഒരാളുടെ മനസ്സിൽ എന്താണ് ഉള്ളതെന്ന് ഊഹിക്കുമ്പോൾ, നമ്മൾ ഈ നിമിഷത്തിന്റെ ഊർജ്ജസ്വല തയെയും സങ്കീർണ്ണതയെയും ചുരുക്കി, ലളിതവും തെറ്റായതുമായ ഒരു കഥയായി മാറ്റുന്നു.

മേൽപ്പറഞ്ഞവയെല്ലാം ചെയ്യാനുള്ള പ്രവണത കുറയ്ക്കുന്നതിനുള്ള ഒരു മാർഗ്ഗം **ജിജ്ഞാസയെ** ഉണർത്തുന്നതാണ്: നിങ്ങളുടെ മുന്നിലുള്ള വ്യക്തിയെക്കുറിച്ചോ സാഹചര്യത്തെക്കുറിച്ചോ ചോദ്യങ്ങൾ ചോദിക്കുക. വ്യക്തിയെയും സാഹചര്യത്തെയും കുറിച്ച് നിങ്ങൾക്ക് എല്ലാം അറിയാമെന്ന മട്ടിൽ മുന്നോട്ട് പോകുന്നതിനുപകരം, ക്ഷമ കാണിക്കുക, അവരെക്കുറിച്ച് യഥാർത്ഥത്തിൽ ഒന്നും അറിയില്ലെന്ന് കരുതുക. ആളുകളെ മാറാൻ അനുവദിക്കുക. അവർ വൈരുദ്ധ്യങ്ങളെ വലുതാക്കുകയോ ഇല്ലാതാക്കുകയോ ചെയ്യട്ടെ. അവർ നിങ്ങളിൽ നിന്നും വ്യത്യസ്തരായിക്കൊള്ളട്ടെ. അവർ കുഴപ്പിക്കുന്നവരോ മനസ്സിലാക്കാൻ കഴിയാത്തവരോ ആകട്ടെ. ആളുകളെ മനസ്സിലാക്കണമെന്ന് ആർക്കാണ് വാശി? അവർ എങ്ങനെയുള്ളവരായാലും, നിങ്ങൾക്ക് അതേ സ്നേഹവും അനുകമ്പയും അവരോട് കാണിക്കാനാകും!

നിരാശ പാകം ചെയ്തുണ്ടാക്കാനുള്ള ചേരുവയാണ് പ്രതീക്ഷകൾ. മറ്റുള്ളവരെക്കുറിച്ചുള്ള പ്രതീക്ഷകൾ മുൻധാരണയുടെ ചേരുവയും. നിങ്ങൾ ആരെയെങ്കിലും വിലയിരുത്താൻ പോകുന്നുവെന്ന് തോന്നിയാൽ, ഒരു നിമിഷം ഇടവേളയെടുത്ത് ദീർഘശ്വാസമെടുക്കുക, അവരെ അഭിനന്ദിക്കാനുള്ള കാര്യങ്ങൾ കണ്ടെത്താൻ ശ്രമിക്കുക. ശരിയാണ്, അവരുടെ വാക്കുകൾ നിങ്ങളെ അസ്വസ്ഥതപ്പെടുത്തി, അതിനോട് നിങ്ങൾക്ക് പ്രതികരിക്കണമെന്നുണ്ട്. എന്നാൽ, നിങ്ങൾക്ക് അലോസരപ്പെടാനും നിങ്ങളുടെ പ്രതികരണത്തിനും സമയം നൽകിയ ശേഷം, ഈ നിമിഷത്തെ അവരിലെ അംഗീകരിക്കാവുന്നതും പ്രശംസിക്കാവുന്നതുമായ കാര്യങ്ങളിലേക്ക് ശ്രദ്ധ തിരിക്കാൻ നിങ്ങൾക്ക് കഴിയുമോ?

നിങ്ങൾ വിലയിരുത്തുന്ന വ്യക്തി നിങ്ങൾ തന്നെയാവുമ്പോൾ

നമ്മൾ മറ്റുള്ളവരോട് പെരുമാറുന്ന രീതിയിൽ തന്നെയാണ് നാം നമ്മോടും പെരുമാറുന്നത്. പരുഷവും വിവേചനപരവുമായ പെരുമാറ്റമാണോ മറ്റുള്ളവർക്കെതിരെ പ്രകടിപ്പിക്കുന്നത്? നിങ്ങൾ നിങ്ങളോട് തന്നെ പെരുമാറുമ്പോഴും അതേ രീതിയിലാണ് പെരുമാറുന്നത്. സ്വയം വിമർശിക്കുന്നതും ആത്മാഭിമാനം കുറയ്ക്കുന്നതും, നമ്മൾ ഈ പുസ്തകത്തിലുടനീളം ചർച്ചചെയ്യുന്ന യാഥാർത്ഥ്യത്തോടുള്ള അസ്വീകാര്യതയും എതിർപ്പും ഒന്നുതന്നെയാണ്.

നമ്മൾ നമ്മളെന്ന യാഥാർത്ഥ്യത്തിലേക്ക് നോക്കുന്നു, പക്ഷേ നമ്മളെ നമ്മളായിത്തന്നെ അംഗീകരിക്കാൻ നമുക്ക് കഴിയുന്നില്ല. പകരം, പ്രതീക്ഷകളും അനുമാനങ്ങളും വ്യാഖ്യാനങ്ങളും അനന്തമായ കഥകളും നമ്മെ സ്വയം മനസ്സിലാക്കുന്നതിൽ നിന്നും ദൂരീകരിക്കുന്നു. നാം നമ്മെത്തന്നെ ലക്ഷക്കണക്കിന് മുൻധാരണകളുമായി താരതമ്യം ചെയ്യുകയും, അവയുമായി പൊരുത്തപ്പെടാൻ ശ്രമിക്കുകയും ചെയ്യുന്നു. ഇത് ഉൽക്കണ്ഠയും അതൃപ്തിയും അല്ലാതെ മറ്റൊന്നും സൃഷ്ടിക്കുന്നില്ല എന്നത് എല്ലാവർക്കുമറിയാം.

പലപ്പോഴും, സ്വയം വിലയിരുത്തലിനോടുള്ള സ്വാശ്രയ ലോകത്തിന്റെ ഉത്തരം, അതിന് എതിർദിശയിലേക്ക് പോകുക എന്നതാണ് : "സ്വയം-സ്നേഹിക്കുക." എന്നാൽ വാസ്തവത്തിൽ, നിങ്ങൾ സ്വയം സ്നേഹിക്കേണ്ടതില്ല. എന്തൊരു ആശ്വാസം! ചുരുക്കി പറഞ്ഞാൽ, ആത്മപ്രശംസയും സ്വയം മികച്ചതാണെന്ന് പറയുന്നതും ഒരു തരം വിലയിരുത്തൽ തന്നെയാണ്. നിങ്ങൾ ധാരണകളെയും യാഥാർത്ഥ്യങ്ങളെയും താരതമ്യം ചെയ്യുകയും, അവ യോജിക്കുന്നുണ്ടെന്ന് കണ്ടെത്തുകയും, അതിനർത്ഥം നിങ്ങൾ സ്വയം പ്രശംസിക്കപ്പെടാമെന്ന ചിന്തയിൽ എത്തുകയും ചെയ്യുന്നു.

ഇത് താൽക്കാലികമായി ഫലപ്രദമാകാം. എന്നാൽ ശാശ്വതവും കൂടുതൽ സംതൃപ്തിദായകവുമായ ഒരു സമീപനം, എല്ലാ മുൻധാരണകളെയും പൂർണ്ണമായും ഉപേക്ഷിച്ച്, ഈ നിമിഷത്തെ ആത്മാർത്ഥമായി സ്വീകരിക്കുക എന്നതാണ്. നിങ്ങൾക്ക് ഒരേ സമയം ഈ നിമിഷത്തെ *യാഥാർത്ഥ്യമായി നിലനിർത്താനും,* ക്ഷമയും ശാന്തതയും സംതൃപ്തിയും ഉള്ളയൊരാളായി മാറാനുമുള്ള ധൈര്യമുണ്ടോ? ഇത് സ്വയം സ്നേഹിക്കുന്നതിനും ആത്മവിശ്വാസത്തിനും

അതീതമാണ്. ഒരു ദിവസം, നിങ്ങൾ ഒരു മോശം മാനസികാവസ്ഥയിലാണെന്നും, നിങ്ങൾക്ക് നിങ്ങളെക്കുറിച്ച് തന്നെ അതൃപ്തി തോന്നുന്നുവെന്നും കരുതുക, നിങ്ങൾക്ക് *ആ മാനസികാവസ്ഥയെ* അംഗീകരിക്കാൻ കഴിയുമോ? നമ്മിൽ പലരും, സ്വയം സ്നേഹവും അനുകമ്പയും ഒരു നല്ല ആശയമായാണ് കരുതുന്നത്. എന്നാൽ നമ്മൾ അത് ഭാവിയിലേക്കായി കരുതിവെക്കുന്നു. 'മറ്റൊരിടത്തിനായി'. യഥാർത്ഥത്തിൽ നാം നമ്മെത്തന്നെ വെറുക്കുന്നതായും മോശമായി കരുതുന്നതായും കണ്ടെത്തുമ്പോൾ, എന്തോ ഒരു പ്രശ്നമുള്ളതായി വിധിയെഴുതി അതിനെ എതിർക്കുകയാണ് നമ്മൾ ചെയ്യുന്നത്.

എന്നാൽ നാം ആ നിമിഷത്തെ അംഗീകരിക്കുകയും സ്വീകരിക്കുകയും ചെയ്യുമ്പോൾ എന്താണ് സംഭവിക്കുന്നത്–**അത് എങ്ങനെയുള്ളതായാലും?**

നമുക്ക് ദേഷ്യവും അസ്വസ്ഥതയും അനുഭവപ്പെടുന്നുണ്ടെങ്കിൽ? നമ്മളത് അംഗീകരിക്കുന്നു.

നമുക്ക് സന്തോഷവും പ്രതീക്ഷയും തോന്നുന്നുവെങ്കിൽ? നമ്മളത് അംഗീകരിക്കുന്നു.

നമുക്ക് അനിശ്ചിതത്വവും ആശയക്കുഴപ്പവും അനുഭവപ്പെടുന്നുണ്ടെങ്കിൽ? നമ്മളത് അംഗീകരിക്കുന്നു.

നമ്മുടെ ഇപ്പോഴത്തെ മാനസികാവസ്ഥ അംഗീകരിക്കാൻ കഴിയില്ലെന്ന് തോന്നുന്നുവെങ്കിൽ? അതും നമ്മൾ അംഗീകരിക്കുന്നു.

ഈ നിമിഷം എന്തുമായിക്കൊള്ളട്ടെ, ശാന്തതയും ജാഗ്രതയും അനുകമ്പയും ജിജ്ഞാസയും ശ്രദ്ധയുമായി നമ്മൾ സജ്ജരാണ്. അത്രയേയുള്ളൂ. "തീർച്ചയായും, *ഒരു ദിവസം* ഞാൻ സ്വയം അംഗീകരിക്കുന്ന, ഒരു ശാന്തനായ വ്യക്തിയായിരിക്കും..." എന്ന് നിങ്ങളുടെ മനസ്സ് പറയുന്നതിനെ സൂക്ഷിക്കുക. നിങ്ങളുടെ മനസ്സ് പ്രവർത്തനത്തിലേക്ക് വരുന്നത് ശ്രദ്ധിക്കുക. "എന്ത്! അതത്ര ലളിതമായിരിക്കാൻ വഴിയില്ല. ഇവിടെ എന്തോ പ്രശ്നമുണ്ട്..." എന്ന മനസ്സിന്റെ എടുത്തുചാട്ടം നിയന്ത്രിക്കുക. നിങ്ങളുടെ ഈ പ്രവർത്തികളെയും വീക്ഷിക്കുക, എന്നിട്ട് അതിനെയും അംഗീകരിക്കുക.

വിലയിരുത്തൽ ഇല്ലാതാക്കാനുള്ള മാർഗ്ഗം: അദ്വൈതവാദം

മുൻവിധികളുടെ ആഴത്തെയും അത് നമ്മിലുണ്ടാക്കുന്ന എല്ലാ ഉൽക്കണ്ഠകളെയും കഷ്ടപ്പാടുകളെയും കുറിച്ച് ബുദ്ധമതക്കാർക്ക് നമ്മെ ചിലത് പഠിപ്പിക്കാനുണ്ട്. അദ്വൈത ചർച്ചകൾക്ക് വളരെ വേഗത്തിൽ തന്നെ സാരാംശത്തിലേക്കും തത്ത്വചിന്തനത്തിലേക്കും എത്തിച്ചേരാൻ സാധിക്കും, എന്നാൽ ആശയങ്ങൾ ലളിതമാണ്.

അവിടെ യിനും, യാങ്ങും ഉണ്ട്. അവിടെ പ്രശ്നങ്ങളൊന്നുമില്ല.

നമ്മൾ രണ്ട് വശമുള്ള ലോകത്താണ് ജീവിക്കുന്നത്–നല്ലതും ചീത്തയും, ഉയർച്ചയും താഴ്ചയും, ജീവിതവും മരണവും, കറുപ്പും വെളുപ്പും. ഈ വിപരീതങ്ങൾ പരസ്പര പൂരകങ്ങളാണ്–ദുഃഖമില്ലാതെ സന്തോഷമില്ല. ഒന്നും ഒറ്റയ്ക്ക് നിലനിൽക്കുന്നില്ല, പക്ഷേ ഒന്നിന് മറ്റൊന്നിനോടുള്ള ബന്ധത്തിലെ മാറ്റങ്ങൾ സുസ്ഥിരമാണ്. രാത്രിയല്ലാത്തതിനാൽ ഇത് പകലാണെന്ന് നമുക്കറിയാം. അതിനാൽ, രാവും പകലും പരസ്പരം അടിസ്ഥാനപരവും ഒഴിച്ചുകൂടാനാവാത്തതുമായ ബന്ധത്തിലാണ്. പ്രശ്നം ഒന്നുമില്ല.

ഉൽക്കണ്ഠയുടെയും അമിതചിന്തയുടെയും കാര്യത്തിൽ ഇതെന്താണ് അർത്ഥമാക്കുന്നത്? നമ്മളെ സ്വയവും മറ്റുള്ളവരെയും വിലയിരുത്താനുള്ള നമ്മുടെ പ്രവണതയെക്കുറിച്ച് അത് എന്താണ് പറയുന്നത്?

ഓരോ വിലയിരുത്തലിന്റെയും അടിസ്ഥാനം ദ്വൈതമാണ് :

“അവർ തെറ്റാണ്.” (ഞാൻ ശരിയാണ്.)

“ഇതൊരു ദൗർഭാഗ്യകരമായ സംഭവമാണ്.” (അതായത്, ഇത് ബോധപൂർവ്വമോ ആഗ്രഹിക്കുന്നതോ അല്ല.)

“ആ വസ്ത്രം നന്നായി ഇണങ്ങുന്നതാണ്.” (മറ്റുള്ളവ അത്ര ഇണങ്ങുന്നതല്ല.)

മനസ്സ് ഒരു കത്തി പോലെയാണ്, അത് യാഥാർത്ഥ്യത്തിന്റെ സമ്പൂർണ്ണതയെ രണ്ട് ഭാഗങ്ങളായി മുറിക്കുന്നു : ഇതും അതും ആയി. ഒരു വ്യക്തി എന്തെങ്കിലും ചെയ്യുന്നത് നമ്മൾ കാണുന്നു, അതിനെ “മോശം” എന്ന് വിളിക്കുന്നു, തുടർന്ന് ആ വ്യക്തിയെയും അവരുടെ പ്രവർത്തികളെയും രണ്ടായി വെട്ടിമാറ്റുന്നു. അവർ ഇപ്പോൾ മോശം

വിഭാഗത്തിൽ പെട്ടവരാണ്, അത് നല്ല വിഭാഗത്തിൽ നിന്ന് വേറിട്ടുനിൽക്കുന്നു. നമ്മൾ നമ്മളോട് തന്നെ ഇങ്ങനെ ചെയ്യാറുണ്ട്. സ്വന്തം മനസ്സിലേക്ക് നോക്കുന്നു (ഒരു ചിന്തയോ, വികാരമോ), എന്നിട്ട് തീരുമാനിക്കുന്നു. ഉദാഹരണത്തിന്, ഇത് അംഗീകരിക്കാൻ പറ്റുന്നതല്ല എന്നെല്ലാം. നമ്മുടെ മനസ്സ് അതിനെ മുറിച്ചുമാറ്റി, മറ്റുള്ളവയിൽ നിന്നും അകറ്റിനിർത്തുന്നു. വിലയിരുത്തലുകളുടെ സമയങ്ങളിൽ, മനസ്സ് ഇത്തരം വെട്ടിമാറ്റലുകളും വിഭജനങ്ങളും സൃഷ്ടിക്കുന്നു, പക്ഷേ അവ വെറും മിഥ്യയാണ് എല്ലാം *പൂർണ്ണമായ ഒന്നിന്റെ* ഭാഗമാണ്.

എല്ലാം ഒന്നാണെന്ന് മറക്കുന്നതിലൂടെ, നമ്മൾ അനുകമ്പയെ അടക്കിനിർത്തുകയും കാഴ്ചപ്പാട് ചുരുക്കുകയും ചെയ്യുന്നു, അനിഷ്ട ങ്ങളെയും കണ്ടെത്തി എതിർക്കാൻ ആരംഭിക്കുന്നു. നാമെല്ലാവരും മനുഷ്യരാശിയുടെ ഭാഗമാണെന്ന് കാണുന്നത് നിർത്തി, വംശങ്ങളും ലിംഗഭേദങ്ങളും രാഷ്ട്രീയ ഗ്രൂപ്പുകളും രാജ്യങ്ങളുമായി കാണാൻ തുടങ്ങുന്നു. നാമെല്ലാം ഒരു പൂർണ്ണതയുടെ ഭാഗങ്ങളാണെന്ന് കാണുന്നത് നിർത്തി, നല്ലതും ചീത്തയും, ബലവും ബലഹീനതയും, അഭിമാനവും അപമാനവും എന്നിങ്ങനെയുള്ള വേർതിരിവുകളുടെ ശേഖരമായി സ്വയം കണ്ടുതുടങ്ങുന്നു. ഈ മുറിച്ചുമാറ്റലുകളും വേർതിരിവുകളും തീർത്തും സമ്മർദ്ദകരമാണ്!

നമ്മൾ ദ്വൈതഭാവത്തോടെ ജീവിക്കുമ്പോൾ, എല്ലാം വേർതിരി ക്കപ്പെടുന്നു. രണ്ട് പകുതികൾ ഉണ്ടെങ്കിൽ, സ്വാഭാവികമായും ഏതാണ് മികച്ചതെന്ന് നാം വിലയിരുത്താൻ ശ്രമിക്കും. അതിലൂടെ ഉത്ക്കണ്ഠ, നിരാശ, അവകാശം, കൂടാതെ പ്രതീക്ഷകളും അനുമാന ങ്ങളും, അങ്ങനെ പലതും. വീണ്ടും അമിത ചിന്തകളാൽ ചഞ്ചലപ്പെട്ട മനസ്സുമായി നമ്മൾ ഈ നിമിഷത്തിൽ നിന്നും പുറത്തെറിയപ്പെടുന്നു. കഥകൾക്കും അഭ്യൂഹങ്ങൾക്കുമിടയിൽ ജീവിക്കുന്നു. ഒരു പ്രശ്നവും പരിഹാരവും ഇല്ലെങ്കിൽ, ഒരു നായകനും വില്ലനും ഇല്ലെങ്കിൽ, ടീം എ-യും ടീം ബി-യും ഇല്ലെങ്കിൽ, പിന്നെ കഥയ്ക്ക് എന്ത് പ്രയോജനം?

ഒരു വശത്ത് നമുക്കുള്ളത് :

ദ്വൈതഭാവം, മുൻവിധി, കഥകൾ, വർത്തമാനകാലത്തോട് അസ്വീകാര്യത, വിഭജനം, ഉത്ക്കണ്ഠ.

മറുവശത്ത് നമുക്കുള്ളത് :

അദ്വൈതഭാവം, സ്വീകാര്യത, ഉള്ളതുകൊണ്ടുള്ള നിലനില്പ്, പൂർണ്ണത, അനായാസം, സംതൃപ്തി.

ഇത് ബോധപൂർവ്വം പ്രയോഗത്തിൽ ഉൾപ്പെടുത്തുന്നതിന്, മുൻധാരണകൾ ദ്വൈതഭാവത്തിൽ നിന്നാണ് വരുന്നതെന്നും, ദ്വൈതഭാവം ഭാഷയിലും സൂചനകളിലും അധിഷ്ഠിതമാണെന്നും മനസ്സിലാക്കുക. അതായത്, യാഥാർത്ഥ്യം നമ്മുടെ മനസ്സിൽ എടുക്കുന്ന "കഥ" രൂപത്തിലാണ്. നമ്മൾ നമ്മുടെ ചിന്തകളിലാണെങ്കിൽ, നമ്മൾ ഭാഷയാണ് ഉപയോഗിക്കുന്നത്, നമ്മൾ സ്ഥിരമായി ദ്വൈതഭാവത്തോടെയാണ് പ്രവർത്തിക്കുന്നത്. എന്നിരുന്നാലും, നാം നമ്മുടെ ചിന്തകളിൽ അല്ലെങ്കിൽ, പകരം പൂർണ്ണ അവബോധത്തിൽ വിശ്രമിക്കുകയാണെങ്കിൽ, ഭാഷയ്ക്ക് പുറത്ത് ദ്വൈതഭാവമില്ലാതിരിക്കാൻ നമുക്ക് കഴിയും.

സെൻ സന്യാസിമാരെ മാത്രം ബാധിക്കുന്ന എന്തോ കാര്യമാണെന്ന് തോന്നുന്നു, അല്ലേ? ഭാഗ്യവശാൽ, അദ്വൈത മനോഭാവം നമുക്കെല്ലാവർക്കും പരിശീലിക്കാൻ കഴിയുന്ന ഒന്നാണ്– പ്രത്യേകിച്ച്, മുൻധാരണകൾ നിങ്ങളെ അലട്ടുന്നുണ്ടെങ്കിൽ. വിലയിരുത്തലുകൾ അകലവും വിഭജനവും വെട്ടിമാറ്റലുകളും സൃഷ്ടിക്കുന്നു. എന്നാൽ മുൻധാരണകൾ ഉപേക്ഷിക്കുന്നത്, നമ്മൾ അഭിമുഖീകരിക്കുന്ന എല്ലാറ്റിന്റെയും അടിസ്ഥാന സ്വഭാവം കാണാൻ നമ്മളെ അനുവദിക്കുന്നു : അത് സമ്പൂർണ്ണവും മറ്റെല്ലാ കാര്യങ്ങളുമായി ബന്ധപ്പെട്ടതുമാണ്. പിന്നെ ഒരു പ്രശ്നവുമില്ല.

നമുക്ക് ഒരുദാഹരണം നോക്കാം. നിങ്ങൾ ഒരു ഗായകസംഘത്തിൽ ചേരുകയും മറ്റെല്ലാവരും നിങ്ങളെക്കാൾ നന്നായി പാടുന്നതായി കരുതുകയും ചെയ്യുന്നു. "അവരെല്ലാം നല്ല ഗായകരാണ്, ഞാൻ ഒരു മോശം ഗായകനാണ്" എന്ന് നിങ്ങൾ കരുതുന്നു. അപ്പോൾത്തന്നെ, നിങ്ങൾ ഈ മറ്റുള്ളവരിൽ നിന്ന് വേർപിരിയുന്നു, എന്തോ കുഴപ്പമുണ്ടെന്ന് സ്വയം തോന്നുന്നു. സ്വാഭാവികമായും ഒരു പ്രശ്നമുണ്ടാകാമെന്ന് കരുതുന്നു. ഈ പ്രശ്നം പരിഹരിക്കാനായി എന്തെങ്കിലും ചെയ്യേണ്ടതുണ്ടെന്ന് നിങ്ങൾക്ക് തോന്നാം. അല്ലെങ്കിൽ നിങ്ങളുടെ വിലയിരുത്തൽ മറ്റൊന്നാവാം. മദ്യപിച്ച് വാഹനമോടിച്ചതിന് അറസ്റ്റിലായ ഒരു സുഹൃത്തിനെക്കുറിച്ച് നിങ്ങൾ കേൾക്കുന്നു. നിങ്ങൾ കരുതുന്നു, "എത്ര മോശമാണ്. ഞാൻ ഒരിക്കലും

അങ്ങനെയൊന്ന് ചെയ്യില്ല". വീണ്ടും, വിലയിരുത്തൽ കാരണം നിങ്ങൾക്കും ആ വ്യക്തിക്കും ഇടയിൽ അകലം സൃഷ്ടിക്കപ്പെടുന്നു.

മുൻവിധി ഉൽക്കണ്ഠ സൃഷ്ടിക്കുന്നു. ആരെങ്കിലും നിങ്ങളുടെ ശബ്ദം കേൾക്കുമെന്ന ചിന്തയാൽ, നിങ്ങളുടെ ശബ്ദം മോശമാണെന്ന ധാരണയാൽ, നിങ്ങൾ ശബ്ദം കുറച്ചു പാടുന്നു. അറസ്റ്റിലായ സുഹൃത്തിനെ നിങ്ങൾ ഒഴിവാക്കുന്നു, അല്ലെങ്കിൽ മറ്റ് സുഹൃത്തുക്കൾക്കൊപ്പമിരുന്ന് അയാളെക്കുറിച്ച് പരദൂഷണം പറയുന്നു. ഉൽക്കണ്ഠ ഒരു മിഥ്യയാണ്, കാരണം ഭിന്നത ഒരു മിഥ്യയായിരുന്നു. "നല്ല ഗായകരും" "മോശം ഗായകരും" ഇല്ല. ഈ വിഭാഗങ്ങൾ നമ്മുടെ മനസ്സിൽ മാത്രമേ ഉള്ളൂ. പലർക്കും ഇതിനോട് വിയോജിപ്പുണ്ടാകാമെന്ന് എനിക്ക് ഉറപ്പുണ്ട്, എന്നാൽ പ്രശസ്തരായ എത്രയോ ഗായകരുടെ ശബ്ദം മോശമാണെന്ന് ചിന്തിച്ചു നോക്കൂ! നിങ്ങൾ ഇഷ്ടപ്പെടുന്ന ഒരു സംഗീതജ്ഞനോട് മറ്റൊരാൾക്ക് അനിഷ്ടമുള്ളത് ശ്രദ്ധിച്ചിട്ടില്ലേ. "നല്ല ഗായകർ" ഒരു ദിവസം "മോശം ഗായകർ" ആയി മാറിയേക്കാം, മറിച്ചും സംഭവിക്കാം.

നല്ലതും ചീത്തയും എന്ന നിസ്സാര വിഭജനത്തിനാൽ, നമ്മുടെ മുന്നിലുള്ള സാഹചര്യത്തിന്റെ മറ്റെല്ലാ സാധ്യതകളും നമ്മൾ അവഗണിക്കുന്നു. സാഹചര്യത്തിന്റെ വൈവിദ്ധ്യങ്ങളെയും മാനങ്ങളെയും തട്ടിമാറ്റി, അതിനെ ഇടുങ്ങിയ കാഴ്ചപ്പാടിലൂടെ നമ്മൾ നോക്കിക്കാണുന്നു (വീണ്ടും പ്രപഞ്ചത്തിന്റെ നടത്തിപ്പുകാരനാവുകയാണ് നമ്മൾ!). മറ്റുള്ളവരും നമ്മളെപ്പോലെയാണ് എന്ന വസ്തുത നമ്മൾ അവഗണിക്കുന്നു. മറ്റൊരാളിൽ വിവേകം കാണുന്നുവെങ്കിൽ, ആ വിവേകം നമ്മിലുമുണ്ട്. നമ്മൾ മറ്റുള്ളവരിൽ ക്രൂരതയോ മണ്ടത്തരമോ കാണുന്നുവെങ്കിൽ, അതും നമ്മിലുണ്ട്. രണ്ട് നാണയങ്ങളല്ല, രണ്ട് വശങ്ങളുള്ള ഒരു നാണയമാണെന്ന് ഓർക്കുക. നല്ലതും ചീത്തയുമായ ആളുകളില്ല, ആളുകളുടെ നല്ലതും ചീത്തയുമായ ഭാവങ്ങളും പ്രകടനങ്ങളും മാത്രം. നിങ്ങൾ ഇത് ആത്മാർത്ഥമായി അംഗീകരിക്കുമ്പോൾ, നിസ്സാരമായ സ്ഥിരം അനുമാനങ്ങളിൽ നിന്നും നിങ്ങൾ സ്വയം സ്വതന്ത്രരാകും. നിങ്ങൾ ഉൽക്കണ്ഠയിൽ നിന്ന് സ്വയം മോചിപ്പിക്കുന്നു. നിങ്ങൾ ഒരു വ്യക്തിയായി മാറുന്നു; ഒരു പൂർണ്ണ മനുഷ്യൻ. ഈ നിമിഷത്തിൽ ജീവിക്കുന്ന ഒരുവൻ. കൂടാതെ, നിങ്ങൾ മറ്റുള്ളവരെ പൂർണ്ണരായിരിക്കാനും അനുവദിക്കുന്നു. ഒരു കുഴപ്പവുമില്ല.

രണ്ട് വശങ്ങൾ എന്നാൽ വൈരുദ്ധ്യങ്ങളല്ല എന്നതും ഓർക്കുക. മറിച്ച് അവ പരസ്പര പൂരകങ്ങളാണ്. ഉയർച്ചയ്ക്കു വേണ്ടിയാണ് വീഴ്ചകൾ. പാഠങ്ങൾക്കു വേണ്ടിയാണ് തെറ്റുകൾ. വിശപ്പറിയുന്നതു കൊണ്ടാണ് വയറുനിറയുന്നതിന്റെ വില മനസ്സിലാക്കാൻ കഴിയുന്നത്. അതിനാൽ, നിങ്ങൾ ഒരു തുടക്കക്കാരനായ ഗായകനാണെന്ന് തോന്നുന്നുവെങ്കിൽ, "മോശം ഗായകൻ" എന്ന ഭാഗം വളരെ ദൈർഘ്യമേറിയതും സങ്കീർണ്ണവുമായ വലിയൊരു ഭാവിയുടെ വെറുമൊരു അധ്യായം മാത്രമാണെന്ന് സങ്കല്പിക്കുക—ഒരുപക്ഷേ നിങ്ങളുടെ ഇപ്പോഴത്തെ മാനസികാവസ്ഥയിൽ നിങ്ങളെ കൂടുതൽ പരിശീലിക്കാൻ പ്രേരിപ്പിക്കുകയും "നല്ല ഗായകൻ" ആക്കിത്തീർക്കുകയും ചെയ്യുവാൻ. ഒരു മോശം ഗായകനല്ല എന്ന തോന്നൽ വരാതിരിക്കുന്നതുകൊണ്ട്, നിങ്ങൾ ഒരു നല്ല ഗായകൻ എന്നാവണം എന്നും അർത്ഥമാകുന്നില്ല! അതിനാൽ, അതിൽ വ്യത്യാസമുണ്ട്, പക്ഷേ വൈരുദ്ധ്യമല്ല. വിപരീതങ്ങൾക്കിടയിൽ ബന്ധമാണുള്ളത്, യുദ്ധമല്ല.

നിങ്ങൾ യഥാർത്ഥത്തിൽ, ഒരു മോശം ഗായകനും നല്ല ഗായകനുമാണ്. വിലയിരുത്താനും എതിർക്കാനും ശ്രമിച്ചാൽ, ഈ നിമിഷം, നിങ്ങളുടെ ആലാപനം പരിഹരിക്കാനുള്ള ഒരു പ്രശ്നമോ, മനസ്സിലാക്കാനുള്ള കടങ്കഥയോ, അല്ലെങ്കിൽ ചെറുക്കാനുള്ള സംവേദനമോ ആയി മാറുന്നു. നിങ്ങൾ ഈ നിമിഷത്തെ ജിജ്ഞാസയോടെ എതിരേൽക്കുകയും സ്വീകരിക്കുകയും ചെയ്യുമ്പോൾ, നിങ്ങളും നിങ്ങൾ പാടുന്ന രീതിയും മാത്രമായി മാറുന്നു, അത് യഥാർത്ഥത്തിൽ മികച്ചതാണ്.

വിലയിരുത്തലുകളും ദ്വൈതഭാവവും കൂടാതെ, നിങ്ങളുടെ സുഹൃത്തിനെ കാണുക, "അബദ്ധങ്ങൾ എല്ലാവർക്കും സംഭവിക്കുന്നതാണ്. മറ്റൊരു ജീവിതത്തിൽ, ഞാനും ഇങ്ങനെ മദ്യപിച്ച് വാഹനമോടിക്കുന്നത് എനിക്ക് സങ്കല്പിക്കാൻ കഴിയും." ഈ ഒരു കാര്യത്തിൽ നിങ്ങളും നിങ്ങളുടെ സുഹൃത്തും പരസ്പരം വ്യത്യസ്തരായതിനാൽ, ഒരു പ്രശ്നമുണ്ടെന്നോ നിങ്ങൾ പ്രതികരിക്കുകയോ വിലയിരുത്തുകയോ ഒരു കഥ മെനയുകയോ ചെയ്യണമെന്ന് അർത്ഥമാക്കുന്നില്ല. നല്ല ആളുകൾക്ക് മോശം കാര്യങ്ങളും മോശം ആളുകൾക്ക് നല്ല കാര്യങ്ങളും സംഭവിക്കാമെന്ന് മനസ്സിലാക്കുക, യഥാർത്ഥത്തിൽ, ഈ നിമിഷം സദാ മാറുന്നതും ഒഴുകിനീങ്ങുന്നതുമായ ഒന്നാണ്. നമ്മുടെ അനുമാനങ്ങളെ അതിനെതിരെ നിരത്തി തടസ്സമുണ്ടാക്കാൻ നമ്മളാരാണ്?

ഒരു ദിവസം, ഒരു കർഷകന്റെ മകൻ അശ്രദ്ധമായി, കളപ്പുരയുടെ വാതിൽ തുറന്നിടുന്നു. അവിടെയുള്ള കുതിര കുറ്റിമാറ്റിയിട്ട് ഓടിപ്പോകുന്നു. "നിർഭാഗ്യകരം തന്നെ!" മകൻ പറഞ്ഞു.

"ചിലപ്പോൾ നിർഭാഗ്യമായിരിക്കാം, ചിലപ്പോൾ അല്ലായിരിക്കാം," കർഷകൻ പറഞ്ഞു.

അടുത്ത ദിവസം, കുതിര മടങ്ങിവന്നു, അതിന്റെയൊപ്പം മറ്റൊരു കുതിരയും. കർഷകനും മകനും ഇപ്പോൾ രണ്ട് കുതിരകളുണ്ട്. "ഭാഗ്യം തന്നെ!" മകൻ പറഞ്ഞു.

"ചിലപ്പോൾ ഭാഗ്യമായിരിക്കാം, ചിലപ്പോൾ അല്ലായിരിക്കാം," കർഷകൻ പറഞ്ഞു.

അടുത്ത ദിവസം, പുതിയ കുതിര കർഷകന്റെ മകനെ ചവിട്ടുകയും പരിക്കേല്പിക്കുകയും ചെയ്യുന്നു. "ഞാൻ വളരെ നിർഭാഗ്യവാനാണ്!" മകൻ പറഞ്ഞു. "ചിലപ്പോൾ നിർഭാഗ്യമായിരിക്കാം, ചിലപ്പോൾ അല്ലായിരിക്കാം," കർഷകൻ പറഞ്ഞു.

അടുത്ത ദിവസം, രാജ്യത്ത് യുദ്ധം പൊട്ടിപ്പുറപ്പെടുകയും യുവാക്കളെ അതിനായി നിർബന്ധിച്ച് കൊണ്ടുപോകുകയും ചെയ്യുന്നു. പക്ഷേ, മകന് പരിക്കേറ്റതിനാൽ അവനെ യുദ്ധത്തിൽ നിന്നും ഒഴിവാക്കുന്നു, അതിനാൽ അവന്റെ ജീവൻ രക്ഷപ്പെടുകയും ചെയ്യുന്നു. "ഞാൻ ഏറ്റവും ഭാഗ്യവാനാണ്!" മകൻ പറഞ്ഞു.

"ചിലപ്പോൾ നിർഭാഗ്യമായിരിക്കാം, ചിലപ്പോൾ അല്ലായിരിക്കാം" കർഷകൻ പറഞ്ഞു.

മുൻവിധികൾ, സമയത്തിന്റെ ഒഴുക്കിൽ നിന്നും നമ്മെ വെട്ടിമാറ്റുന്നു. നമ്മൾ ഒറ്റപ്പെട്ട സംഭവമോ സാഹചര്യമോ മാറ്റിനിർത്തി, അതിനെ ഒറ്റപ്പെടുത്തി വിശകലനം ചെയ്യുന്നു, തുടർന്ന് അനുമാനങ്ങൾ ഉണ്ടാക്കുന്നു. എന്നാൽ, വിശാലമായ ജീവിതത്തിൽ ആ ഒരു സംഭവത്തിന്റെ പങ്ക് വിലയിരുത്താൻ മാത്രം നമ്മളാരാണ്? എന്താണ് അധമവും ശ്രേഷ്ഠവും, എന്താണ് നല്ല ഫലം, എന്താണ് ചീത്ത ഫലം എന്നിങ്ങനെയുള്ള നമ്മുടെ ആശയങ്ങളിൽ നാം മുറുകെ പിടിക്കുന്നു. എന്നാൽ കാലത്തിനനുസരിച്ച് നമ്മൾ പലപ്പോഴും മനസ്സ് മാറ്റുകയും ചെയ്യുന്നു. "വിവാഹമോചന സമയത്ത്, എന്റെ അനുഭവം നരകമായിരുന്നു, എന്നാലിപ്പോൾ തിരിഞ്ഞു നോക്കുമ്പോൾ, എനിക്ക് സംഭവിച്ച ഏറ്റവും നല്ല കാര്യമായിരുന്നു

അത്" എന്ന് ആരെങ്കിലും പറയുന്നത് നിങ്ങൾ എപ്പോഴെങ്കിലും കേട്ടിട്ടുണ്ടോ?.

വേലിയിലെ ദ്വാരത്തിലൂടെ പൂച്ചയെ നോക്കുകയാണെങ്കിൽ, ആദ്യം തല, പിന്നെ ശരീരം, അവസാനം വാല്, എന്നിങ്ങനെയാവും നമുക്ക് കാണാൻ കഴിയുക. വാൽ ശരീരത്തെ പിന്തുടർന്നു, ശരീരം വാലിനെ പിന്തുടർന്നു എന്നായിരിക്കും നമ്മുടെ മനസ്സിൽ. എല്ലാം വേർതിരിച്ച് ഭാഗങ്ങളായാണ് നാം കാണുന്നത്. എന്നാൽ യഥാർത്ഥത്തിൽ, ഒരൊറ്റ പൂച്ച, അതാണ്. നമ്മുടെ ഇടുങ്ങിയ കാഴ്ചപ്പാടാണ് പൂച്ചയെ ഭാഗങ്ങളായി വിഭജിക്കുന്നതും, ഒന്നിനെ മറ്റൊന്ന് പിന്തുടരുന്നതുമായി തോന്നിക്കുന്നതും.

നമ്മൾ ചിലതിനെ *നല്ലതായോ ചീത്തയായോ* മുദ്രകുത്തുമ്പോൾ, യാഥാർത്ഥ്യമാണ് വിഭജിക്കപ്പെടുന്നത്. വേദന മോശമാണെന്നും സുഖം നല്ലതാണെന്നും നാം പറയുന്നു. എന്നാൽ പ്രസവം സന്തോഷകരമായ ഒരു തരം വേദനയല്ലേ, മയക്കുമരുന്ന് ഉപയോഗിക്കുന്നത് ഒരു മോശം സുഖമല്ലേ? "നല്ലത്" അല്ലെങ്കിൽ "മോശം" എന്നത് നമുക്ക് ചുറ്റുമുള്ള സമ്പന്നവും ഊർജ്ജസ്വലവും പൂർണ്ണവുമായ ലോകത്തിന്റെ സ്വാഭാവിക സവിശേഷതയാണോ, അതോ അത് നമ്മൾ ഉണ്ടാക്കിയ വെറും വാക്കുകൾ മാത്രമാണോ? നമ്മൾ സ്വയം പറയുന്ന ഒരു കഥയോ സൂചനയോ മാത്രമാണോ?

വ്യായാമം 1 : "ഞാനിതാ ആരംഭിക്കുന്നു..."

അദ്വൈതഭാവം, സംസാരിക്കുന്നതിനേക്കാൾ അനുഭവിക്കുന്നതാണ് നല്ലത്. ഈ നിമിഷത്തിന്റെ പൂർണ്ണതയും അതുമായുള്ള ആഴത്തിലുള്ള ബന്ധവും അനുഭവിക്കുന്നതിനായി, നിങ്ങൾക്ക് ഇഷ്ടമുള്ളപ്പോഴെല്ലാം പരീക്ഷിക്കാവുന്ന ഒരു വ്യായാമം ഇതാ. നിങ്ങൾ അത് പരീക്ഷിച്ചു കഴിഞ്ഞാൽ, വിലയിരുത്താനുള്ള പ്രവണത നിങ്ങളിൽ കുറയുന്നതായി തോന്നുന്നുണ്ടോയെന്ന് ശ്രദ്ധിക്കുക. പിരിമുറുക്കം, സമ്മർദ്ദം, വിഷമം, ഉൽക്കണ്ഠ എന്നിവയിലും കുറവുണ്ടോയെന്ന് ശ്രദ്ധിക്കുക. കുറയുന്നുണ്ടെങ്കിൽ, നിങ്ങളെക്കുറിച്ചോ മറ്റുള്ളവരെക്കുറിച്ചോ ഉള്ള മുൻവിധികളിലും വിവരണങ്ങളിലും അനുമാനങ്ങളിലും നിങ്ങൾ സ്വയം കുടുങ്ങിപ്പോകുന്നതായി തോന്നുമ്പോൾ ഈ വ്യായാമം മികച്ച രക്ഷയായിരിക്കും.

"ഞാനിതാ ആരംഭിക്കുന്നു..." എന്നാണ് ഈ വ്യായാമത്തിന്റെ പേര്.

അല്പനേരത്തേക്ക് ആളുകളെ നിരീക്ഷിക്കാൻ കഴിയുന്ന ഒരിടത്ത് നിങ്ങൾ ഇരിപ്പുറപ്പിക്കുക (തടസ്സങ്ങളില്ലെന്ന് ഉറപ്പുവരുത്തുക). ഒരു കഫേയിലോ എയർപോർട്ടിലോ സൂപ്പർമാർക്കറ്റിലോ ആവാം. നിങ്ങളുടെ മനസ്സിനെ മൃദുവും അംഗീകാരബോധമുള്ളതുമാകാൻ അനുവദിക്കുക, നിങ്ങൾക്ക് ചുറ്റുമുള്ളവരെ ശ്രദ്ധിക്കുക. നിങ്ങളുടെ ശ്രദ്ധ ഒരാളിൽ ഉറപ്പിക്കുക, ശേഷം അവരെക്കുറിച്ചുള്ള ഒരു കാര്യത്തിൽ ശ്രദ്ധിക്കുക. നിങ്ങൾ മുൻവിധി കല്പിക്കാനോ കഥകൾ മെനയാനോ സാധ്യതയുള്ള കാര്യമായാലും സാരമില്ല. ശുണ്ഠിപിടിച്ച മുഖവുമായി ഒരു വൃദ്ധ സൂപ്പർമാർക്കറ്റിലൂടെ ഈർഷ്യയോടെ തന്റെ വണ്ടിയും തള്ളിനീങ്ങുന്നത് കാണുന്നു. നിങ്ങൾ സ്വയം പറയുക, "ഞാനിതാ ആരംഭിക്കുന്നു, നീരസഭാവത്തോടെ വണ്ടിയും തള്ളിനടക്കുന്ന ഒരു വൃദ്ധയാണ് ഞാൻ." കുറച്ച് സമയത്തേക്ക് ഇത് തുടരുക, എന്നാൽ, നോക്കുന്നതിനൊപ്പം അവരിൽ നിങ്ങൾ കാണുന്ന കാര്യങ്ങൾ നിങ്ങളിലാണെന്ന് ഭാവിക്കുക. "എന്റെ കാൽമുട്ടുകൾ വേദനിക്കുന്നു. എനിക്ക് വയസ്സായി, പരുക്കൻ സ്വഭാവവുമാണ്. ഞാൻ ചിലപ്പോൾ മറ്റുള്ളവരോട് പരുഷമായി പെരുമാറാറുണ്ട്."

ഇതുപോലെ നിങ്ങൾക്കിഷ്ടമുള്ളത്ര മനുഷ്യരെ വീക്ഷിക്കുക, അവരിൽ നിങ്ങൾ ശ്രദ്ധിച്ച കാര്യങ്ങൾ സ്വയം ആവാഹിച്ച് നോക്കുക.

"ഞാനിതാ ആരംഭിക്കുന്നു, സന്തോഷവാനായ ഒരു കൊച്ചുകുട്ടി, എന്റെ അമ്മയുടെ കൈപിടിച്ച് നടക്കുന്നു."

"ഞാനിതാ ആരംഭിക്കുന്നു, ചുവന്ന വസ്ത്രം ധരിച്ച ഒരു സുന്ദരിയായ പെൺകുട്ടി. എന്റെ ഷൂസ് എന്നെ അസ്വസ്ഥമാക്കുന്നുണ്ട്."

"ഞാനിതാ ആരംഭിക്കുന്നു, ഒരു കടയിൽ സഹായത്തിനു നില്ക്കുന്നു. എന്റെ ജോലി എത്ര വിരസമാണ്, ഉച്ചഭക്ഷണ ഇടവേളയ്ക്കായി ഞാൻ കാത്തിരിക്കുന്നു."

ഈ വ്യായാമത്തിന്റെ ഗുണമെന്താണ്? ശ്രമിച്ചുനോക്കൂ.

വിലയിരുത്തുന്ന സമയത്ത്, നാം ലോകത്തെ കീറിമുറിക്കുകയും അനുമാനങ്ങൾ സൃഷ്ടിക്കുകയും ചെയ്യുന്നു. ഇതിന് നേർവിപരീതമാണ്

ഈ വ്യായാമത്തിലൂടെ നമ്മൾ ചെയ്യുന്നത്. നമ്മൾ മറ്റുള്ളവരുമായുള്ള ബന്ധവും സമാനതയും തേടുകയാണ്, ഇത് തൽക്ഷണം തന്നെ മുൻവിധികളെയും വിമർശനങ്ങളെയും ഇല്ലാതാക്കുന്നു. ഈ നിമിഷത്തെ വിഭജിക്കുന്നതിനു പകരം, അതിന്റെ പൂർണ്ണത അനുഭവിക്കുന്നു. നിങ്ങൾ മുപ്പതുവയസ്സുള്ള ഒരു കൊക്കേഷ്യൻ പുരുഷനാണെങ്കിൽ, അറുപതുകാരിയും രണ്ട് കുട്ടികളുടെ അമ്മയുമായ ഒരു ഇന്ത്യൻ സ്ത്രീയുമായി നിങ്ങൾക്ക് ഒരു സാമ്യവും കണ്ടെത്താൻ കഴിയില്ല. കുറഞ്ഞപക്ഷം ബാഹ്യരൂപത്തിലെങ്കിലും. എന്നാൽ അനുകമ്പയോടെയും ജിജ്ഞാസയോടെയും നിങ്ങൾ അവരുടെ ലോകത്തേക്ക് സഞ്ചരിക്കുമ്പോൾ, നിങ്ങൾ വിചാരിച്ചതിലും കൂടുതൽ സാമ്യങ്ങൾ നിങ്ങൾക്ക് അവരുമായി ഉണ്ടെന്ന് കണ്ടെത്താൻ കഴിഞ്ഞേക്കാം.

അവരും നിങ്ങളെപ്പോലെ ബുദ്ധിമുട്ടുകളും കഷ്ടതകളും മറികടന്നു വന്നതായി കാണാം. നിങ്ങൾ സ്വന്തം കുടുംബത്തെ സ്നേഹിക്കുന്നതു പോലെ, അവരും അവരുടെ കുടുംബത്തെ സ്നേഹിക്കുന്നുണ്ടാകും. അവർക്കും പല വശങ്ങളുണ്ടാകാം, കുറവുകളും ബലഹീനതകളു മുണ്ടാകാം, ഒരു മനുഷ്യനെന്ന നിലയിൽ, അവർക്കും തന്റേതായ സൗന്ദര്യബോധമുണ്ടാകാം... നിങ്ങളെപ്പോലെ!

ഈ വ്യായാമം മറ്റുള്ളവരെക്കുറിച്ചുള്ള മുൻധാരണകൾ മാത്രമല്ല, നമ്മളെക്കുറിച്ചുള്ളവയേയും ഇല്ലാതാക്കുന്നു. കാലക്രമേണ, ലോകത്തിലെ നിരവധി വർണ്ണാഭമായ, സങ്കീർണ്ണമായ, മനോഹര വ്യക്തികളിൽ ഒരാളായി, ജീവിതം എന്ന് വിളിക്കപ്പെടുന്ന കഥയിലെ മൂല്യമുള്ള രസികന്മാരായ നിരവധി കളിക്കാരിൽ ഒരാളായി, കൂടാതെ എല്ലാവരെയും പോലെ അനുകമ്പയും ബഹുമാനവും അംഗീകാരവും അർഹിക്കുന്ന ഒരാളായി നിങ്ങൾക്ക് സ്വയം കാണാൻ കഴിയും.

വ്യായാമം 2 : "ഒരുമ" എന്നതിന്റെ മാന്ത്രികശക്തി

അതിനെതിരെ ഇത് എന്ന വിഭജനത്തിന്റെ ഭാഷയിലാണ് ദ്വൈതത പ്രവർത്തിക്കുന്നത്. മറ്റൊരു ഭാഷ ഉപയോഗിച്ച് ഈ ചിന്താഗതിയെ സൗമ്യമായി ലഘൂകരിക്കാം. അതായത്, ഉൾപ്പെടുത്തൽ, കൂട്ടിച്ചേർക്കൽ, സമഗ്രത എന്ന ഭാഷ. "പക്ഷേ" എന്നുപയോഗിക്കാൻ നിങ്ങൾ പ്രലോഭിപ്പിക്കപ്പെടുന്നുണ്ടോ, അല്ലെങ്കിൽ

മറ്റുള്ളവർക്കെതിരെ ചില ആളുകളെയോ ആശയങ്ങളെയോ മുൻനിരത്തുന്നുണ്ടോ എന്ന് സൂക്ഷിക്കുക. ചില ഭാഗങ്ങൾ നല്ലതാണ്, പക്ഷേ മറ്റു ചിലത് മോശവും; നിങ്ങളുടെ സൗകര്യത്തിനായി നിങ്ങളിങ്ങനെ വേർതിരിക്കുന്നുണ്ടെങ്കിൽ ശ്രദ്ധിക്കുക. നിങ്ങൾ ഇങ്ങനെ ചെയ്യുന്നതായി ശ്രദ്ധയിൽപ്പെടുമ്പോൾ, അവയെ വേർതിരിക്കാതെ "ഒരുമിപ്പിച്ച്", അതിന്റെ മാന്ത്രികതയുടെ സഹായത്താൽ മനസ്സിലെ പിരിമുറുക്കം ഇല്ലാതാക്കാൻ ശ്രമിക്കുക. ഏതാനും ഉദാഹരണങ്ങൾ ഇതാ.

"എനിക്ക് പാചകം ചെയ്യാൻ വളരെ ഇഷ്ടമാണ്, പക്ഷേ എനിക്ക് ബേക്കിംഗിനെക്കുറിച്ച് ഒരു കാര്യവും അറിയില്ല", എന്നത് മാറ്റി "എനിക്ക് പാചകം ചെയ്യാൻ വളരെ ഇഷ്ടമാണ്, എനിക്ക് ബേക്കിംഗിനെക്കുറിച്ചുള്ള അറിവ് കുറവാണ്" എന്നാക്കുക. വ്യത്യാസം കണ്ടോ? ലളിതമാണ്, എന്നാൽ രണ്ട് കാര്യങ്ങളെ പരസ്പരം അകറ്റിനിർത്തിയിരുന്ന "പക്ഷേ" മാറ്റി ഒരുമിച്ചപ്പോൾ, പ്രശ്നരഹിതമായ പൂർണ്ണതയാണ് നിലനിർത്തപ്പെട്ടത്.

"നമ്മൾ നാളെ പോകണമെന്നാണ് നിങ്ങൾ പറയുന്നത്, പക്ഷേ എനിക്കതിനോട് യോജിപ്പില്ല" എന്നത് "നമ്മൾ നാളെ പോകണമെന്നാണ് നിങ്ങൾ പറയുന്നത്, ഇന്ന് പോകുന്നതാണ് നല്ലതെന്ന് എനിക്ക് തോന്നുന്നു" ആക്കുക. വ്യത്യാസം ഇപ്പോഴും ഉണ്ട്... എന്നാൽ നിലനിന്നിരുന്ന വൈരുദ്ധ്യം കുറവാണ്.

"ഇന്നലെ രാത്രി ഞങ്ങളൊരുമിച്ചിരിക്കുമ്പോൾ, ആദ്യ നീക്കം അവന്റേതാകണമെന്ന് ഞാൻ ശരിക്കും ആഗ്രഹിച്ചു, പക്ഷേ അവന് ഭയങ്കര നാണമായിരുന്നു!" എന്നത് "അവൻ ആദ്യനീക്കം നടത്തണമെന്ന് ഞാൻ ആഗ്രഹിച്ചു, അവന് നാണവും വൈമനസ്യവുമുണ്ടായിരുന്നു" എന്ന് ആക്കുക. ഇവിടെ ആഗ്രഹവും നാണവും തമ്മിൽ ഒരു പ്രശ്നവുമില്ല—ഒരുമിച്ച് സംഭവിക്കുന്ന രണ്ട് കാര്യങ്ങൾ മാത്രമാണവ.

ഇതിന്റെ യുക്തി മനസ്സിലാക്കാൻ, വാക്യങ്ങളെ ഒരുമിപ്പിക്കേണ്ട ആവശ്യമൊന്നുമില്ല. കാലക്രമേണ, വിഭജനം സൃഷ്ടിക്കുന്ന ഭാഷയ്ക്ക് സാധ്യതയുള്ള എല്ലാ വഴികളും ശ്രദ്ധിക്കാൻ നിങ്ങളുടെ കാതുകൾ പ്രാപ്തമാകും. പകരം പൂർണ്ണത പ്രകടിപ്പിക്കുന്ന, അല്ലെങ്കിൽ മുൻവിധി, അനുമാനം, വ്യാഖ്യാനം, പ്രതീക്ഷ എന്നിവയില്ലാതെ

വ്യത്യാസങ്ങൾ നിലനില്ക്കാൻ മതിയായ ഇടം നൽകുന്ന വാക്കുകൾ നിങ്ങൾ ഉപയോഗിക്കും.

ഉദാഹരണത്തിന്, പണത്തിനായി നിരന്തരം കഷ്ടപ്പെടുന്നുണ്ടെങ്കിലും, അഞ്ചാമത്തെ കുട്ടിയെ പ്രസവിച്ച ഒരു സുഹൃത്തിനെക്കുറിച്ച് നിങ്ങൾ വിലയിരുത്തുമ്പോൾ ശ്രദ്ധിക്കുക. ഈ വിലയിരുത്തലും, ഉയർന്നത് താഴ്ന്നത് എന്ന പക്ഷപാതവും എവിടെ നിന്നുമാണ് ഉണ്ടാകുന്നത്? സ്വയം നോക്കുക, നിങ്ങൾ വിഭജിക്കുന്നതായി മനസ്സിലാക്കുക. നല്ല അമ്മമാരും മോശം അമ്മമാരും, ധനികരും പാവപ്പെട്ടവരും, സമർത്ഥന്മാരും വിഡ്ഢികളും എന്നിങ്ങനെ. ഇനി, നിങ്ങളുടെ കഥയോ വ്യാഖ്യാനമോ വിലയിരുത്തലോ ഇല്ലാതെ ആ വ്യത്യാസങ്ങൾ നിലനില്ക്കുമോ എന്ന് നോക്കുക. നിങ്ങളുടെ സുഹൃത്ത് ദരിദ്രയാണ്. അവൾക്ക് ഇപ്പോൾ അഞ്ച് കുട്ടികളുണ്ട്. അത്രയേയുള്ളൂ. ഒരു പ്രശ്നവുമില്ല.

അവളുടെ സാഹചര്യത്തോട് (നിങ്ങളുടേതും!) മൂല്യം നിർണ്ണയിക്കാനുള്ള നിങ്ങളുടെ ത്വര ഇല്ലാതാക്കി അവളെന്ന യാഥാർത്ഥ്യത്തെ നോക്കൂ. അവൾ ദരിദ്രയാണ്, അവൾക്ക് അഞ്ച് കുട്ടികളുണ്ട്. അതിനെതിരെ യുദ്ധം ചെയ്യേണ്ടതുണ്ടോ നിങ്ങൾക്ക്? വാസ്തവത്തിൽ, ഈ രണ്ട് നിലപാടുകളും നിങ്ങൾ ആദ്യം വിചാരിക്കുന്നത്ര വൈരുദ്ധ്യത്തിലല്ലെന്നും, നിങ്ങളുടെ അഹം ബോധത്താൽ നല്ലതും ചീത്തയുമായ, അരുതാത്തതും അല്ലാത്തതുമായ എന്നിങ്ങനെയുള്ള നിഗമനങ്ങൾ ആവശ്യമില്ലെന്നും കണ്ടെത്താൻ കഴിയുമോ?

"ഇത് എന്റെ സുഹൃത്താണ്, ഞാൻ അവളെ അങ്ങേയറ്റം സ്നേഹിക്കുന്നു. രണ്ട് രൂപ ഒരുമിച്ചെടുക്കാൻ അവളുടെ കൈയിലില്ല. അവളുടെ വീട്ടിലെന്നും കുട്ടികളുടെ ബഹളമാണ്, എന്നാലും അവൾ തന്റെ അഞ്ചാമത്തെ കുട്ടിയെ പ്രസവിക്കാനിരിക്കുകയാണ്. ഈ ലോകത്ത് അവളെപ്പോലെ മറ്റാരുമില്ല. ഇത്തരം തീരുമാനമെടുക്കാൻ എനിക്ക് കഴിയില്ല, പക്ഷേ അവളെടുത്തു. എനിക്കവളെ ഇഷ്ടമാണ്!"

"ജീവിക്കുക, ജീവിക്കാൻ അനുവദിക്കുക" എന്നതിനേക്കാൾ എത്രയോ വലുതാണ്, മുൻധാരണകളില്ലാതിരിക്കുക എന്നത്. വാസ്തവത്തിൽ, ആരെങ്കിലും എന്തെങ്കിലും ചെയ്യാൻ നിങ്ങളുടെ "അനുവാദം" വേണമെന്നില്ല, യാഥാർത്ഥ്യത്തിൽ യാതൊന്നിനും

അതുപോലെ തുടരാൻ നിങ്ങളുടെ അനുമതിയോ അംഗീകാരമോ ആവശ്യമില്ല. അത് ആശ്വാസകരമല്ലേ? “നടത്തിപ്പുകാരന്റെ” ചുമതലയില്ലാതെ, ഈ നിമിഷത്തെ അംഗീകരിക്കുക എന്നത് വളരെ എളുപ്പമല്ലേ? ശാന്തതയും പ്രശാന്തതയും സംതൃപ്തിയും സംയമനവും സമാധാനവും നിങ്ങളിൽതന്നെ നിലനിർത്തുന്നതിന്റെ രഹസ്യം ഇതാണ് : യാഥാർത്ഥ്യത്തെ അതേപടി വിശ്വസിക്കാം; ഈ നിമിഷത്തിൽ ജീവിക്കുകയും, നമ്മളെ അതേപടി ആയിരിക്കാൻ അനുവദിക്കുകയുമാണ് നമ്മൾ ചെയ്യേണ്ടത്.

പ്രധാന ഭാഗങ്ങൾ :

- ഉൽക്കണ്ഠയും അമിതചിന്തയും പലപ്പോഴും ഉണ്ടാകുന്നത്, നമ്മളെയും മറ്റുള്ളവരെയും സാഹചര്യങ്ങളെയും ജീവിതത്തെയും വിലയിരുത്താനുള്ള നമ്മുടെ പ്രവണതയിൽ നിന്നാണ്. മുൻധാരണകളും, വിമർശനങ്ങളും, ഒന്നുകിൽ അങ്ങേയറ്റം അല്ലെങ്കിൽ ഇങ്ങേയറ്റം എന്ന കാഴ്ചപ്പാടും, നമ്മളും അവരും എന്ന ചിന്താഗതിയും ഇല്ലാതാക്കാൻ കഴിയുമെങ്കിൽ, പിരിമുറുക്കവും ഉൽക്കണ്ഠയും കുറയ്ക്കാനും അനുകമ്പയും അംഗീകരിക്കാനുള്ള കഴിവും വർദ്ധിപ്പിക്കാനും കഴിയും.
- വിലയിരുത്തലുകൾ കുറയ്ക്കുന്നതിനായി, അവരെക്കുറിച്ചുള്ള നമ്മുടെ ഓർമ്മകൾ, കഥകൾ, വ്യാഖ്യാനങ്ങൾ, മുൻവിധികൾ എന്നിവയിൽ മുറുകെ പിടിക്കുന്നതിനുപകരം, ആളുകളുടെ (നമ്മൾ ഉൾപ്പെടെ) ഈ നിമിഷത്തെ യാഥാർത്ഥ്യത്തിൽ ശ്രദ്ധ കേന്ദ്രീകരിക്കാം. ആളുകളുടെ താൽക്കാലിക പെരുമാറ്റവും, അവരുടെ ശരിയായ യഥാർത്ഥ സ്വഭാവവും ഒന്നല്ല!
- നമ്മിലെ മുൻവിധികളെ ഉപേക്ഷിക്കുന്നതിന്, "വസ്തുതകളിലേക്ക് മാത്രം" നമ്മുടെ ശ്രദ്ധ തിരിക്കുകയും, മുൻവിധിയും വിഭജനഭാഷയുമില്ലെങ്കിൽ വൈരുദ്ധ്യങ്ങളോ യാഥാർത്ഥ്യങ്ങളുമായി വിയോജിപ്പുകളോ ഇല്ലെന്ന് മനസ്സിലാക്കുകയും ചെയ്യുക.
- ഊഹങ്ങളോ വ്യാഖ്യാനങ്ങളോ പ്രതീക്ഷകളോ മനസ്സ് വായനകളോ വേണ്ട. പകരം, ഈ നിമിഷത്തിൽ നില നില്ക്കുകയും അത് അതേപടി അംഗീകരിക്കുകയും ചെയ്യുക.
- നമ്മളിൽ പലരും നമ്മളെത്തന്നെ വിലയിരുത്തുന്നത്, അനുമാനങ്ങളെയും യാഥാർത്ഥ്യങ്ങളെയും തമ്മിൽ താരതമ്യം ചെയ്യുന്നതിനാലാണ്. നമ്മൾ ആഗ്രഹിച്ച, അനുമാനിച്ച സ്വത്വവുമായി നമ്മുടെ യാഥാർത്ഥ്യത്തെ പൊരുത്തപ്പെടുത്തുക എന്നതല്ല സ്വയംസ്വീകാര്യതയുടെയും ശാന്തതയുടെയും താക്കോൽ. മറിച്ച്, ആദർശസ്വഭാവം ഉപേക്ഷിച്ച് നമ്മുടെ യാഥാർത്ഥ്യത്തെ അംഗീകരിക്കുക എന്നതാണ്. നമ്മുടെ *അനുഭവം എന്തുതന്നെയായാലും,* അതിനെ ശ്രദ്ധിക്കുകയും അതിനുള്ള ഇടം നൽകുകയും ചെയ്യുക. ഇത് നേട്ടങ്ങൾ,

അഹംബോധം, ആത്മാഭിമാനം എന്നിവയ്ക്കതീതമായി ആഴത്തിലുള്ള ശാന്തതയും ആത്മവിശ്വാസവും കൊണ്ടുവരും.

- ദ്വൈതഭാവത്തെക്കുറിച്ചുള്ള ബുദ്ധമതസങ്കല്പം പഠിപ്പിക്കുന്നത്, വിപരീതങ്ങളാണെങ്കിലും വൈരുദ്ധ്യങ്ങളല്ലാത്ത യാഥാർത്ഥ്യത്തെ മിഥ്യാധാരണയാൽ വിഭജിക്കുകയും അകറ്റിനിർത്തുകയും ചെയ്യുന്നതുകൊണ്ടാണ് കഷ്ടപ്പാടുകൾ ഉണ്ടാകുന്നത് എന്നാണ്. ജീവിതത്തിലെ എല്ലാറ്റിന്റെയും സമ്പൂർണ്ണതയെയും ബന്ധങ്ങളെയും നാം അംഗീകരിക്കുമ്പോൾ, മുൻവിധികളോ അനുമാനങ്ങളോ ഉണ്ടാക്കാനോ നല്ലതും മോശവും എന്ന വേർതിരിവ് നടത്താനോ ഉള്ള പ്രലോഭനം കുറവാണ്. പ്രതിരോധത്തിലോ പ്രശ്നപരിഹാര ചിന്തയിലോ കടക്കാതെ തന്നെ വ്യത്യസ്തതയെയും അനിശ്ചിതത്വത്തെയും "നിലനിർത്താൻ" മനുഷ്യർക്ക് കഴിയും.
- സ്വയം വിലയിരുത്തുന്നത് ശ്രദ്ധയിൽപ്പെട്ടാൽ, വിഭജന ഭാഷയുടെ ഉപയോഗം കുറച്ചോ, നമുക്കും നമ്മുടെ എതിരാണെന്ന് നമ്മൾ ഭാവിക്കുന്ന ആളുകൾക്കും ഇടയിലുള്ള സമാനതകൾ അന്വേഷിച്ചോ അതിനെ ഇല്ലാതാക്കാം.

അദ്ധ്യായ സംഗ്രഹം

അധ്യായം 1 : കാഴ്ചപ്പാടാണ് എല്ലാം

- *പരപ്രേരണയില്ലാതെ പ്രവർത്തിക്കുന്നവരും പ്രതികരണമെന്നോണം പ്രവർത്തിക്കുന്നവരും* തമ്മിലുള്ള വ്യത്യാസമാണ്, ഉൾക്കണ്ണ് നിറഞ്ഞവരും അല്ലാത്തവരും തമ്മിലുള്ള പ്രധാന വ്യത്യാസം. സ്വയം പ്രവർത്തിക്കുന്നവർ എന്നാൽ, ജീവിതത്തിന്റെ നിയന്ത്രണവും ഉത്തരവാദിത്വവും സ്വന്തം കൈയിലാണെന്നുള്ള ബോധമുള്ളവരും, തങ്ങൾ ആഗ്രഹിച്ചതുപോലെയുള്ള സാഹചര്യങ്ങൾ ഉണ്ടാക്കിയെടുക്കുന്നവരുമാണ്. മറ്റുള്ളവർ സൃഷ്ടിച്ചെടുത്ത സാഹചര്യങ്ങളോട് പ്രതികരിക്കുന്നവരല്ല അവർ.
- ഇതുപോലെ മാനസികാവസ്ഥയിൽ മാറ്റം വരുത്താൻ ഒരുപാട് വഴികളുണ്ട്. ആദ്യം, ഒന്നും പ്രവർത്തിക്കാതെ മറ്റുള്ളവരെ കുറ്റപ്പെടുത്തുന്നതും സാഹചര്യങ്ങളെ പഴിക്കുന്നതും ഒഴിവാക്കുക. നിങ്ങൾ നിഷ്ക്രിയനായിരുന്നുകൊണ്ട് മറ്റുള്ളവരെക്കുറിച്ച് പരാതിപ്പെടുകയും അവരോട് നീരസം പ്രകടിപ്പിക്കുകയും ചെയ്യുന്നത് ശ്രദ്ധയിൽപെട്ടാൽ, സ്വയം ചോദിക്കുക, *എന്റെ സാഹചര്യം മാറ്റുന്നതിനായി എനിക്കെന്താണ് സ്വന്തമായി ചെയ്യാൻ കഴിയുക?*
- മാറ്റവും വിഷമതകളും ഒഴിച്ചുകൂടാനാവാത്തതാണ്, പക്ഷേ നമുക്ക് അതനുസരിച്ച് പെരുമാറാനും പുതിയ വഴികൾ

കണ്ടെത്താനും പരിഹാരമാർഗ്ഗങ്ങൾ കാണാനുമുള്ള പരിശീലനം നേടാനാകും. അത് നമ്മുടെ ആവലാതികൾ കുറയ്ക്കും. കാര്യങ്ങൾ നമ്മുടെ വഴിക്കല്ല പോകുന്നതെന്ന് പറഞ്ഞ് തളരേണ്ടതില്ല.

- "അങ്ങനെ സംഭവിച്ചിരുന്നെങ്കിൽ", "ഒരു നാൾ" എന്നിങ്ങനെ ഓർത്തിരിക്കുന്നതും ദിവാസ്വപ്നം കാണുന്നതും നിർത്തുകയാണെങ്കിൽ,നമുക്ക് കൂടുതൽ സ്വയം പ്രവർത്തിക്കുന്നവരാകാമെന്ന് ഓർക്കുക. അപ്പോൾ, സ്വയം ശക്തിപ്പെടുത്താനായി നമുക്ക് പ്രചോദനപരമായ പ്രവൃത്തികൾ ചെയ്യാൻ കഴിയും.

- ശാന്തത കൈവരിക്കാനും സ്വയം പ്രവർത്തിക്കുന്നവരുടെ മാനസികാവസ്ഥ നേടിയെടുക്കാനും, നമുക്കും നമ്മുടെ ഉള്ളിലെ ശക്തമായ വികാരങ്ങൾക്കും ചിന്തകൾക്കും ഇടയിൽ അകലം സൃഷ്ടിക്കാം. മാനസിക അകലത്തിലൂടെ, വിശാലമായ കാഴ്ചപ്പാട് ഉണ്ടാക്കിയെടുക്കാനും ചിന്തകളെ ചിന്തകളായി കാണാനുള്ള കഴിവിനെ ശക്തിപ്പെടുത്താനും സാധിക്കും. അതിലൂടെ, ബോധപൂർവ്വം തീരുമാനങ്ങളെടുക്കാനും വിവേകപൂർവ്വം പ്രവർത്തിക്കാനും കഴിയും. ഭൗതികമോ, നൈമിഷികമോ, സാങ്കല്പികമോ ആയ അകലം സൃഷ്ടിക്കുന്നതിലൂടെ, നമ്മൾ ബാഹ്യസംഭവങ്ങളാൽ സ്വാധീനിക്കപ്പെടുന്നില്ല, അതേസമയം ആത്മനിയന്ത്രണം ഉണ്ടാവുകയും ചെയ്യും.

- നമുക്കാവശ്യമായ അകലവും വ്യക്തതയും നേടിയെടുക്കാൻ, നമ്മുടെ സങ്കല്പങ്ങളും സഹായകമാകാറുണ്ട്. ഒരു പ്രശ്നത്തെ പുതിയൊരു കോണിൽ നിന്നും നോക്കിക്കാണുന്നതിനായി നിങ്ങളുടെ സുഹൃത്തിനെ ഉപദേശിക്കുന്നതായി സങ്കല്പിക്കാം. മറ്റു സാധ്യതകളോ മാർഗ്ഗങ്ങളോ ശ്രമിച്ചുനോക്കാൻ പ്രോത്സാഹിപ്പിക്കുന്നതിനായി, നിങ്ങളുടെതന്നെ മറ്റൊരു പതിപ്പിനെ മനസ്സിൽ ചിത്രീകരിക്കാം. അവസാനമായി, കാഴ്ചപ്പാടുകളെ പുനർവിഭാവനം ചെയ്യാൻ പരിശീലിക്കുകയും, അവയോട് കഥകളോ മുൻവിധികളോ അവബോധത്തോടുള്ള എതിർപ്പുകളോ തുന്നിച്ചേർക്കാതെ അവയെ നിങ്ങളെങ്ങനെ നോക്കിക്കാണുന്നു എന്ന് മനസ്സിലാക്കാം. ഇതുതന്നെ നിങ്ങളിൽ ശാന്തത കൊണ്ടുവരും, പക്ഷേ അതേസമയം പുതിയൊരു കാഴ്ചപ്പാട് ഉത്ഭവിക്കാനുള്ള സാധ്യതയും തുറന്നുകിട്ടും.

അധ്യായം 2 : ചക്രക്കുതിരയിൽ നിന്നും താഴെയിറങ്ങാം

- ഉൽക്കണ്ഠ, ഊഹാപോഹങ്ങൾ, അമിതമായ ചിന്തകൾ എന്നിവയെക്കുറിച്ച് പറയുമ്പോൾ, അംഗീകാരവും പ്രതിബദ്ധതയും മാതൃകയിൽ വിവരിച്ചിരിക്കുന്നതുപോലെ, ഈ നിമിഷത്തിലെ മൂർത്തമായ പ്രവർത്തനങ്ങളുമായി പൊരുത്തപ്പെട്ടാൽ, ശ്രദ്ധാപൂർണ്ണമായ രീതികൾ സഹായിക്കും. ഉൾക്കൊള്ളലും പ്രതിബദ്ധതയും എന്ന മറുമരുന്നിൽ, നമ്മൾ, നമുക്ക് നിയന്ത്രിക്കാൻ കഴിയാത്തവയെ അംഗീകരിക്കുകയും, ജീവിതം മെച്ചപ്പെടുത്തുന്നതിനായി നമ്മുടെ വ്യക്തിപരമായ മൂല്യങ്ങൾക്കനുസരിച്ച് മാറാൻ ശ്രമിക്കുകയും ചെയ്യുന്നു.
- ഉൾക്കൊള്ളലും പ്രതിബദ്ധതയും എന്ന മറുമരുന്ന്, ഉൽക്കണ്ഠയെക്കുറിച്ചും അനുഭവപരമായ ഒഴിവാക്കലിനെക്കുറിച്ചുമാണ്. ആറ് പ്രധാന തത്ത്വങ്ങൾ ഉപയോഗിച്ച് നമുക്ക് അതിനെ പ്രതിരോധിക്കാം.
- ആദ്യത്തേത്, മുൻവിധിയോ വ്യാഖ്യാനമോ പ്രതിരോധമോ ആഖ്യാനമോ കൂടാതെ വർത്തമാനകാലവുമായി ആത്മാർത്ഥമായി ബന്ധപ്പെടുക, എന്നാൽ ബോധപൂർവ്വമായ ജാഗ്രതയും ഇപ്പോൾ എന്താണ് സംഭവിക്കുന്നതെന്നതിൽ ആകാംക്ഷയും വേണം.
- രണ്ടാമത്തേത് കോഗ്നിറ്റീവ് ഡിഫ്യൂഷൻ ആണ്, അവിടെ യാഥാർത്ഥ്യത്തെക്കുറിച്ചുള്ള നമ്മുടെ ചിന്തകളെ യാഥാർത്ഥ്യത്തിൽ നിന്ന് വേർതിരിക്കുന്നു. നാം നമ്മുടെ ചിന്തകളെ ചിന്തകളായി സ്വീകരിക്കുന്നു, അതിനാൽത്തന്നെ അവയിൽ നാം കുടുങ്ങിക്കിടക്കുന്നില്ല. മൂന്നാമത്തേത് അംഗീകരിക്കലാണ്, അവിടെ നമ്മൾ യാഥാർത്ഥ്യത്തെ ഒരു എതിർപ്പും കൂടാതെ സ്വീകരിക്കുകയും അംഗീകരിക്കുകയും ചെയ്യുന്നു. നമ്മൾ സമ്മതിക്കുകയോ ക്ഷമിക്കുകയോ ചെയ്യേണ്ടതില്ല, നിരീക്ഷിക്കുക മാത്രം ചെയ്യുക. നമ്മുടെ ചിന്തകളിൽ ബോധപൂർവ്വമായ ഒരു വീക്ഷണം ഉണ്ടായിരിക്കാൻ നമ്മൾ നാലാമത്തെ ആശയമായ, ഉള്ളിലെ നിരീക്ഷകനെ ഉപയോഗിക്കുന്നു. ഒരു

ഭാഗം അനുഭവിക്കുകയും, മറ്റൊരു ഭാഗം ആ അനുഭവത്തെ നിരീക്ഷിക്കുകയും ചെയ്യുന്നു.

- അഞ്ചാമത്തേത് നമ്മുടെ മൂല്യങ്ങളും തത്വങ്ങളും കണ്ടെത്തുക, അതുവഴി നമുക്ക് നമ്മുടെ ചിന്തകളെ ആവശ്യാനുസരണം സന്ദർഭങ്ങളിലേക്ക് ഉൾപ്പെടുത്താം. ആത്മനിരീക്ഷകന് നമ്മുടെ ചിന്തകളെ വിലയിരുത്താനും അവയെ നമ്മുടെ മൂല്യങ്ങളുമായി താരതമ്യം ചെയ്യാനും കഴിയും, അങ്ങനെ നമുക്ക് ആറാമത്തെ തത്വം പ്രായോഗികമാക്കാൻ കഴിയും —ബോധപൂർവ്വവും പ്രചോദിതവുമായ പ്രവർത്തനം നടത്തുക.
- നിലവിലെ നിമിഷത്തിലെ നിങ്ങളുടെ അനുഭവത്തെ സ്വീകരിക്കുക, മൂല്യവത്തായ ഒരു ദിശ തിരഞ്ഞെടുക്കുക, ആ ദിശയിലൂടെ സഞ്ചരിക്കുക. ഇത് ഉൽക്കണ്ഠയും അമിതമായ ചിന്തയും കുറയ്ക്കുന്നു.
- ഉത്ക്കണ്ഠാകുലമായ അമിതചിന്തയെ മറികടക്കുക എന്നാൽ, അത് തിരിച്ചറിയാൻ പഠിക്കലാണ്. സാധാരണ അറിവുമായി താരതമ്യപ്പെടുത്തുമ്പോൾ, അമിതചിന്ത അനന്തമാണ്, അവ ഉൾക്കാഴ്ച നൽകുന്നില്ല; പ്രശ്നപരിഹാരമാണെന്ന് താൽക്കാലികമായി തോന്നുമെങ്കിലും, അവ യഥാർത്ഥത്തിൽ ഉപയോഗശൂന്യമാണ്.
- "സ്വന്തം ചിന്തകളോടുള്ള വെല്ലുവിളി" ആവശ്യമില്ല, കൂടുതൽ അനുഭവപരമായ ഒഴിവാക്കലിലേക്കും പ്രതിരോധത്തിലേക്കും മാത്രമായി ചുരുങ്ങുന്നതാണത്. പകരം, ഒരു ചിന്ത ഉപയോഗപ്രദമാണോ എന്നും അത് നിങ്ങളുടെ മൂല്യങ്ങൾക്ക് അനുസൃതമായി ലക്ഷ്യങ്ങൾ നേടാൻ സഹായിക്കുന്നുണ്ടോ എന്നും വിലയിരുത്തുക. അനുകമ്പയും ക്ഷമയും അതുപോലെ 3M തന്ത്രം (ചലിക്കുക, നിർമ്മിക്കുക, കൂട്ടുമുട്ടുക) എന്നിവയും അമിതചിന്തകളിൽ നിന്ന് സ്വയം രക്ഷ നേടാനുള്ള മികച്ച തന്ത്രങ്ങളാണ്.
- മാനസികനില മെച്ചപ്പെടുത്താൻ 4A എന്നറിയപ്പെടുന്ന ഒരു തന്ത്രമുണ്ട്. ഒഴിവാക്കുക, മാറ്റുക, അംഗീകരിക്കുക, പൊരുത്തപ്പെടുത്തുക എന്നിവയാണ് അവ. ഒഴിവാക്കുക എന്നാൽ നിങ്ങൾക്ക് നിയന്ത്രിക്കാനാകാത്ത കാര്യങ്ങളിൽ നിന്ന് ഒഴിഞ്ഞുമാറുക. ചില കാര്യങ്ങൾ നമ്മുടെ പ്രയത്നം അർഹി

ക്കുന്നില്ല, മാത്രമല്ല അവ നമ്മുടെ ചുറ്റുപാടിൽ നിന്നും പൂർണ്ണമായും നീക്കപ്പെടേണ്ടവയാണ്. എന്നിരുന്നാലും, നമുക്ക് അത് ഒഴിവാക്കാൻ കഴിയുന്നില്ലെങ്കിൽ, സമ്മർദ്ദം ഇല്ലാതാക്കാൻ നമ്മുടെ ചുറ്റുപാടിൽ എങ്ങനെ മാറ്റം വരുത്താമെന്ന് നമ്മൾ പഠിക്കണം. നമുക്ക് നമ്മുടെ ചുറ്റുപാട് മാറ്റാൻ കഴിയുന്നില്ലെങ്കിൽ, അത് അംഗീകരിക്കുകയല്ലാതെ മറ്റ് മാർഗ്ഗമില്ല. അവസാനമായി, നമുക്ക് സാഹചര്യത്തെക്കുറിച്ച് കൂടുതലൊന്നും ചെയ്യാൻ കഴിയുന്നില്ലെങ്കിൽ, നാം അതിനോട് പൊരുത്തപ്പെടുകയും നമ്മുടെ സമ്മർദ്ദത്തെ എങ്ങനെ നേരിടാമെന്നും അങ്ങനെ അതിന്റെ ദോഷകരമായ സാധ്യതകളെ എങ്ങനെ കുറയ്ക്കാമെന്നും പഠിക്കുക.

അധ്യായം 3 : അവബോധ പുനർവിഭാവനം എന്ന കല

- നമ്മുടെ അംഗീകാരബോധം ഊർജ്ജിതപ്പെടുത്തുകയും ഉള്ളിലെ നിരീക്ഷകനെ വെളിച്ചത്തേക്ക് കൊണ്ടുവരികയും ചെയ്താൽ, നമുക്ക് നമ്മുടെ വൈജ്ഞാനിക വികലങ്ങൾ, പ്രതീക്ഷകൾ, മനസ്സിലുറച്ച മിഥ്യകൾ, ആഖ്യാനങ്ങൾ, അനുമാനങ്ങൾ, പക്ഷപാതങ്ങൾ എന്നിവയെ പുനർവിചിന്തനം ചെയ്തുതുടങ്ങാം. നമ്മൾ അവയെ *വെല്ലുവിളിക്കുന്നില്ല*, മറിച്ച് നമ്മൾ ബോധപൂർവ്വം തിരഞ്ഞെടുക്കുന്ന ബദൽ ചിന്തകൾക്ക് ഇടം നൽകുന്നു.
- നാം ചിന്തിക്കുന്ന രീതിയെക്കുറിച്ച് ആദ്യം ബോധവാന്മാരാകുന്നതിലൂടെയും, സ്വാഭാവികവും ശീലിച്ചതുമായ, മുൻപ് മറഞ്ഞുകിടന്നിരുന്ന കാര്യങ്ങളിലേക്ക് അവബോധം പരത്തുന്നതിലൂടെയും നമുക്ക് അവബോധ പുനർവിഭാവനം പരിശീലിക്കാം. നമുക്ക് നമ്മുടെ വീക്ഷണത്തിൽ മാറ്റം വരുത്താനും, ആത്മതത്ത്വത്തിൽ നേരിയ വ്യതിയാനം വരുത്താനും കഴിയുമ്പോൾ, നമ്മുടെ ചിന്തകളിലും അനുഭവങ്ങളിലും പെരുമാറ്റങ്ങളിലും മാറ്റം വന്നുതുടങ്ങുന്നു, ഈ മാറ്റം പ്രാഥമിക തലത്തിലുള്ളതോ കേവലം “അനുകൂല ചിന്തയോ” അല്ല.

- അവബോധം വളർത്തിയ ശേഷം, നമുക്ക് നമ്മുടെ ചിന്തകളെ ക്രമീകരിക്കാനും എതിർക്കാനും അല്ലെങ്കിൽ അവയോട് ഇടപഴകാനും, ബോധപൂർവ്വം ബദൽ ചിന്തകൾ തിരഞ്ഞെടുക്കാനും കഴിയും. പിന്നീട് നമുക്ക് നമ്മുടെ യഥാർത്ഥ ജീവിതത്തിൽ ഈ ബദൽ ചിന്തകളെ പ്രായോഗികമാക്കാം. നാം സ്വയം വിലയിരുത്തുകയോ, ഒന്നും ശരിയാക്കുകയോ, "സത്യം" കണ്ടെത്തുകയോ ചെയ്യേണ്ടതില്ല, പകരം നമ്മുടെ ആഴത്തിലുള്ള മൂല്യങ്ങൾക്കനുസൃതമായി നമ്മുടെ ലക്ഷ്യങ്ങൾ കൈവരിക്കുന്നതിന് നമ്മുടെ ചിന്തകൾ എത്രത്തോളം ഉപയോഗപ്രദമാണ് എന്നതിനനുസരിച്ച് അവയെ വിലയിരുത്തുക.

- എടുത്തുചാട്ടം കുറയ്ക്കാനും, സ്വാഭാവികമായ പ്രതികൂല ചിന്തകളെ തിരിച്ചറിയാനും, അവയെ ബോധപൂർവ്വം നവീകരിക്കാനും രണ്ട്-കോളം തന്ത്രം നമ്മെ സഹായിക്കും. ഇതിന് ക്ഷമയും ധൈര്യവും അനുകമ്പയും ജിജ്ഞാസയും ആവശ്യമാണ്. ഒന്നുമില്ല-അല്ലെങ്കിൽ-എല്ലാം എന്ന ചിന്താഗതി, ഊതിപ്പെരുപ്പിക്കൽ, മനസ്സുവായിക്കൽ, ഭാവി പ്രവചിക്കാൻ ശ്രമിക്കൽ, സാമാന്യവൽക്കരണം നടത്തുക, അല്ലെങ്കിൽ അങ്ങേയറ്റം പ്രതികൂല ചിന്തകൾ എന്നിങ്ങനെ ഉള്ളവയെ സൂക്ഷിക്കുക. ഈ ചിന്തകളെ പുനഃപരിശോധിക്കുക, അല്ലെങ്കിൽ അവയെ എങ്ങനെ ഉപയോഗപ്രദമായ പ്രവർത്തനങ്ങളാക്കി തിരുത്തിയെടുക്കാമെന്ന് ചിന്തിക്കുക.

- അവബോധ പുനർവിഭാവനം പ്രാവർത്തികമാക്കാനായി എണ്ണമറ്റ സാങ്കേതിക വിദ്യകളുണ്ട്, എന്നാൽ അവയെല്ലാം അവബോധത്തോടെ ആരംഭിക്കുകയും ബദൽ ചിന്തകളെ പ്രോത്സാഹിപ്പിക്കാനുള്ള നമ്മുടെ സന്നദ്ധതയോടുകൂടെ അവസാനിക്കുകയും ചെയ്യുന്നു. നമുക്ക് സോക്രട്ടിക് ചോദ്യം ചെയ്യൽ (അനുമാനങ്ങൾക്കും വിശ്വാസങ്ങൾക്കും തെളിവുകൾ ചോദിക്കുന്നത് തുടരുക, എന്തുകൊണ്ടെന്ന് ചോദിക്കുന്നത് തുടരുക), നിർദ്ദേശിത ദൃശ്യവത്കരണം (സാധ്യതകളെ പരിശീലിക്കുകയോ പ്രാവർത്തികമാക്കുകയോ ചെയ്യുക, ഭൂതകാലമോ ഭാവിയോ), റെക്കോർഡ് സൂക്ഷിക്കൽ അല്ലെങ്കിൽ ഡയറിക്കുറിപ്പുകൾ (ചിന്തകൾ കുറിച്ചെടുത്ത്, ബദൽ ചിന്തകൾ കണ്ടെത്തി ഉപയോഗപ്പെടുത്തുക), കൂടാതെ

“അങ്ങനെ സംഭവിച്ചിരുന്നെങ്കിൽ?” എന്ന വാക്യത്തിൽ പരീക്ഷണം നടത്താം (പ്രതികൂലപരമായ അമിതചിന്തകളെ അതിന്റെ യുക്തിയിലൂടെത്തന്നെ നോക്കിക്കണ്ട്, അതിന്റെ ഫലങ്ങൾ അത്രത്തോളം അസ്വസ്ഥതയും പരാജയഭാരവും അനിശ്ചിതത്വവും നൽകുന്നതാണോ എന്ന് നോക്കാം).

- മുൻകരുതലുള്ള ഒരു കാഴ്ചപ്പാടും, ഉൽക്കണ്ഠ ഇല്ലാത്തതും ഊർജ്ജസ്വലവുമായ ചിന്താഗതിയും വളർത്തിയെടുക്കാൻ അവബോധ പുനർവിഭാവനം നമ്മെ സഹായിക്കും.

അധ്യായം 4 : ഈ നിമിഷം മാത്രമാണ് നമുക്കുള്ളത്

- പരിഭ്രാന്തി, ഉൽക്കണ്ഠ, അനാവശ്യചിന്ത, അനിശ്ചിതത്വം, അമിതചിന്ത എന്നിവ ജീവിതത്തെക്കുറിച്ചുള്ള ആന്തരിക മാനസിക സംഭാഷണങ്ങളും വിവരണങ്ങളും അമിതമായി തിരിച്ചറിയുന്നതിൽ നിന്ന് ഉടലെടുക്കുന്നു, അവ പലപ്പോഴും വൈജ്ഞാനിക വികലതകൾ, പക്ഷപാതങ്ങൾ, മിഥ്യാ ധാരണകൾ, ഭയം, യുക്തിഹീനത എന്നിവയാൽ നിറഞ്ഞിരിക്കുന്നു. നമ്മുടെ തലച്ചോറിന് ഭൂതകാലത്തിലോ ഭാവിയിലോ സമ്മർദ്ദം നിറഞ്ഞ മാനസികപ്രവർത്തനങ്ങൾ നടത്താൻ കഴിയും, എന്നാൽ ശാന്തതയും പ്രശാന്തതയും ഒരിടത്ത് മാത്രമേ ഉണ്ടാകൂ, വർത്തമാനകാലത്തിൽ മാത്രം.
- ഈ നിമിഷം മാത്രമാണ് നമ്മുടെ പക്കലുള്ളത്. കീഴടങ്ങൽ, അംഗീകരിക്കൽ, ശാന്തമായ അവബോധം എന്നിവകൊണ്ട് അർത്ഥമാക്കുന്നത്, വർത്തമാനകാലത്ത് നമ്മൾ നിഷ്ക്രിയരാണെന്നോ തോറ്റുകൊടുക്കുന്നവരാണെന്നോ അല്ല. നമുക്ക് പ്രവർത്തിക്കാൻ കഴിയുമെങ്കിൽ, നമ്മൾ പ്രവർത്തിക്കും. അഥവാ കഴിയുന്നില്ലെങ്കിൽ, നമ്മൾ അത് അംഗീകരിക്കും. ഉൽക്കണ്ഠയോ അമിതചിന്തയോ ആവശ്യമില്ല. തിരക്കുകൂട്ടണമെന്നോ എല്ലാത്തിന്റെയും നിയന്ത്രണം കൈയിലെടുക്കണമെന്നോ നമ്മുടെ മനസ്സ് നിർബന്ധിച്ചു പറഞ്ഞാലും ഒന്ന് ഓർക്കുക; ഉൽക്കണ്ഠയും അമിതചിന്തയും യഥാർത്ഥത്തിൽ നമ്മുടെ പ്രശ്നങ്ങൾ പരിഹരിക്കുകയോ

ഏതെങ്കിലും വിധത്തിൽ നമ്മെ സഹായിക്കുകയോ ചെയ്യുന്നില്ല.

- വർത്തമാന നിമിഷത്തിൽ സുഖമായിരിക്കുക എന്നതിനർത്ഥം ക്ഷമ, വിനയം, നർമ്മം, അനിശ്ചിതത്വത്തോട് സഹിഷ്ണുത എന്നിവയാണ്; കൂടാതെ ഈ നിമിഷത്തോട് പ്രതികരിക്കുന്നതിനോ ചെറുക്കുന്നതിനോ പകരം സംവദിക്കാനുള്ള വഴക്കം.
- വേദന ഒഴിച്ചുകൂടാനാവാത്തതും ക്ഷണികവുമാണ്. എന്നാൽ വേദനയോടുള്ള നമ്മുടെ പ്രതികരണമാണ് സഹനം, അത് ഒഴിവാക്കാവുന്നതുമാണ്. വേദനയെ എതിർക്കുകയോ, അതിനെക്കുറിച്ചുള്ള കഥകൾ പറയുകയോ, ഭൂതകാലത്തിൽ നിന്നും വേദനയെ ഈ നിമിഷത്തിലേക്ക് വീണ്ടും വീണ്ടും വലിച്ചിടുകയോ ചെയ്യുന്നതിലൂടെ, നാം സ്വയം സഹനങ്ങൾ സൃഷ്ടിക്കുന്നു. ശാന്തരും ഊർജ്ജസ്വലരുമായ ആളുകൾ, വേദനയെ അംഗീകരിക്കുകയും അതിനെ കടന്നുപോകാൻ അനുവദിക്കുകയും ചെയ്യുന്നതിലൂടെ, അനാവശ്യമായ സഹനങ്ങളിൽ സ്വയം അകപ്പെടാതിരിക്കാൻ ശ്രദ്ധിക്കുന്നു.
- നിങ്ങളുടെ ഭൗതികശരീരം, പഞ്ചേന്ദ്രിയങ്ങൾ, അവബോധം എന്നിവ ഈ നിമിഷത്തിൽ നങ്കൂരമിടുന്നു. നിങ്ങൾ ശരീരത്തിലൂടെ ഈ നിമിഷത്തിലേക്ക് നങ്കൂരമിടുമ്പോഴെല്ലാം നിങ്ങൾ 'ഇപ്പോഴിവിടെ' ജീവിക്കുന്നു, 'മറ്റൊരിടത്തിന്റെ' ആവശ്യം വരുന്നില്ല. ശരീരമുപയോഗിച്ചോ (വ്യായാമം പോലുള്ളവ), ഇന്ദ്രിയ ധ്യാനത്തിലൂടെയോ, മനസ്സിനെ ശാന്തമാക്കി ഈ നിമിഷവുമായി ബന്ധിപ്പിക്കുക.

അധ്യായം 5 : ഒന്നുകിൽ അങ്ങേയറ്റം അല്ലെങ്കിൽ ഇങ്ങേയറ്റം എന്നൊന്നില്ല

- ഉൽക്കണ്ഠയും അമിതചിന്തയും പലപ്പോഴും ഉണ്ടാകുന്നത്, നമ്മളെയും മറ്റുള്ളവരെയും സാഹചര്യങ്ങളെയും ജീവിതത്തെയും വിലയിരുത്താനുള്ള നമ്മുടെ പ്രവണതയിൽ നിന്നാണ്. മുൻധാരണകളും, വിമർശനങ്ങളും, ഒന്നുകിൽ അങ്ങേയറ്റം അല്ലെങ്കിൽ ഇങ്ങേയറ്റം എന്ന കാഴ്ചപ്പാടും, നമ്മളും

അവരും എന്ന ചിന്താഗതിയും ഇല്ലാതാക്കാൻ കഴിയുമെങ്കിൽ, പിരിമുറുക്കവും ഉൽക്കണ്ഠയും കുറയ്ക്കാനും അനുകമ്പയും അംഗീകരിക്കാനുള്ള കഴിവും വർദ്ധിപ്പിക്കാനും കഴിയും.

- വിലയിരുത്തലുകൾ കുറയ്ക്കുന്നതിനായി, അവരെക്കുറിച്ചുള്ള നമ്മുടെ ഓർമ്മകൾ, കഥകൾ, വ്യാഖ്യാനങ്ങൾ, മുൻവിധികൾ എന്നിവയിൽ മുറുകെ പിടിക്കുന്നതിനുപകരം, ആളുകളുടെ (നമ്മൾ ഉൾപ്പെടെ) ഈ നിമിഷത്തെ യാഥാർത്ഥ്യത്തിൽ ശ്രദ്ധ കേന്ദ്രീകരിക്കാം. ആളുകളുടെ താൽക്കാലിക പെരുമാറ്റവും, അവരുടെ ശരിയായ യഥാർത്ഥ സ്വഭാവവും ഒന്നല്ല!
- നമ്മിലെ മുൻവിധികളെ ഉപേക്ഷിക്കുന്നതിന്, "വസ്തുത കളിലേക്ക് മാത്രം" നമ്മുടെ ശ്രദ്ധ തിരിക്കുകയും, മുൻവിധിയും വിഭജനഭാഷയുമില്ലെങ്കിൽ വൈരുദ്ധ്യങ്ങളോ യാഥാർത്ഥ്യ ങ്ങളുമായി വിയോജിപ്പുകളോ ഇല്ലെന്ന് മനസ്സിലാക്കുകയും ചെയ്യുക.
- ഊഹങ്ങളോ വ്യാഖ്യാനങ്ങളോ പ്രതീക്ഷകളോ മനസ്സ് വായനകളോ വേണ്ട. പകരം, ഈ നിമിഷത്തിൽ നിലനില്ക്കു കയും അത് അതേപടി അംഗീകരിക്കുകയും ചെയ്യുക.
- നമ്മളിൽ പലരും നമ്മളെത്തന്നെ വിലയിരുത്തുന്നത്, അനുമാനങ്ങളെയും യാഥാർത്ഥ്യങ്ങളെയും തമ്മിൽ താരതമ്യം ചെയ്യുന്നതിനാലാണ്. നമ്മൾ ആഗ്രഹിച്ച, അനുമാനിച്ച സ്വത്വവുമായി നമ്മുടെ യാഥാർത്ഥ്യത്തെ പൊരുത്തപ്പെടുത്തുക എന്നതല്ല സ്വയംസ്വീകാര്യതയുടെയും ശാന്തതയുടെയും താക്കോൽ. മറിച്ച്, ആദർശ സ്വഭാവം ഉപേക്ഷിച്ച് നമ്മുടെ യാഥാർത്ഥ്യത്തെ അംഗീകരിക്കുക എന്നതാണ്. നമ്മുടെ അനുഭവം *എന്തുതന്നെയായാലും*, അതിനെ ശ്രദ്ധിക്കുകയും അതിനുള്ള ഇടം നൽകുകയും ചെയ്യുക. ഇത് നേട്ടങ്ങൾ, അഹംബോധം, ആത്മാഭിമാനം എന്നിവയ്ക്കതീതമായി ആഴത്തിലുള്ള ശാന്തതയും ആത്മവിശ്വാസവും കൊണ്ടുവരും.
- ദ്വൈതഭാവത്തെക്കുറിച്ചുള്ള ബുദ്ധമത സങ്കല്പം പഠിപ്പിക്കുന്നത്, വിപരീതങ്ങളാണെങ്കിലും വൈരുദ്ധ്യങ്ങളല്ലാത്ത യാഥാർത്ഥ്യത്തെ മിഥ്യാധാരണയാൽ വിഭജിക്കുകയും അകറ്റിനിർത്തുകയും ചെയ്യുന്നതുകൊണ്ടാണ് കഷ്ടപ്പാടുകൾ

ഉണ്ടാകുന്നത് എന്നാണ്. ജീവിതത്തിലെ എല്ലാറ്റിന്റെയും സമ്പൂർണ്ണതയെയും ബന്ധങ്ങളെയും നാം അംഗീകരിക്കുമ്പോൾ, മുൻവിധികളോ അനുമാനങ്ങളോ ഉണ്ടാക്കാനോ നല്ലതും മോശവും എന്ന വേർതിരിവ് നടത്താനോ ഉള്ള പ്രലോഭനം കുറവാണ്. പ്രതിരോധത്തിലോ പ്രശ്നപരിഹാര ചിന്തയിലോ കടക്കാതെ തന്നെ വ്യത്യസ്തതയെയും അനിശ്ചിതത്വത്തെയും "നിലനിർത്താൻ" മനുഷ്യർക്ക് കഴിയും.

- സ്വയം വിലയിരുത്തുന്നത് ശ്രദ്ധയിൽ പെട്ടാൽ, വിഭജനഭാഷയുടെ ഉപയോഗം കുറച്ചോ, നമുക്കും നമ്മുടെ എതിരാണെന്ന് നമ്മൾ ഭാവിക്കുന്ന ആളുകൾക്കും ഇടയിലുള്ള സമാനതകൾ അന്വേഷിച്ചോ അതിനെ ഇല്ലാതാക്കാം.

രഘുരാജ് പനങ്ങാട്ട്

പാലക്കാട് ജില്ലയിൽ ജനനം. ബിസിനസ്സ് അഡ്മിനിസ്ട്രേഷനിൽ ബിരുദാനന്തര ബിരുദം. Lettersbay Consultancy-യുടെ സീനിയർ എഡിറ്ററായി പ്രവർത്തിച്ചിട്ടുണ്ട്. വിവർത്തകനായും എഡിറ്ററായും സാഹിത്യമേഖലയിൽ സജീവമായി പ്രവർത്തിക്കുന്നു.

വിവർത്തനങ്ങൾ : *സംയുക്ത പ്രഭാവം, ഷാവോലിൻ*

ഇ-മെയിൽ : raghuraj.owen@gmail.com

മൊബൈൽ : 8086555838